NGÔN NGỮ
TẠP CHÍ VĂN HỌC NGHỆ THUẬT
SỐ 32 – 1 THÁNG 7 NĂM 2024

NHÓM CHỦ TRƯƠNG:
Luân Hoán - Song Thao - Nguyễn Vy Khanh - Hồ Đình Nghiêm - Lê Hân

CỘNG TÁC TRONG SỐ NÀY:
Ben OH, Biển Cát, Cao Nguyên, Dan Hoàng, Dung Thị Vân, Đặng Hiền, Đặng Kim Côn, Đặng Phú Phong, Đặng Văn Thơm, Đặng Xuân Xuyến, Elena Pucillo Truong, Hà Ngọc Hoàng, Hoàng Chính, Hoàng Hoa Thương, Hoàng Xuân Sơn, Hồ Chí Bửu, Hồng Hạnh, Huỳnh Liễu Ngạn, Huỳnh Thị Quỳnh Nga, Kiều Giang, Kiều Huệ, Lại Văn Phong, Lâm Băng Phương, Letamanh, Lê Chiều Giang, Lê Hân, Lê Hứa Huyền Trân, Lê Hữu Minh Toán, Lê Thanh Hùng, Luân Hoán, Lữ Quỳnh, Ngô Sỹ Hân, Nguyên Cẩn, Nguyễn An Bình, Nguyễn Châu, Nguyễn Đình Phượng Uyển, Nguyễn Đức Nam, Nguyễn Lê Hồng Hưng, Nguyễn Nguyên Phượng, Nguyễn Thanh Sơn, Nguyễn Thị Bích Nga, Nguyễn Thị Hải Hà, Nguyễn Thy, Nguyễn Văn Điều, Nguyễn Văn Gia, Nguyễn Văn Nhân, Nguyễn Vy Khanh, Người Sông Hậu, NP Phan, Phạm Cao Hoàng, Phạm Hiền Mây, Phan Trang Hy, Phan Xuân Thiện, Phương Tấn, Song Thao, Thái Tú Hạp, Thanh Trắc Nguyễn Văn, Thục Uyên, Thy An, Tiểu Lục Thần Phong, Tiểu Nguyệt, Trần C. Trí, Trần Quý Trung, Trần Thanh Quang, Trần Thị Cổ Tích, Trần Thị Nguyệt Mai, Trần Vấn Lệ, Triều Hoa Đại, Trúc Lan, Trương Văn Dân, Trương Xuân Mẫn, Vinh Hồ, Võ Nhật Thủ, Võ Phú, Vũ Khắc Tĩnh, Vương Hoài Uyên, Xuyên Trà

BÌA: Nguyễn Công
Hình bìa: Cảnh quê Việt Nam (từ internet)
DÀN TRANG: Lê Hân
LIÊN LẠC:
Thư và bài vở mời gởi về:
- Luân Hoán: lebao_hoang@yahoo.com
- Song Thao: tatrungson@hotmail.com

TÒA SOẠN & TRỊ SỰ:
Lê Hân: (408) 722-5626 han.le3359@gmail.com

MỤC LỤC
NGÔN NGỮ SỐ 32
1 THÁNG 7 NĂM 2024

Luân Hoán	6	*Thư tòa soạn*
Song Thao	8	*Ve sầu*
Hoàng Chính	14	*Còn lại một mình giữa nhân gian*
Nguyễn Vy Khanh	20	*Văn Học Miền Nam (1954 – 1975)...*
Luân Hoán	35	*Mời em lên ngựa*
Lê Chiều Giang	47	*Dấu chấm trên đầu chữ "i"*
NP Phan	52	*Tản mạn về "Hạ Đỏ có chàng tới hỏi"*
Nguyễn Thị Hải Hà	57	*Đọc "Những cơn mưa mùa đông...*
Trương Văn Dân	63	*Giới thiệu tác giả và tác phẩm...*
Tiểu Lục Thần Phong	72	*Tình nghĩa mà*
Phan Trang Hy	80	*Đôi điều khi đọc tình vui thời mới lớn*
Triều Hoa Đại	85	*Một nhành chưa kịp thấy*
Trần Vấn Lệ	86	*Coi như một bài thơ*
Trần Thị Nguyệt Mai	88	*Cúc Hoa*
Phạm Cao Hoàng	90	*Mang mang một nỗi buồn*
Phương Tấn	92	*Trần gian bỏ mặc*
Lữ Quỳnh	93	*Một lần rồi xóa tan*
Thái Tú Hạp	94	*Bên đồi lau xanh*
Thục Uyên	95	*Giấc mơ đêm*
Nguyễn Đức Nam	96	*Nắng trong thành phố*
Nguyễn An Bình	98	*Dưới tán mưa hoàng hôn*
Vương Hoài Uyên	100	*Nói với người đã xa*
Đặng Phú Phong	101	*Sự cô đơn xa xỉ*
Xuyên Trà	102	*Tóc, trăng như đã một màu*
Võ Phú	103	*Gặp lại người xưa*
Elena Pucillo Truong	108	*Cho nhau một chút an lành*
Letamanh	114	*Tấm chân tình*
Trần C. Trí	117	*Khoảng cách*
Nguyễn Thị Bích Nga	128	*Cậu bé vét giếng*
Đặng Kim Côn	141	*Mưa mặn*
Nguyễn Đình. P. Uyển	148	*Cơm trưa*
Tiểu Nguyệt	153	*Đà Lạt một chiều mưa*
Ngô Sỹ Hân	159	*Mùa hoa phượng thắm*
Phạm Hiền Mây	168	*Luân Hoán – tình thời phơi phới xuân xanh*
Cao Nguyên	181	*Mưa hát tên em*
Trương Xuân Mẫn	182	*Tiếng dế kêu*
Hồ Chí Bửu	184	*Cho tình, cho đời & cho ta*
Trần Thanh Quang	187	*Tháng sáu*

Hoàng Hoa Thương	188	Và tôi cũng xa tôi
Nguyễn Văn Điều	189	Rác và hoa
Đặng Hiển	190	Những lời dối ngọt
Dan Hoàng	192	Gói tình trong sách
Nguyễn Văn Gia	194	Trò chuyện với hoàng hôn
Trúc Lan	195	Tự thán
Trần Quý Trung	196	Mỗi ngày một bài thơ
Vinh Hồ	197	Người đẹp Sài Gòn
Nguyễn N. Phượng	198	Triệu Từ Truyền...
Lê Hứa Huyền Trân	207	Đôi chim câu
Võ Nhật Thủ	210	Ngày giỗ của ba tôi
Nguyễn Châu	220	Mong Manh
Nguyễn Thy	224	Khát
Vũ Khắc Tĩnh	231	Miền đất hứa
Nguyên Cẩn	240	Tội tổ tông
Kiều Giang	249	Tấm gương
Nguyễn Văn Nhân	254	Tình già nhà thơ xứ Quảng
Đặng Xuân Xuyến	259	Chơ vơ
Hà Ngọc Hoàng	260	Về làng
Biển Cát	261	Lưng chừng tháng sáu
Đặng Văn Thơm	262	Đỏng đảnh mưa
Hồng Hạnh	263	Lời mẹ dạy
Huỳnh Liễu Ngạn	264	Phơi tình lên núi
Lê Hữu Minh Toán	266	Trăng xưa
Lê Thanh Hùng	268	Đêm trên bãi Phú Hải
Nguyễn Thanh Sơn	269	Nói với hoa
Người Sông Hậu	270	Khi ta nhìn vào mắt nhau
Phan Xuân Thiện	272	Một ngày với mẹ
Trần Thị Cổ Tích	273	Con bống trời viễn xứ
Dung Thị Vân	274	Mùa sau
Kiều Huệ	275	Sài Gòn chuyển mùa mưa
Lại Văn Phong	276	Mùa hoa cũ
Ben OH	277	Một tiếng dạ thưa
Thy An	278	Tàn hạ đầu thu
Lâm Băng Phương	280	Bước ngược
Thanh Trắc N. Văn	281	Đêm Huế
Huỳnh Thị Quỳnh Nga	282	Thơ ngắn
Lê Hân	283	Khất thực
Hoàng Xuân Sơn	284	Người tình trăm năm
Nguyễn Lê Hồng Hưng	286	Góc biển xanh (chương cuối cùng)
Nguyễn V. Gia - Lê Hân	296	Tin sách

THƯ TÒA SOẠN

Kính chào tất cả quí bạn đọc, bạn viết khắp nơi,

Ngôn Ngữ 32 phát hành vào 01 tháng 7 năm 2024, gần như cùng thời điểm với sự nắng nóng của mùa hè, cần nghỉ ngơi và đi du lịch. Trong khi các cổng trường được đóng lại. Sân bay, bãi tắm, thắng cảnh... sẽ đông vui hơn. Chúng tôi xin kính chúc tất cả quí bạn được những ngày thư giãn, vui vẻ đáng nhớ. Lẽ ra Ngôn Ngữ nên có một số đặc biệt về mùa hè, tiếc rằng dự định này không kịp bắt tay thực hiện.

Trước đây, kể từ số 24, chúng tôi khởi sự giới thiệu một tác giả thành danh và còn tại thế, trong mỗi kỳ báo cùng với phần sáng tác thơ, văn... của quí bạn văn khắp nơi. Trong thời gian qua, Ngôn Ngữ rất vui được thực hiện những số vượt số trang bình thường và mất tính chất tạp chí, trở thành một tác phẩm. Vì vậy Ngôn Ngữ số 32 này chúng tôi trở lại sân chơi chung như trước. Tất cả số trang đều dành cho sáng tác thơ văn, biên khảo, nhận định... từ các bạn khắp nơi gởi về.

Trong số 32 này, truyện dài Góc Biển Xanh của tác giả Lê Hồng Hưng sẽ chấm dứt sau phần "Chuyến Đi Cuối".

Trở lại phần sách đặc biệt về mỗi tác giả, chúng tôi sẽ tiếp tục thực hiện, nếu được yêu cầu. Nhân đây chúng tôi cũng xin nêu rõ hai điều kiện cho mỗi số đặc biệt này:

- Tác giả được giới thiệu, chịu trách nhiệm về mọi bài viết về mình khi cho in, có nghĩa những bài in trong sách đã được phép của chính người viết.

- Tác giả được giới thiệu, chịu chi phí lên trang (layout) và trình bày bìa.

Ngoài hai điều này, những gì còn lại Ngôn Ngữ sẽ hỗ trợ.

Trong thời gian sắp tới, chúng tôi sẽ tiếp tục thực hiện những số đặc biệt cho những tên tuổi quen thuộc: Nhà thơ nhạc sĩ Phan Ni Tấn, Nhà văn họa sĩ Trương Vũ, Nhà văn Nguyễn Minh Nữu, Nhà thơ Trần Vấn Lệ, Nhà thơ nhà văn Lữ Quỳnh...

Trước những cuốn sách đang và sẽ in này, xin được lặp lại và mời quí bạn tìm đọc:
   - Cung Tích Biền, Bằng hữu và Văn chương
   - Ngô Thế Vinh, Bằng hữu và Văn chương
   - Phạm Cao Hoàng, Bằng hữu và Văn chương
   - Song Thao và Bè Bạn
   - Khuôn Mặt, tập truyện của Hồ Đình Nghiêm
   - Đỗ Hồng Ngọc, Bằng hữu và Văn chương.

Chúng tôi rất mong sự ủng hộ Ngôn Ngữ đến từ quí bạn đọc, bạn viết. Xin chân tình cảm ơn.

Thân tình,

Luân Hoán

SONG THAO
VE SẦU

Năm nay một số vùng của đất Mỹ sẽ gặp nạn ve sầu. Nạn này chỉ xảy ra vào mỗi 221 năm. Lần trước là vào năm 1803, thời Tổng thống Thomas Jefferson. Hàng ngàn tỷ ve sầu sẽ làm náo động người dân ở khu vực Đông Nam Hoa Kỳ. Tại sao lại có đại hội ve sầu huy hoàng như vậy, hãy nghe các nhà khoa học giải thích.

Ve sầu có hai…trường phái: ve sầu hàng năm và ve sầu định kỳ. Ve sầu hàng năm xuất hiện mỗi kỳ hè có màu xanh và thân hình cồ nô hơn ve sầu định kỳ. Ve sầu định kỳ chỉ xuất hiện ở khu vực Bắc Mỹ, có màu đen, mắt đỏ chia ra làm hai nhóm: nhóm Brood XIX xuất hiện mỗi 13 năm và nhóm Brood XIII có chu kỳ xuất hiện mỗi 17 năm. Năm nay cả hai nhóm Brood XIX và Brood XIII đều tới chu kỳ xuất hiện trùng nhau nên mới ra cớ sự. Như đã nói ở trên, cuộc trùng phùng giữa hai nhóm ve sầu Brook XIX và Brook XIII chỉ xảy ra mỗi 221 năm. Người ta tính ra con số này khi làm một con tính nhân 13 với 17. Kết quả là lần trước vào năm 1803, lần này 2024. Lần tới sẽ là năm 2245. Chúng ta sẽ chẳng có ai có cơ hội được coi cuộc hội tụ tới của ve sầu định kỳ.

Chúng đông như quân Nguyên mà chỉ tiếng ồn do chúng tạo ra cũng đủ làm chói tai. Tiếng ồn đo được tới 120 *decibels* đó lớn hơn tiếng máy cắt cỏ từ sáng sớm cho tới chiều tối. Năm nay nhóm Brood XIX với chu kỳ 13 năm sẽ tới hỏi thăm cư dân tại các tiểu bang Kentucky, Missouri, Arkansas, Tennessee, Mississippi, Alabama, Georgia, South Carolina, North Carolina và Virginia. Nhóm Brood XIII với chu kỳ 17 năm sẽ xuất hiện nhiều tại hai tiểu bang Illinois và Iowa.

Một khu vực nhỏ tại tiểu bang Illinois, vùng Champaign, là nơi hội tụ của cả hai nhóm trên. Đó là chưa kể tới nhóm ve sầu Brook X xuất hiện hàng năm. Bạn nào cư ngụ tại các tiểu bang này lo mà bịt tai.

Ve sầu dù thuộc nhóm nào cũng có một cuộc đời tăm tối. Phần lớn thời gian chúng sống dưới lòng đất. Ve sầu là loài côn trùng có tuổi thọ cao, khoảng từ 3 đến 5 năm. Ve sầu định kỳ Magicicada sống dai nhất, tới 17 năm lận. Nghe thì dài nhưng phần lớn cuộc sống của ve sầu là chui rúc dưới lòng đất. Tạo hóa đã sắp đặt như vậy để các ấu trùng của ve sầu không bị các loài ong, bọ ngựa và chính các con ve sầu khác sơi tái nếu ấu trùng lộ trên mặt đất. Làm anh hùng núp dưới đất chúng lột xác tới bốn lần và khi chui lên khỏi mặt đất, chúng lột xác thêm một lần nữa, lần thứ năm. Sau lần lột xác này chúng trở thành những con ve trưởng thành và đi tìm bạn tình để tò te liền. Tìm được bạn tình, tò te xong, chúng lăn quay ra chết. Lối sống kiểu "thà một phút huy hoàng rồi chợt tắt" đã được thiên nhiên lập trình sẵn, chẳng chạy đi đâu được. Đấy là phần anh đực rựa, các chị ve sau khi thụ tinh sẽ tự đào những rãnh nhỏ trên vỏ cây để làm ổ đẻ trứng. Chúng đẻ tới vài trăm trứng tất cả. Trứng sẽ nở ra thành ấu trùng và rơi xuống đất. Ấu trùng sẽ đào những đường hầm có độ sâu từ 2 phân rưỡi tới 30 phân và chui vào lòng đất. Chúng hút nhựa rễ cây và các chất dinh dưỡng khác trong đất để sinh trưởng và phát triển.

Nhộng ve leo lên cây để lột xác thành ve.

Vòng đời trên mặt đất của ve sầu diễn ra vào mùa hè. Chúng là loại côn trùng hiền lành nhất, chẳng hại ai, sống rất cam phận. Trong khoảng thời gian khoảng từ 15 tới 20 ngày có ánh mặt trời này, chị ve cái chỉ chờ thụ tinh, anh ve đực chỉ đi cua đào. Tiếng kêu ve ve râm ran suốt mùa hè là tiếng gọi tình của các anh ve đực. Khác với các loài côn trùng khác, như dế chỉ cọ xát hai cánh vào nhau tạo ra tiếng kêu, ve sầu đực tạo ra âm thanh bằng cách rung hai cái "loa" làm bằng màng mỏng, phát triển từ lồng ngực có sườn bên trong. Những vòng sườn được co giãn thật nhanh, làm rung màng mỏng, tạo ra sóng âm thanh. Bụng ve rỗng nên có thể khuếch đại thành tiếng kêu rất lớn. Ve lắc mình và đập đôi cánh để tạo nhịp trầm bổng cho bài hát của mình. Mỗi giống ve có một thứ tiếng riêng, cường độ và cao độ khác nhau để có thể mời gọi ve sầu cái cùng giống. Ve cái không tạo được âm thanh nhưng cũng có hai cái màng bên mình dùng để "nghe" ve đực cùng giống hát và bị dụ dỗ. Cuộc đời lộ thiên ngắn ngủi, chỉ vài chục ngày nhưng vui. Bởi vì chúng chẳng làm chi khác ngoài việc nhởn nhơ tống tình nhau, giao phối, đẻ trứng rồi bai bai cuộc đời. Chuyện ăn uống đã có nhựa cây được tặng *free*.

Viết tới đây tôi thấy phiền ngài La Fontaine hết sức. Hồi học tiểu học, chúng ta đều được học thuộc lòng bài thơ ngụ ngôn "Con ve và con kiến" được ông Nguyễn Văn Vĩnh dịch ra tiếng Việt. "*Ve sầu kêu ve ve / Suốt mùa hè / Đến kỳ gió bấc thổi / Nguồn cơn thật bối rối / Một miếng cũng chẳng còn / Ruồi bọ không một con / Vác miệng chịu khúm núm / Sang chị kiến hàng xóm / Xin cùng chị cho vay / Dăm ba hạt qua ngày / Từ nay sáng tháng hạ / Em lại xin đem trả / Trước thu, thề đất giời / Xin đủ cả vốn lời / Tính kiến ghét vay cậy / Thói ấy chẳng hề chi / Nắng ráo chú làm gì? / Kiến hỏi ve như vậy / Ve rằng: luôn đêm ngày / Tôi hát thiệt gì bác / Kiến rằng: xưa chú hát / Nay thử múa coi đây*". Ngài La Fontaine không thèm biết tới chuyện kiến và ve sầu sống bằng những "thực phẩm" khác nhau. Ve sầu không ăn hạt mà chỉ sống bằng nhựa cây. Thiệt ngớ ngẩn. Ông nhà thơ dựng lên một cảnh vay hạt y như thiệt, hệt như người ta vay gạo sống qua ngày. Nhưng cũng phải hiểu cho ông nhà thơ chuyên làm thơ ngụ ngôn người Pháp này. Ông chỉ muốn "dạy" con trẻ là phải siêng năng làm việc để tích cóp thực phẩm như kiến chứ đừng rong chơi ca hát như ve sầu lười biếng để phải hạ mình đi vay mượn. Bóp méo khoa học nhưng có lợi cho giáo dục đạo đức, thôi thì cũng OK đi cho vui vẻ cả làng!

Ve sầu gân...bụng lên kêu là tiếng rổn rảng báo hiệu cho mùa hè nhưng trong thơ nhạc chúng bị cho ra rìa. Nói tới mùa hè các ông thi sĩ và nhạc sĩ chỉ ghi công cho hoa phượng. Thiệt là bất công. Bài "quốc ca" mùa hè là bài "Hè Về" của Hùng Lân. Từ nhỏ, mỗi lần thầy trò chia tay nhau về quê nghỉ hè, chúng tôi không bao giờ căng miệng ra...hét: *"Trời hồng hồng, sáng trong trong / Ngàn phượng rung nắng ngoài song / Cành mềm mềm, gió ru êm / Lọc mầu mây bích ngọc qua mầu duyên"*. Bản nhạc hè quen thuộc tới mức có lời nhạc chế. Từ nhỏ tôi và bè bạn đã hát nhạc của Hùng Lân. Hết "Hè Về" tới "Khỏe Vì Nước" rồi "Việt Nam Minh Châu Trời Đông" nhưng khi lớn bộn tôi mới gặp và đánh bạn với ông tuy tôi thua ông tới 16 tuổi. Năm 1967, tôi qua thủ đô Washington của Mỹ dự hội thảo. Sáng ngày đầu tiên ở Washington, không ngủ được, mới 8 giờ sáng tôi đã rời khách sạn đi dạo phố. Phố vắng tanh vắng ngắt chẳng có ma nào ngoài đường vào một sáng mùa thu lành lạnh. Đành chỉ biết ghé mũi vào các ô kính của các cửa hàng đang đóng cửa cho qua thời giờ. Bỗng ánh lên trong khuôn kính bóng vài anh đầu đen với câu hỏi bằng tiếng Việt: "Việt Nam hả?". Thiệt vui mừng. Quay lại nhận liền. Hàn huyên trên đất nước người mới biết ông già già đeo kính trắng là ông Hùng Lân qua tu nghiệp. Ông vấn hỏi người ngụ đâu tá, tôi cho biết mới tới tối qua và ngụ tại khách sạn Metropolitain. Ông nhạc sĩ vồn vã: "Ở vậy buồn chết, tới ở với tụi tớ cho vui". Vậy là về khách sạn khăn gói quả mướp dọn...nhà. Chỗ ông Hùng Lân cư ngụ là nhà trọ Harnett Hall. Đây là cái tổ của dân Việt xa nhà. Có lẽ vì giá rất rẻ. Tôi nhớ hồi đó chỉ có 17 đô một tuần mà được ăn sáng ăn tối. Ông Hùng Lân và tôi có lẽ hợp số nên thân nhau liền một khi. Chúng tôi vẫn còn tới nhà thăm nhau khi về lại Sài Gòn cho tới ngày ông mất vào năm 1986. Khi đó ông khoe tôi là quá may mắn khi tai ông bị rách màng nhĩ và được y khoa Mỹ vá lại đàng hoàng. Có lẽ vì vậy mà tôi không chất vấn ông vì sao quên mất chú ve sầu ngày nhỏ của tôi trong bản nhạc "Hè Về"!

Nhạc đã bội bạc với ve sầu, thơ cũng rứa. Bài thơ "Chút Tình Đầu" nổi tiếng của ông thi sĩ Đỗ Trung Quân cũng phớt lờ tiếng ve kêu khi nói về mùa hè:

Những chiếc giỏ xe chở đầy hoa phượng
Em chở mùa hè của tôi đi đâu?
Chùm phượng vĩ em cầm là tuổi tôi mười tám
Thuở chẳng ai hay thầm lặng - mối tình đầu

Mùa hè tới bằng màu đỏ chói chang của phượng vĩ chứ không nghe được bằng tiếng dế hát ồn ào tới 120 *decibels*. Đôi mắt lanh hơn cặp tai!

Mùa hè của lũ học trò đực rựa chúng tôi chẳng *care* tới hoa phượng dù chúng đỏ tới đâu mà chỉ biết tới các chàng dế tha thiết gọi tình. Tiếng kêu ra rả thúc dục chúng tôi đi tìm…bạn. Ngày đó tôi ở Hà Nội. Địa bàn hoạt động của tôi và lũ trẻ hàng xóm là đường Ngô Thời Nhiệm, nơi có cây cao bóng cả, ve sầu kêu ra rả mời gọi. Chúng tôi bắt ve sầu đậu trên cây bằng cách dính keo vào cánh ve. Ngày đó, túi không có tiền, ăn kẹo kéo còn dè sẻn, tiền đâu mua keo? Chúng tôi "phát minh" ra thứ keo *home made*, cắt những chiếc đế dép cũ bằng kếp, ngâm vào xăng cho tới khi thành một thứ keo dính. Những buổi trưa hè trời nắng chang chang, mỗi đứa vác một cây sào tre dài, mặt ngẩng lên vòm cây tìm kiếm…bạn. Khi thấy được một chú ve đang vỗ bụng hát ca, chúng tôi vội phết keo trên đầu sào, nhẹ nhàng nhích đầu cây sào tới lưng ve, vững tay ấn vào. Chú ve bỗng nhiên bị kéo rời khỏi thân cây giơ chân quẫy trong không khí. Hạ sào xuống, nhẹ nhàng gỡ ve sao cho cánh còn nguyên, bỏ vào hộp. Chúng tôi chơi ve bằng cách cột một sợi chỉ vào cổ ve, đầu dây kia cột vào một thân cây cảnh ngoài vườn. Thỉnh thoảng ra ngắm ve. Vậy mà thích vì sở hữu được một chú ve cho riêng mình. Mỗi lần đi săn ve, mỗi tên bắt được khoảng chục chú là mỏi cổ. Cột chục chú ve vào một cây, có khi chúng bay rối tít dây thành một đám bùi nhùi, ngồi gỡ mà thích thú. Như giải được một bài toán.

Buổi tối trời mát mẻ hơn, chúng tôi đi săn nhộng ve. Lúc trời nhá nhem là lúc nhộng ve từ dưới đất bò dần lên cây để lột xác thành ve. Chúng tôi dùng đèn pin soi và bắt những chú nhộng này. Nói là đèn pin cho oai chứ đèn cũng là thứ tự chế. Ngày đó có những cục pin vuông vức do quân đội Pháp thải ra, bán rẻ ở chợ trời. Chúng tôi mua về, đấu dây làm sáng bóng đèn thường dùng cho đèn pin nhỏ xíu. Bóng đèn được gắn vào đui đèn có hai sợi dây một đỏ một xanh, đấu vào pin sẽ phát ra ánh sáng. Mang những nhộng ve như những con bọ về, cho đậu vào mùng ngủ. Đêm đêm nằm nhìn vào đám nhộng trong mùng mà khoái mắt, ngủ thiếp đi lúc nào không biết. Buổi sáng, khi mở mắt dậy, thấy ve bay vù vù trong màn. Khoái chí như ngắm một đại hội máy bay biểu diễn! Dính trên vải mùng là những xác nhộng màu ngà bất động. Vội gỡ chúng ra kẻo bố mẹ trông thấy.

Hè của chúng tôi là những chú ve sầu. Phượng đỏ chỉ dành cho con gái ướp khô trong những tập lưu bút có ghi những lời tạm biệt rất cải lương. Trò yểu điệu thục nữ đó chúng tôi chê. Tính nam nhi được phùng mang trợn má biểu diễn ngay từ thời râu mép chưa mọc. Mỗi khi mấy bạn gái trong lớp dí cuốn lưu bút xin viết vài câu là chúng tôi vội biến, trò con gái ai thèm chơi. Cho tới khi bỗng nổi lòng từ tâm trang hoàng bút xanh bút đỏ cho lưu bút của một bạn gái mình thích. Vậy là giã từ đời ngây ngô, như một chú ve lột xác lần thứ năm, biến hình từ nhộng thành ve, bay tíu tít mà chẳng biết bay về đâu.

Ve sầu gắn liền với tuổi thơ tôi. Xa quê, mỗi khi hè về thèm nghe tiếng ve mà bất khả. Nhưng có một lần tôi nghe được bài ca của ve ngoài quê hương bản quán. Đó là mùa hè năm 2012, tôi tới nghỉ hè tại miền Provence của nước Pháp một tuần. Trưa trưa, bắc chiếc ghế nằm ra vườn *olive*, lim dim mắt nghe tiếng ve rỉ rả. Cả một tuổi thơ ập về. Sao bầy ve biết tôi ở đây mà theo chân tới chốn xa xôi này. Mở mắt ra, tiếng ve vẫn râm ran, nhưng đâu có phải ve quê nhà, hồn hơi hụt hẫng. Bầy ve xưa vẫn còn xa lắm.

Song Thao
06/2024
Website: www.songthao.com

HOÀNG CHÍNH
Còn Lại Một Mình Giữa Nhân Gian

Sáng Chủ Nhật, tôi dậy muộn. Thằng bé đã thức nằm ngọ ngoạy một mình trong nôi. Tôi nhỏm dậy, nghểnh cổ thì thầm, "Hello buddy!" Thằng bé múa tay, đạp chân, miệng ọ ẹ như muốn đáp lại câu chào của bố. Chợt có tiếng sụt sùi từ bên ngoài vọng vào. Nancy lại sao nữa rồi. Tôi vội vuốt má thằng bé rồi đẩy cửa, rảo bước ra hành lang, gõ nhẹ cánh cửa căn phòng đối diện.

"Nancy ơi, *you okay?*"

Tiếng khóc tức tưởi đáp lời tôi.

Tôi khẽ đẩy cửa bước vào. Căn phòng lờ mờ tối. Tôi đưa tay mở công tác điện. Ánh sáng bung ra từ ngọn đèn trần.

"Tắt đèn đi," Nancy hét lên.

Tôi vội gạt công tác điện. Bóng tối ùa về.

"Em không muốn nhìn thấy mặt mình đâu," Nancy tức tưởi.

Chiếc giường ở góc phòng khăn trải thẳng thớm. Chăn gối xếp gọn gàng. Nancy thức sớm hay cả đêm không ngủ được? Câu hỏi xớn xác trong óc tôi. Dưới ánh sáng lờ mờ của ngọn đèn bàn, Nancy đang đứng trước tấm gương, xoay lưng ra ngoài. Tôi thấy đôi mắt ướt lờ mờ phản chiếu trong gương. Mành tóc rối lưa thưa che ngang khuôn mặt. Tôi bước tới sát bên Nancy. Vây phủ quanh Nancy là cả một không gian nồng mùi dầu nóng. Nancy xoay người lại, một tay cầm chiếc lược, một tay nắm một lọn tóc.

"Anh xem này, tóc em rụng hết rồi!" Nancy sụt sùi.

Tôi chợt nhớ Nancy làm hóa trị đã được gần ba tuần lễ.

Tôi bước tới, rụt rè đặt tay lên vai Nancy. Nàng giơ cao nắm tay với vụn tóc rối cho tôi xem. Những sợi tóc xám cong cuốn, và gẫy khúc. Cảm giác nhờm tởm khuấy lên trong tôi. Một vài sợi tóc con gái đang xuân đen mướt rụng rơi dễ là nguồn cảm hứng, là thứ người đàn ông bắt gặp sẽ nhặt lên, ép vào giữa những trang sách. Nhưng mớ tóc rối bệnh hoạn, xám ngoắt, khô héo, gẫy mục, gợi lên cảm giác ghê sợ, như những sợi tóc rối trên đầu mụ phù thủy gian manh.

"Tóc em rụng hết rồi!" Giọng Nancy ướt sũng.

Tôi gỡ nhúm tóc rối ra khỏi bàn tay Nancy, nhỏ nhẹ, "Cố gắng điều trị, Nancy à. Rồi sẽ hết bịnh."

Tôi biết mình nói dối. Những người mắc ung thư mà tôi có dịp quen biết đều chết sớm, ngay cả khi xem ra đã ổn định sau một thời gian điều trị. Có thể là tôi sai. Có thể là tôi quen toàn những người xấu số. Cho dù là thế, tôi cũng không dám nghĩ thêm.

"Nancy sẽ hết bệnh," tôi nói.

"Anh không cần phải gạt tôi!" Nancy gắt lên, giọng khàn đục. Nàng ngước nhìn tôi. Đôi mắt nhòe nhoẹt. Những sợi lông mi dính bết vào nhau. Ánh nhìn tung tóe lửa hận.

Tôi sững sờ. Mớ tóc chết trong lòng bàn tay. Cảm giác ngứa ngáy gờn gợn trên da. Nancy đang trong cơn tuyệt vọng. Khi tuyệt vọng người ta có thể buông xuôi tất cả. Người ta có thể cắt mạch máu cổ tay chính mình và siết cổ những sinh linh vướng víu chung quanh. Tôi đứng bất động. Khoảnh khắc này mọi cử chỉ đều là ngọn lửa châm vào thùng thuốc nổ.

Tiếng hắt hơi của thằng bé trong nôi ở phòng bên kia đánh thức hai chúng tôi. Trong một giây, Nancy bỗng dịu dàng, "Con nhảy mũi kìa."

Chúng tôi dắt díu nhau bước ra ngoài. Từ hôm Nancy đi bệnh viện để cắt bỏ hai bên vú. Thằng bé không còn ngủ trong phòng Nancy nữa.

Đến trước cửa phòng tôi, Nancy níu áo tôi, "*I'm sorry!*"

Tôi vội vàng, "Không sao."

Nancy tiếp, "Nghe em nói đây."

Tôi đứng sựng, nghiêng tai, chăm chú. Nắm tóc vụn trong lòng bàn tay chưa biết bỏ đi đâu. Cảm giác ngứa ngáy làm tôi khó chịu, nhưng tôi cố không để ý đến nó. Tôi biết tôi chỉ tưởng tượng ra như thế.

"Em không sợ chết," giọng Nancy đã ấm trở lại. "Nhưng em sợ xấu xí, tàn tạ."

Tôi vội vã lắc đầu. Và tôi lại nói dối, "Không chết đâu."

"Đã bảo em không sợ chết!" Nancy gằn giọng.

Tôi vội vã gật đầu.

Đẩy cái nôi thằng bé ra phòng ăn. Tôi nấu nướng thật nhanh. Bữa điểm tâm đơn sơ sáng Chủ Nhật. Trứng tráng. Những miếng bánh mì nướng. Vài quả chuối. Bình sữa cho thằng bé. Cà phê cho hai chúng tôi. Từ lúc Nancy nhận bản án ung thư, căn nhà nhỏ bé của chúng tôi âm u như nhà mồ. Và bữa ăn nào cũng sơ sài cho qua. Chúng tôi thường ngồi với nhau như thế. Không ai nói gì với ai. Buổi sáng kéo dài tưởng chừng như vô tận.

"Em không muốn ăn sáng," Nancy nói.

"Điểm tâm thôi mà."

"Miệng em nhạt thếch. Ăn thứ gì cũng thấy giống nhau."

Tôi nhớ hôm đến đón Nancy ở bệnh viện, bác sĩ đã dặn tôi nhắc nàng uống thuốc đúng giờ, không được bỏ thứ nào, dù biết thuốc làm tê liệt vị giác. Người bệnh sẽ không còn nếm được vị của đồ ăn.

"Thôi, cố ăn để lấy sức," tôi xuống giọng vỗ về. Và kéo ghế cho Nancy ngồi.

Nancy buông mình xuống ghế, ánh nhìn xa xăm. Có gì ở cuối tầm nhìn ấy? Một phép lạ. Một tin vui rằng một ngày nào đó bác sĩ bảo trong cơ thể nàng không còn tế bào ung thư? Tôi cũng bắt đầu mơ mộng xa vời. Hệt như Nancy. Tôi còn cầu nguyện nữa. Tôi kỳ kèo với Trời với Đất. Rằng Nancy thiệt thòi cũng đã nhiều. Rằng Nancy chỉ có một mình. Rằng công việc bắt buộc Nancy phải chuyển về cái thị trấn xa xôi hẻo lánh này. Rằng Nancy đã phải cắt bỏ cả hai bên vú. Nancy đã bị tước đoạt những báu vật của người nữ. Nancy không còn cho thằng bé bú được như vẫn thường cho bú. Nancy đã bị tước đi quyền làm mẹ. Nancy thương thằng bé hơn bất cứ thứ gì. Dù Nancy không sinh ra nó nhưng ngay buổi đầu khi mẹ nó đem nó đến đây rồi bỏ đi bặt tăm, chính Nancy đã cho nó bú dù nàng chưa bao giờ làm mẹ. Phép lạ đã xảy ra một lần giữa đời thường. Bị thằng bé bú hoài, đôi vú Nancy bắt đầu làm ra sữa. Phép lạ cũng có thể xảy ra một lần nữa. Rằng ung thư đã trị tuyệt. Tôi thèm khát một phép lạ giữa đời thường như thế. Và tôi âm thầm cầu nguyện. Bởi tôi chẳng biết xoay sở thế nào, khi còn lại một mình giữa nhân gian.

"Hồi nằm bệnh viện, em hay ngóng ra cửa sổ," Nancy nói, mắt vẫn nhìn xa xăm. "Mấy hôm ấy trời mưa hoài. Em nhìn mưa. Em nghĩ mình còn cố sống để làm gì. Em nhìn ra cái lan can. Phòng em ở tận trên lầu sáu. Em thấy những thanh sắt lan can cong queo như những con rắn. Con rắn năm xưa dụ người đàn bà ăn trái cấm, những con rắn lan can hôm ấy rủ em thả mình xuống để không còn đau đớn, không còn khó thở, không còn phải nuốt những viên thuốc đắng, không còn bị kim đâm nát cánh tay. Buông mình xuống để giải thoát chính mình. Em thấy sự giải thoát ở trong tầm tay. Với tay ra là có ngay được. Anh biết không?"

Nancy ngừng nói, hai tay chặn lên ngực để thở. Tôi rùng mình. Tôi nhìn đôi mắt sâu. Hai quầng thâm dưới mi mắt. Đôi má hõm. Đôi môi xám nhạt. Chẳng còn là người đàn bà có nụ cười nửa miệng đầy quyến rũ, đến mức vừa đến hỏi thuê nhà là tôi đồng ý cho thuê ngay độ nào. Tôi hít một hơi dài để dồn nén cơn xúc động. Mùi dầu nóng căng đầy lồng ngực. Tôi nhìn cái cổ tay gầy guộc của Nancy. Tôi không thể ngờ Thần Chết đã từng rủ rê Nancy rời bỏ chốn này.

"Nhưng anh biết gì không?" Nancy xoay người đặt tay lên vành nôi thằng bé. "Em nghĩ đến thằng bé này." Tôi khẽ gật đầu. Tôi cảm động. Tôi biết Nancy còn nói thêm nữa là tôi sẽ khóc.

"Nó đâu có tội gì," Nancy tiếp.

"Nó đâu có tội gì," tôi lặp lại câu nói của Nancy. Tôi đã toan nói *Nancy cũng đâu có tội gì* nhưng tôi ngừng lại kịp.

"Thay tã cho con chưa?" Nancy hỏi.

Tôi giật mình. Cả tháng trời Nancy săn sóc thằng bé. Nancy thay tã, tắm rửa, cho ăn uống. Nancy làm đủ thứ cho nó, cho đến khi nàng phải vào bệnh viện. Tôi lụp chụp đóng vai ông bố có con đầu lòng không quên thứ này thì cũng quên thứ kia.

Thấy tôi ú ớ, Nancy tiếp, "Lại quên nữa rồi."

Tôi chạy đi lấy tã để Nancy thay cho thằng bé. Thay xong, nàng ôm thằng bé, hôn lên trán nó, thì thầm, "My baby!" Rồi quay sang tôi, "Mai mốt không còn em... Anh nhớ thay tã thường xuyên cho con."

Bỗng dưng tôi hoảng sợ. Mai mốt còn lại một mình tôi. Tôi không dám nghĩ thêm. Tôi phải cố nghĩ sang chuyện khác. Tôi khẽ đẩy đĩa thức ăn lại trước mặt Nancy, "Nancy ăn đỡ miếng bánh mì cho khỏi đói."

Nancy cầm quả chuối lên ngắm nghía. Những ngón tay Nancy run rẩy như những ngón tay người già. Nàng nghiêng đầu chăm chú nhìn cái nhãn hiệu dán trên vỏ chuối. Chùm tóc rối lòa xòa một bên vai. Nàng tỉ mỉ bóc cái nhãn ấy ra, dán xuống mặt bàn.

"Trái chuối này từ Guatemala nhập sang đây đó anh," nàng chỉ vào hàng chữ trên nhãn hiệu. Tôi cầm quả chuối của mình lên. Cái nhãn hình bầu dục dán ở giữa quả chuối. Cái nhãn đủ màu xanh, đỏ, tím, vàng và hàng chữ Guatemala. Ăn chuối biết bao lâu mà không bao giờ tôi để ý xem chúng từ đâu tới. "Anh cứ tưởng tượng mà xem," Nancy tiếp. "Nó từ một cánh đồng hay một nông trại. Người ta cắt buồng chuối ra khỏi thân cây. Người ta vác nó trên vai, đội nó trên đầu, cẩn thận để không bị gẫy hay giập. Rồi người ta chất nó cùng những buồng chuối khác lên chiếc xe bò lọc cọc trên đường đất gồ ghề, lầy lội. Đến xưởng thực phẩm trên thành phố, người ta dán cho mỗi quả chuối một nhãn hiệu, như tấm thẻ quốc tịch, như mẩu giấy thông hành. Rồi người ta chất nó lên xe tải chở ra phi trường."

Một cơn ho cắt ngang câu nói. Nancy ôm khung ngực lép kẹp để ém cơn ho. Nàng thở hì hạch như vừa chạy nước rút. Nước mắt dàn dụa hai mi. Rồi nàng tiếp, giọng đứt quãng, "Người ta chất nó vào khoang hành lý máy bay. Nó lẩn vào giữa những đám mây. Nó đáp xuống phi trường nào đó ở xứ sở này. Người ta lại gỡ nó ra. Chở tới siêu thị, cho vào bọc, đặt lên quầy. Anh mua về. Và hôm nay mình dùng nó cho bữa điểm tâm buổi sáng." Nancy cầm quả chuối lên ngắm nghía. "Nó đến từ Trung Mỹ, tận Guatemala. Có khi trái chuối này mọc trong cái vườn nhà nghèo kia, có đứa bé thèm ăn chuối nhưng mẹ nó bắt nhịn để bán lấy tiền mua gạo."

Ngừng lại để thở, hai mắt đăm đăm nhìn quả chuối, một lát Nancy thì thào, "Em không muốn ăn trái chuối này đâu. Em muốn giữ nó lại để chuyện trò với nó. Em muốn hỏi thăm nó về đời sống ở xứ sở Trung Mỹ ấy. Em muốn được đi đó đi đây như nó. Anh biết không?"

Tôi nhai miếng bánh mì nướng khô khốc và cố nuốt xuống cùng với cái mặc cảm tội lỗi sần sượng. Cả tháng trời nay, tôi bị ám bởi cái ý nghĩ đầy ngu ngốc rằng nếu đừng có cái đêm bão tuyết, và tôi đừng mò vào phòng Nancy, đừng tuột vội chiếc áo thun Nancy mặc trên người và đừng mân mê khuôn ngực tròn đầy, thì tôi đã không phát hiện ra khối u ở ngực bên trái của Nancy và như vậy Nancy đã không bị chứng bệnh mang cái tên độc địa: ung thư vú.

Tôi cứ nghĩ là tôi làm Nancy bị ung thư. Và tôi có lỗi một phần. Ý nghĩ ấy gắn cứng vào óc tôi. Tôi biết mình vô lý nhưng làm sao xua nó đi cho được. Trong người tôi, nó đã di căn khắp châu thân, như những tế bào ung thư quỷ quái.

Tôi rót thêm sữa vào ly cà phê đã nguội ngắt của Nancy.

Nancy lắc đầu, nhỏ nhẹ, "Em không muốn ăn uống gì hết." Nàng buông quả chuối xuống bàn, áp hai bàn tay lên hai bên thái dương, nhắm nghiền hai mắt, "Em chóng mặt. Với lại em bị lở miệng, ăn không được."

Tôi ngồi yên như tượng đá. Tôi không biết phải làm gì. Nhưng Nancy đã vội trấn an tôi, "Anh ăn đi, em ngồi nhìn anh ăn cũng được rồi."

Hoàng Chính
240511

1. đầu xuân xứ Bắc Mỹ
một ngày nắng một ngày mưa
ông xanh xanh sắp đặt
giúp cây lá se sua
2. mưa không tràn lan nước
nắng chưa nóng điên đầu
ngày ở trần ngày mặc
áo gió khi đi đâu

3. khởi đầu anh đào nở
tulip sẽ tiếp chân
đến các loại vivaces
theo nhau bừng sắc dần
4. quanh nhà tôi chỉ vậy
xuân bước đến nhẹ nhàng
đông 4 giờ chiều: tối
xuân: 10 chiều sáng choang

NGUYỄN VY KHANH
VĂN-HỌC MIỀN NAM (1954 – 1975)
DƯỚI GÓC NHÌN CỦA TÔI
(Phần 1)

[Bài nói chuyện trực tuyến ngày 26-4-2024 do Phân khoa Việt Nam Học, Đại học Hamburg, Đức quốc, tổ chức]

1- <u>Tại sao chúng tôi nghiên cứu Văn-Học Miền Nam 1954-1975?</u>

Hôm nay chúng ta nói về Văn-Học Miền Nam 1954-1975 và không thể không nhắc đến biến cố ngày 30-4-1975. Chúng tôi rời Sài-Gòn ngày 29, 1 ngày trước đó và khoảng 2 tuần lễ sau thì Canada đã đón nhận chúng tôi như tị nạn chính trị. Làm lại cuộc đời, sau khi tốt nghiệp bằng Cao học về Thư viện và Khoa học Thông tin, chúng tôi phục vụ ở Quốc Hội tỉnh bang và chính phủ Quebec cho đến khi về hưu.

Ở xứ người, chúng tôi được thông tin tiếp nối thông tin về Việt Nam: người dân thì đời sống khó khăn, căng thẳng, trong khi đời sống tinh thần còn tệ hại hơn nữa, sách báo bị đốt, hủy và cấm đoán, và văn nghệ sĩ miền Nam người người bị bắt, tù đày và dĩ nhiên cấm sáng tác.

Những năm đầu ở xứ người, nhìn thấy sách báo tiếng Việt được bày bán chung với hàng tạp hóa trước khi có một số tiệm sách VN, chúng tôi có vui mà cũng buồn cho Văn-Học Miền Nam (VHMN). Từ những năm đầu tiên đặt chân lên xứ người và biết không ngày trở về, chúng tôi đã bắt đầu tìm lại sách báo của VHMN. Cá nhân chúng tôi đã bỏ lại hơn 3000 sách báo xuất bản ở miền Nam. Trong nhà có sẵn sách báo của VHMN thời 1954-1963 do người cậu anh của mẹ tôi đứng đầu ngành Chiến tranh Tâm lý đã để lại khi phải đi làm ngoại giao. Sau đó vì yêu thích, tôi đã tìm mua thêm cho đến tháng 4-1975.

Trong khi đó, theo dõi sách báo từ trong nước sớm chuyển qua - vì nước Canada trung lập, chúng tôi đã không phục những phê phán trong sách báo của trong nước cũng như cách đối xử ngoài đời với các văn nghệ sĩ miền Nam. Và từ khi đọc được một số sách của Lữ Phương, Trần Hữu Tá, Lê Đình Ky, Trần Trọng Đăng Đàn,... về VHMN, tôi đã dứt khoát phải làm gì đó cho 20 năm Văn-học miền Nam. Chúng tôi ý thức trách nhiệm của mình đối với một nền văn học xấu số, đã bị cấm đoán, xuyên tạc và loại bỏ. Mất nền văn-học đó thì mỗi cá nhân cũng có thể đóng góp phần của mình và nếu không phục-hồi được thì ít ra cũng để lại dấu vết, tài-liệu, chứng giám cho các thế hệ sau. Tôi vẫn công khai quan niệm về công tác nghiên cứu, biên khảo và phê bình văn học sử nói chung của chúng tôi " *trong khả năng khiêm tốn và khả thể, đi tìm sự thực và ghi lại cho các thế hệ sau, với hy vọng rằng chỉ có thống nhất nhân tâm và địa lý khi nào những khúc mắc và vấn nạn lịch sử đã được nhìn nhận và giải tỏa*". Cái thiết yếu cho tập thể là sự đóng góp, ra tay cho "văn học chân chính", "dân tộc" và mang đặc tính Việt, nghĩa là không chính trị, không đảng phái một thời và không đạo đức giả hình!

Đến khoảng năm 1994, tôi bắt đầu biên soạn trước hết là về những tác-giả cũng như về một số đề tài mà chúng tôi đã sẵn nhận-xét, quan điểm, sau nhiều năm làm độc giả và mon men nghiên cứu văn-học từ trước 1975, cũng như đã tìm lại được các tác-phẩm. Từ khi về hưu đầu năm 2011, chúng tôi bắt đầu lên dàn bài và quyết định biên soạn về toàn bộ có thể được, Hè 2016 thì lần đầu xuất bản online qua nhà Amazon trên Internet, sau tái bản hai lần năm 2018 và 2019. Đây là việc làm của cá nhân tôi, không bảo trợ như vài vị khác.

Trường hợp phê bình và **viết văn học sử** của chúng tôi đã và sẽ không như đối với nhiều vị khác. Đó trước hết là từ tâm thức và điều nhắm tới khởi đi từ thân phận lưu vong chung và viễn ảnh mất một nền văn học gọi là thuần "Việt" (không phe phái, không tuyên truyền). Với văn-học sử, cố gắng đưa ra cái nhìn (có thể) mới, khác, cũng như tìm cách giải toả những khúc mắc và nghi vấn.

Với cá nhân **chúng tôi**, biên soạn về văn-học miền Nam **chủ quan** chắc không thể nào tránh, chúng tôi viết ra những hiểu biết, nhận định của mình với tấm lòng yêu mến văn-chương và Chân Thiện Mỹ và cố gắng dựa trên *văn bản gốc*. Như một **độc giả, nhân chứng** rồi **nhận định, nghiên cứu** qua hành trình trở về quá-khứ không xa lắm, hãy còn trong vùng "tiềm thức chung", của tập thể, với tâm niệm ghi lại, đánh giá lại - chúng tôi làm công việc khai thác "tư tưởng" của văn-chương, của ngôn-ngữ.

Khi soạn bộ *Văn-Học Miền Nam 1954-1975*, chúng tôi muốn ghi nhận những cái cốt lõi và đặc điểm của 20 năm Văn-Học miền Nam tức Việt-Nam Cộng-Hòa thời 1954-1975. Chúng tôi muốn góp phần lập lại *lịch-sử văn-học miền Nam trong cái toàn bộ*, nghĩa là trong sự quy định lịch sử và tất yếu trong tính chất không thể phủ nhận được, trong bản chất và trong hệ thống ý nghĩa sâu xa của nền văn-học này. Các tác-phẩm được nhìn như là sản phẩm của một người, một thời đại, mà cả như một vượt lên khách quan qua khỏi các điều kiện xuất phát và hình thành. Đối với chúng tôi, cái còn lại cuối cùng vẫn chỉ là văn-chương!

Với bộ biên khảo này, chúng tôi cố gắng trình bày, nói lên một số *hiện-thực* và *sự thật có thể* về sinh hoạt văn-học nghệ-thuật ở miền Nam thời 1954-1975, vì quá khứ luôn là quá khứ với sự thật (sự kiện, dữ kiện, biến cố, ...) và ngôn ngữ sử-dụng (cả nhãn hiệu,...) của thời đó: mỗi cá nhân và chế độ đều có những cái hay bên cạnh những điểm khuyết và các sự kiện đã xảy ra thì không ai có thể xóa bỏ, bóp méo, viết lại, viết khác đi được (có ngụy tạo lịch sử thì thời gian sẽ đưa sự thật trở lại...). Có sự kiện chúng tôi nêu ra như nghi vấn để người trong cuộc và những độc giả, nhà nghiên cứu khác tiếp tay, bạch hóa. Phần người viết sống thời văn học miền Nam và trưởng thành nơi đó, do đó *ngôn từ* chúng tôi là tiếng nói bình thường và văn-học nghệ-thuật của người miền Nam cũng là tiếng Việt chung từ xưa nay.

2- Các giai-đoạn văn-học

Có thể chia làm hai thời kỳ chính 1954-1963 và 1964-1975. Vào **giai đoạn đầu 1954-1963**, một nền văn nghệ tự do sinh hoạt trong một không khí *văn hóa, tin tưởng*, thì đến giai đoạn sau **1964-1975**, văn nghệ *đa dạng* hơn nhưng cũng *đa tạp hơn* với những người làm văn nghệ *phân hóa*, cả bạo động, trong một *xã hội thời chiến* mà giá trị phong hóa mất dần và lòng người phân tán, đa đoan.

1- Giai đoạn đầu 1954-1963 có thể nhận ra hai thời, thời đầu 1954-1960 tự tạo niềm tin và là thời xây dựng hậu chiến tranh và thiết lập nền chính trị cộng hòa, dân chủ, tự do; sinh hoạt văn-hóa và văn-học hồi sinh, lý thuyết cùng ảnh hưởng Âu Tây nhập dòng văn-học Việt từ miền Bắc di cư vào và dòng văn-học miền Nam. Chống qua phân đất nước, chống Cộng bên cạnh những đề tài nhớ quê nhà nay đã phải xa không biết ngày trở về và hòa-bình tìm thấy sau những năm dài chiến tranh. Thời của thế hệ Mai Thảo, Thanh Tâm Tuyền, Nguyên Sa, Kỳ Văn Nguyên, Nguyễn Mạnh Côn, Doãn Quốc Sỹ, Đỗ Thúc Vịnh, Võ Phiến, ...

Từ 1960, chúng ta ghi nhận một số hiện-tượng:

- Các nhà văn chống Cộng bắt đầu chuyển hướng sáng tác, và nếu người nào còn đề cập đến các kinh nghiệm cũ bên kia sông Bến Hải, giọng văn cũng bớt độ nồng nhiệt ban đầu. Đáng lưu ý nhất là Nguyễn Mạnh Côn với những tác phẩm thiên về khoa học giả tưởng.

- Tạp chí *Sáng Tạo* không còn giữ được niềm hăm hở cũ, nay gắng sức cho có mặt hơn là phát khởi một cái chói lòa nào; và các tạp chí *Hiện Đại, Thế Kỷ Hai Mươi* chỉ là những phân thân, những con đường nối dài gắng gượng của khuynh-hướng hiện-đại hóa mà thôi. Sự khựng lại, phản ứng tự nhiên của một thức tỉnh cay đắng, đã khiến một số người cầm bút quay lưng với thực tại.

Thời kỳ sau - **1961-1963**, báo chí và ấn phẩm phục vụ giai đoạn đầu dần tự chỉnh đốn lại (kể cả đình bản như *Sáng Tạo, Thế Kỷ Hai Mươi, Hiện Đại*). Cuộc đảo chánh ngày 1-11-1963 không những đóng lại nền Đệ nhất Cộng hòa, mà cả một nền nếp sinh hoạt cùng não trạng văn hóa và tôn giáo.

2- Giai đoạn sau 1964-1975 đã tiến triển qua ba giai đoạn:

1964-1967, chính-trị xáo trộn với *đảo chính, chỉnh lý*; xã-hội *bất ổn*: các *tôn giáo và sinh viên gây rối loạn*; đa nguyên văn hóa và văn chương nở rộ, *văn-học chiến tranh* dần rõ nét với các nhà văn thơ trẻ có thể xem như thế hệ 2 với Thảo Trường, Dương Nghiễm Mậu, Duyên Anh, Văn Quang, Phan Nhật Nam, ... thí dụ riêng năm 1964 đã đánh dấu sự xuất bản tác-phẩm đầu tay của Dương Nghiễm Mậu, Duy Thanh, Tuấn Huy, Nguyễn Thị Hoàng, Thế Nguyên, Thế Uyên, Ngô Thế Vinh, Lê Vĩnh Hòa, Nhất Hạnh,... Cho đến những năm cuối thập niên 1960 đầu 1970, chiến-tranh đã đưa văn-nghệ miền Nam vào một ngõ quặt khác, nhưng tàn tích của văn-học thời ngay trước đó vẫn còn nhưng cập nhật theo con người và thời đại! Sách tiểu-thuyết tiền chiến từ đây không hoặc bớt được tái-bản.

Thời **1968-1972** hốt hoảng sau cuộc tổng tấn công Tết Mậu Thân năm 1968 và kết cuối năm 1972 với "Mùa Hè đỏ lửa" và bãi chiến lan rộng ra miền Bắc và Cam-Bốt, văn-học chiến tranh "sung mãn" một cách bi thảm theo cuộc chiến, khuynh hướng phản kháng và phản chiến ngày càng nặng nề với nguồn gốc và động cơ khác nhau – năm 1968 đánh dấu xuất-bản tác-phẩm đầu tay của những nhà văn trẻ Doãn Dân (*Chỗ Của Huệ*), Nguyễn Đức Sơn (*Cát Bụi Mệt Mỏi*), ... sau đó là những nhà văn trẻ Đỗ Tiến Đức (*Má Hồng*), Trần Hoài Thư (*Nỗi Bơ Vơ Của Bầy Ngựa Hoang*, 1968), Trang Châu (*Y Sĩ Tiền Tuyến*, 1970), ...

Thời cuối **1973-1975** với hiệp định đình chiến Paris 27-1-1973, sinh hoạt văn-học phần nào trầm lắng hơn (phía nhật báo chỉ còn trên dưới 10 tờ) bên cạnh những đấu tranh chính trị và vào hàng hay xếp hàng chờ thời. Hòa-bình như mong ước, nay hy vọng sẽ được văn hồi: giai phẩm *Văn* có số 11 (18-3-1973) đặc-biệt "Văn-chương trong hòa-bình", nhà phê-bình Cao Huy Khanh sử-dụng hiệp định Paris làm mốc-điểm "kết thúc" văn-học miền Nam trên *Thời Tập*, và tuyển tập *Những Truyện Ngắn Hay Nhất Của Quê Hương Chúng Ta* của nhà xuất bản Sóng cũng trong cùng ý hướng [Lời Nhà Xuất-Bản cho biết "Đây là một trong những đóng góp một đời còn lại dành tặng quê-hương trong cuộc chiến hơn một phần tư thế kỷ hầu như đã phá vỡ hết tất cả gia tài nổi chìm của chúng ta. Sự đóng góp vào cái gia sản tinh thần bất diệt của tổ tiên của những người làm việc trong lặng lẽ giữa tiếng ồn ào của đạn bom này, đã nói lên hùng hồn ý nghĩa của tranh đấu cho *Tự Do* và những giá trị *Nhân Bản*. Những người của phần đất bên này giòng Bến hải (...) Trong cuốn sách này bạn đọc sẽ có thể sống lại trọn vẹn cuộc sống đã mất *hay sắp đến* của chính mình, và của cả dân-tộc. Tất cả. Vằng vặc..." (tr. 7)], v.v.

3- Nội dung / những chủ đề chính của Văn-Học Miền Nam

A- Sứ mệnh văn nghệ Một số nhóm và tạp-chí văn-chương thời này đều đã trực tiếp hoặc gián tiếp nói đến sứ mạng văn-nghệ; ngoài ra một số nhà văn-hóa, văn-nghệ khác cũng đã trình bày quan điểm, lý thuyết về sứ mạng của người cầm bút "hôm nay" từ những năm 1954 đến ngày 30-4-1975. Ngay khi nền Đệ Nhất Cộng Hòa được chính thức thành lập ngày 26-10-1956, chủ trương văn-hóa *duy linh* và *nhân vị* đã được nâng cao lên hàng quốc sách.

Xin trích lời của GS Võ Long Tê "Tìm hiểu văn-nghệ", khi xét "tọa độ của nghệ-thuật" đã phát biểu rằng "*Nghệ-thuật là một sự tìm kiếm không ngừng ... Nghệ-thuật vươn lên một cái gì cao siêu, trọng đại*" và người "*nghệ sĩ phải góp công xây dựng điều Lành, điều Thật để phát huy nền văn-nghệ nhân vị*" (Văn Hóa và Nhân Vị, 1957; tr. 69). Đoạn bàn về "Cái Đẹp trong Thơ", ông kết luận "*Thơ không xa cuộc đời thực tế. Thơ không phải ảo-tác của một số người viễn vông. Là hồi-quang của cái Đẹp vô cùng, thơ có nhiệm vụ bồi dưỡng mỹ-cảm của con người. Thể hiện cái đẹp trong thơ cũng là một cách ca tụng và thông cảm công trình sáng-thế hướng con người sống trong thánh thiện và chân lý*" (tr. 70).

GS **Nguyễn Văn Trung** từ Đại học Huế nêu vấn-đề "*Khi một người quyết định cầm bút viết văn tức là tự nhận lấy một chức vụ trong xã-hội. Từ nay người đó ra khỏi đám đông, quần chúng vô danh, trở thành một nhân-vật, được thiên hạ biết đến và sẽ được khen chê ủng hộ đả đảo tùy theo lối nhìn, thái độ của họ (...) một khi đã lựa chọn làm nhà văn, đã được biết đến, không còn có thể rút lui được nữa. Viết hay không viết nữa, lên tiếng hay im lặng đều bị dư luận phán đoán (...) Nhà văn chỉ là nhà văn khi được người khác công nhận và khi chính mình quyết định thực hiện dự phóng viết văn...*" (Nhà văn người là ai, với ai. Nam Sơn, 1965; tr. 7-9).

Nguyễn Sỹ Tế, một thành viên của nhóm Sáng Tạo, trong tiểu luận "Ý thức và tự do trong văn-học" trên tạp-chí *Vấn-Đề* số 2 (5-1967), đã đặt lại sứ-mạng văn-nghệ và một **nền văn-học tự do và ý thức**, vì "*Ngày nay, thay vì thiên nhiên với vòm sao và ngọn gió Nam ru ngủ con người, chỉ còn có cộng đồng xã-hội chẳng chịt những tương quan vây hãm cá nhân. Tương quan giữa con người – vũ trụ đã đổi thay hoàn toàn*" do đó cần phải trở lại "*bàn về quyền hạn và trách nhiệm của những người làm văn-học và nghệ-thuật trên hai điều kiện mở đầu là **ý thức** và tự do (...) Người ta không thể làm chính-trị với ý thức đạo đức, cũng như không thể làm nghệ-thuật với ý thức chính-trị*

(...) lượng ý thức thẩm mỹ phải là lực lượng chính yếu, nắm vai trò chủ động (...) Tác-phẩm văn-chương vẫn là nhờ ở cái thiên tài của nhà văn-học (...) Nhà văn được nuôi dưỡng bằng những chất liệu trần gian, sứ mạng của nhà văn là làm sao gặt hái được những trái cây thượng giới!" (tr. 49-57).

Lm. **Thanh Lãng** với tư cách chủ tịch Trung Tâm Văn Bút Việt-Nam, trong buổi Hội thảo về Sứ mạng của người cầm bút ngày 16-7-1967 nhân 10 năm thành lập Bút Việt, đã trình bày những tiêu điểm của sứ mạng này. Khởi đi từ những định đề *"nhà văn là một Sứ giả và tác-phẩm là một Sứ điệp"* và *"Viết Văn tức tác-phẩm đương nhiên bao hàm ý muốn nói với ai một cái gì, muốn bày tỏ với ai một điều gì (...) Nhắn Gởi Đến với ai một Cái gì, một Điều gì, một Tâm sự gì, một Lời muốn gì"*, ông trình bày hiện tình đất nước chiến-tranh, bạo động tôn giáo, xã-hội, v.v. và đi đến quan điểm *"Người cầm bút hôm nay phải là một sứ giả được sai đi, đi để đến với những người nhận sứ điệp là cá nhân, là đoàn thể là dân-tộc là nhân loại. Người cầm bút hôm nay phải là Sứ giả người đi đến một môi trường bao la như vậy; cá nhân, đoàn thể, dân-tộc, nhân loại. Không ai được chối bỏ mình là sứ giả vì mình được nhìn như vậy..."*.

B- Văn nghệ "hôm nay": "hôm nay" là từ được dùng để chỉ nền văn nghệ mới sau năm 1954. Nền văn nghệ này có cái thị-kiến to lớn như của thế kỷ XX nói chung, một loại viễn kiến, có tham vọng sâu xa, đụng đến phần sâu thẳm: nền văn học này vì thế có hai đặc điểm trội bật là *chính trị* và *triết lý, siêu hình*.

Sau khi đất nước chia đôi năm 1954, ảnh-hưởng văn-hóa Tây phương chính vẫn là từ Pháp, Anh Mỹ thì chậm hơn, do truyền thừa từ thời Pháp thuộc trước đó, do người làm văn-nghệ và học thuật vẫn xuất thân từ nhà trường Pháp, ở Việt-Nam và du học Pháp, Bỉ, Thụy Sỹ Pháp-thoại hồi hương (như Nguyễn Văn Trung, Nguyên Sa, Nguyễn Khắc Hoạch, Lm. Thanh Lãng, Lê Tuyên, Lý Chánh Trung, ...) bên cạnh những vị du học các nước khác như Lê Xuân Khoa, Thích Minh Châu, Lê Văn, Đỗ Khánh Hoan, ... Rồi văn-học Ấn, Hoa được các phân khoa Văn đại học công và tư đưa vào học trình, tiếp theo là văn-chương Anh quốc rồi Hoa-Kỳ và từ cuối thập niên 1960 là văn-học Đông Âu và châu Mỹ la-tinh. Nói chung, nếu văn-học Pháp thiên về tinh thần, Á-đông nặng tâm linh, thì Hoa-Kỳ vật chất và các nước cộng-sản, trung lập còn lại thiên về tư tưởng đấu tranh chính-trị và xã-hội.

Các trào lưu triết lý, văn-hóa và văn-chương hậu chiến như **hiện sinh và hiện tượng luận** đã sớm ảnh-hưởng đến các sinh hoạt văn-hóa, văn-nghệ ở miền Nam.

Thuyết hiện sinh vào Việt-Nam qua ngã các tạp-chí văn-nghệ với các bài báo, các sáng-tác và phê-bình văn-học, như của Nguyên Sa, Nguyễn Văn Trung, Đặng Tiến, Lê Tuyên, v.v. Về phần các nhà văn, có Nguyễn Đình Toàn, Trùng Dương, Nguyễn Thị Hoàng, v.v.

Hiện-tượng-luận cũng đã thực sự đi vào lãnh vực văn-chương qua một số sáng-tác của Dương Nghiễm Mậu, Thế Nguyên, Thảo Trường, v.v.

Rồi từ những rã rời, tuyệt vọng do xã hội thời chiến đưa tới, vài năm sau làn sóng hiện sinh thời thượng là mốt "**tiểu thuyết mới**" đến từ Pháp với Huỳnh Phan Anh, Hoàng Ngọc Biên, Nguyễn Xuân Hoàng, Nguyễn Đình Toàn, ...

"Hôm nay", "hiện đại" còn là các khuynh hướng **dục tính** (Thạch Chương, Duy Thanh,...), **siêu thực** nghệ thuật đen (Thanh Tâm Tuyền,...),.

Rồi **ảnh hưởng của tiểu thuyết Hoa Kỳ** với những James Joyce, Henry Miller, J.D. Salinger,..., khác với truyền thống tư duy sâu nặng dài dòng của Pháp hoặc Âu châu, các tác-giả Mỹ cho nhân-vật ngôn-ngữ và hành động thực tế, trực tiếp, cao-bồi, chịu ăn chơi, hôm nay quên ngày qua, v.v.; mà cũng là tiểu thuyết của một thế hệ lạc lõng, nên chưa thất vọng đã chán chường, tự chuốc lấy vấn-đề cho thành có vấn-đề!

C- Văn-chương, văn hóa hoà đồng, tổng hợp tiêu biểu qua Phạm Công Thiện, Hồ Hữu Tường, Bùi Giáng, ...

D- Nữ quyền: Thời văn-học miền Nam đã có tiểu-thuyết **nữ quyền** nhưng chưa có thi-ca thật sự nữ quyền, do đó chưa thể gọi là "văn-học nữ quyền". Các tác-phẩm văn-chương với các tác-giả nữ và văn chương dục tính có khuynh hướng đi với nữ-quyền cuối cùng cũng đã xuất hiện vào giai đoạn hai, sau 1964. Các **nhà văn nữ** Túy Hồng, Trùng Dương, Nguyễn Thị Thụy Vũ, Nguyễn Thị Hoàng cũng như Nhã Ca, Lệ Hằng, Trần Thị Ng.H. đã có những tác phẩm đặc sắc và đã có một chỗ đứng đặc-biệt trong văn-học miền Nam thời này cũng như văn-học VN nói chung với một cung cách rất riêng tư, qua nội-dung và ngôn-ngữ sử-dụng cũng như nồng độ ý thức và cảm xúc! "Hiện sinh" thì chỉ có đôi nét trong tiểu thuyết của Nguyễn Thị Hoàng và Trùng Dương. Các nhà văn nữ thời này khởi đi từ ý chống truyền thống, phụ quyền trong cuộc sống và hôn nhân đến đòi hỏi bình đẳng giới tính và tự do cá nhân. Từ đó, văn, ngôn ngữ táo bạo, trần bì, hiện thực, đa dạng ở mỗi nhà văn, với hoặc không cùng mục đích.

E- Văn-học chiến tranh: Chủ đề chiến tranh là những trận đánh, những tình đồng đội, những cái chết, những "khu chiến" tiền tuyến xa xôi, vùng cao nguyên, nơi tuyến đầu, là những ngày nghỉ phép, hoang chơi, những tình yêu đổ vỡ, những gia đình tan nát, v.v. Hầu như đa số các tác giả thời này có tác phẩm thơ văn liên quan đến chiến tranh.

Dòng văn chương **phản kháng, phản chiến**: Dòng văn học phản chiến nói chung và phần nào đã là những phẫn uất của trí thức nhưng không tiếng nói, và những người dấn thân xã hội, chính trị nhưng không có đất đứng. Xã hội điêu tàn, giá trị văn hóa đảo lộn, người miền Nam nạn nhân của chiến-tranh *tự vệ* nhưng kêu gọi tình huynh-đệ và (vô tình) đòi giải quyết chiến-tranh và chuẩn bị hòa-bình.

Văn-nghệ phản chiến đã xuất hiện – và lan rộng ở miền Nam từ những năm 1965, 1966 cho đến cuối cuộc chiến tháng Tư 1975. Đây là do ảnh hưởng và là hậu quả của phong trào phản chiến ở Hoa-kỳ và một số diễn đàn thiên tả ở Âu châu, phong trào "make love, not war", khởi từ cuộc biểu tình cho hòa-bình (Mother's day peace March) tại Hoa Thịnh Đốn ngày 14-4-1965 sau khi Mỹ đổ quân vào Đà Nẵng.

Văn-chương gọi là "**phản chiến**", một mảng nhưng đa-loại chứ không đồng nhất. Rõ là có hai khuynh-hướng, *tích cực* (phản kháng bằng hành động vô bưng, tổ chức chống đối – xem là tích cực để phân biệt với tiêu cực, vì tích cực sau này rõ ra là sai lầm do tuyên truyền, do tự ái muốn yêu nước theo quan điểm khác chính quyền lúc đó) và *tiêu cực* (chống và đứng ngoài đấu tranh chính-trị).

Văn-nghệ phản chiến chủ yếu qua các nhóm *Trình Bầy*, *Đối Diện* ở Sài-Gòn, *Việt* ở Huế, *Ý Thức* của những người cùng tuổi với nhóm Việt, tỏ ra phẫn nộ với lương tâm và ý thức công dân, nói lên cái *tiêu cực* nhưng đồng thời họ đang *cầm súng* chống cộng-sản và bảo vệ miền Nam.

Văn nghệ đã trở thành *phương tiện hành động, phản kháng*, trong một cuộc đời phi lý, như chiến tranh, như những cái chết của người thân hay bạn hữu. Người tuổi trẻ nhận ra văn chương không phải là chốn trốn tránh sự thực, thực tại, mà là phải đáp ứng nhu cầu hôm nay và là để thuyết phục. Nhiều người làm văn nghệ trẻ thập niên

1960-1970 đã đi đến dấn thân - hoặc tưởng là như vậy, để gạt bỏ những sợ hãi bất tường của đời thường - cái hãi sợ mà Heidegger từng nói đến, đưa cá nhân đến đối đầu với hư vô và sự phi lý trước cái phải lựa chọn! Cuộc kiếm tìm cái nhân cách, một cái tính cách hiện đại hóa, thời thượng. Khởi từ ý tưởng định mệnh khó hiểu, cái số mệnh nghịch thường với con người, với tự do chân chính. Con người luôn bị định mệnh đe dọa, vậy thì viết là để xác định tự do vì hãi sợ không có thật!

F- Biên khảo và các khuynh hướng phê bình văn học

Các bộ môn biên-khảo văn-học, lý luận và phê bình văn-chương ở miền Nam thời 1954-1975 đã nở rộ như chưa từng và có nhiều điểm đáng ghi nhận. Trước hết có hiện diện thật đa dạng của nhiều khuynh hướng, quan điểm học thuật, triết lý, thẩm mỹ học khác nhau, bên cạnh một số tranh luận tư tưởng, học thuyết. Tinh thần khai phóng sinh động bên cạnh bảo thủ, lý thuyết, ... Thứ nữa, biên khảo, lý luận phê bình văn học và sáng tác thực sự đã có những ảnh hưởng hỗ tương (văn chương hiện sinh, siêu thực nghệ thuật đen, cấu trúc, tiểu thuyết mới, ...).

Một nền văn nghệ mới khai sinh từ kinh nghiệm thế chiến thứ nhì với những Jean-Paul Sartre, Albert Camus, Simone de Beauvoir, Françoise Sagan, ... là một nền văn nghệ có tính chất *triết lý "gần" con người và cuộc đời trần gian, xa thần quyền*. Nhiều khuynh hướng văn nghệ mới được các giáo sư trẻ du học từ Âu châu về phổ-dương, các ông Nguyễn Nam Châu, Nguyễn Văn Trung (Hoàng Thái Linh), Nguyên Sa Trần Bích Lan, Nguyễn Khắc Hoạch, Đỗ Long Vân, v.v. trên các tạp chí *Đại Học* của viện đại học Huế và các tạp chí văn nghệ mới *Sáng Tạo, Thế Kỷ Hai Mươi, Hiện Đại, Văn, Văn Học*, v.v. Nhiều cây viết khác cũng góp phần giới thiệu những trào lưu văn nghệ mới, hiện tượng luận, Heidderger, và siêu hình học, Nietzche, ... như Bùi Giáng, Tam Ích, Phạm Công Thiện, Đặng Phùng Quân, Trần Đỗ Dũng, Lê Huy Oanh, Trần Thiện-Đạo, Trần Phong Giao, Nguyễn Nhật Duật, Huỳnh Phan Anh, Cô Liêu Vũ Đình Lưu, Hoài Khanh, v.v.

Trong giai đoạn này, nhiều phương-pháp **nghiên cứu và phê-bình** được thử nghiệm và sử-dụng. Phương pháp phân tâm, phương pháp xã hội học, phê bình hiện sinh, v.v. Các phương pháp đó có thể là những phương tiện, những lăng kính, những cách thức để phân tích văn-chương và hiểu văn học Việt Nam, sẽ là những đóng góp tốt, như Nguyễn Văn Trung khi nghiên cứu về văn học và kịch, tiểu thuyết, như Lê Tuyên khi viết về Chinh Phụ Ngâm, Chế Lan Viên, Đoạn Trường Tân

Thanh, về ca-dao, như Đỗ Long Vân khi giải mã thơ Hồ Xuân Hương, truyện chưởng Kim Dung, như Huỳnh Phan Anh về nhiều tác giả và tác phẩm, v.v.

Các tác-phẩm **dịch thuật** cũng đã đóng góp cho việc phổ biến, nghiên cứu và học hỏi triết lý hiện sinh (và hiện-tượng luận) hoặc giới thiệu văn-học các trào lưu, khuynh hướng văn học trên thế giới.

Từ **cuối thập niên 1960**, ở miền Nam có khuynh-hướng gọi là "**phê-bình mới**" xem tác-phẩm như một tập hợp ngôn-ngữ tự tại và có thể không liên hệ gì đến tác-giả và hiện thực, đó là **phê-bình cơ cấu** hay **cấu trúc luận** (Lévi-Strauss, Michel Foucault,...), có khuynh-hướng khai tử "tác giả", chỉ nhắm *con chữ, văn bản, cấu trúc của tác phẩm* là cái xuất hiện trí thức của tác giả, của con người cá biệt, từ văn bản khám phá ra cái thẩm mỹ, độc đáo của tác-phẩm. Có thể xem đây là một phương pháp "chống nhân bản", chống sự có mặt, hiện hữu của con người; có thể đã đưa đến phong trào sinh viên 1968, phong trào phản chiến chống chiến tranh Việt Nam và đưa đến phong trào "**tiểu thuyết mới**" chủ trì *cái chết của tác giả*. Ngôn-ngữ văn-chương trở nên tự tồn, tự hiện hữu trong tác-phẩm, một thứ ngôn-ngữ vô thức.

Thời này đã có một số công trình **biên-khảo** đáng kể, tất cả là do cá nhân biên soạn và xuất-bản; không có chỉ đạo, điều động từ phía chính quyền hay Bộ Văn-hóa hoặc Giáo dục, nếu có là những giải thưởng cuối năm cho các bộ môn biên-khảo, nghị luận cũng như sáng-tác thơ văn! Từ cuối thập niên 1960, Trung tâm Học liệu thuộc Bộ Giáo dục được tổ chức và đã trợ cấp cùng xuất-bản một số tài liệu văn-học và nghiên cứu, hiệu đính văn-chương phần lớn từ các tác-phẩm chữ Hán và Nôm, bên cạnh việc xuất-bản các dịch phẩm văn-học Âu Mỹ.

Lịch sử văn học Việt Nam trước biến cố 30-4-1975 trong Nam, thường được viết theo quan điểm ***ngôn ngữ văn học:*** các bộ *Việt Nam Văn Học Sử Giản Ước Tân Biên* của Phạm Thế Ngũ, *Bảng Lược Đồ Văn Học Sử Việt Nam* của LM Thanh Lãng, *Văn Học Việt Nam Giảng Bình* (1960) của Phạm Văn Diêu, *Việt Nam Văn Học Giảng Minh* (1974) của Vũ Tiến Phúc - Xin mở ngoặc đơn: ở miền Nam, chương trình Quốc văn mới áp dụng từ niên học 1974-75 và môn lịch sử văn học (lịch sử tiểu thuyết, lịch sử báo-chí,...) được đem vào chương trình lớp 12.

Các nhà biên-khảo triết học, phê bình văn-chương và nghiên cứu văn-học, ngôn-ngữ khá đông đảo vào giai đoạn này, có thể kể: Nguyễn Văn Trung, Lê Tuyên, Đỗ Long Vân, Trần Đỗ Dũng, Đặng Phùng Quân, Lê Tôn Nghiêm, Trần Văn Toàn, Lê Thành Trị, Thanh

Lãng, Phạm Công Thiện, Bằng Giang, Bình-Nguyên Lộc, Bùi Giáng, Huỳnh Phan Anh, Đặng Tiến, Nguyên Sa Trần Bích Lan, Nguyễn Hiến Lê, Tam Ích, Phạm Thế Ngũ, Thế Phong, Nguyễn Văn Sâm, Bằng Giang, Lê Huy Oanh, Võ Long Tê, Nguyễn Mộng Giác, Bùi Xuân Bảo, Nguyễn Xuân Hoàng, ...

4- **Các nhóm và khuynh hướng văn nghệ**

Các nhóm văn nghệ ở Sài-Gòn, Huế và lục-tỉnh đã là những môi trường phát triển văn nghệ mà thành tích về văn hóa nói chung rất đáng kể. Chúng tôi xin giới thiệu vài nhóm tiêu biểu.

Nhóm **Sáng Tạo** khởi động một cuộc cách mạng văn học "hôm nay". *Sáng Tạo* đã là "cái phất áo ngang tàng" của một số những cây viết trẻ đa phần là người Bắc di cư. Nhóm và tạp-chí *Sáng Tạo* đã tạo chỗ đứng cho mình bằng cách khai thác những ý tưởng, phong trào của Âu châu về theo du học, nhập cảng mốt hiện sinh và siêu thực vào thơ văn, và "thanh toán" những thế hệ làm văn-học đi trước họ, chối bỏ quá khứ dù trong thực tế họ chỉ là tiếp nối các phong trào Thơ Mới, tiểu thuyết hiện thực, Đệ Tứ,...

Các nhóm "**hiện-đại**", được hỗ trợ của thẩm quyền văn-hóa, ngoài *Sáng Tạo* còn có các tạp-chí *Hiện Đại, Thế Kỷ Hai Mươi, Văn Học*.

Hai nhóm **Chỉ Đạo** và **Quan Điểm** muốn đem chính-trị vào văn-chương - văn-chương chính-trị, cho con người, mang tính tri thức hoặc cho những ai muốn đứng thẳng người, một cách công khai, đầy sĩ khí và giữ thế chủ động sẵn sàng đối phó.

Nhóm **Chỉ Đạo** chủ động ban đầu gồm một văn nghệ sĩ di cư từ miền Bắc vào, hợp với những sĩ quan trẻ của Quân đội Quốc gia Việt-Nam do người Pháp trao quyền lại ngày 25-4-1956. Nhóm Chỉ Đạo muốn trực diện với chủ nghĩa Cộng sản, phản công trong tư thế của kẻ đã lấy lại niềm tự tin và từ tự-vệ đi đến tự-chủ đảm đương trận-đồ mới với người Cộng-sản Việt-Nam.

Nhóm **Quan Điểm** nhiều lý tưởng và tham vọng chính-trị, văn-hóa: nhóm đề cao vai trò của trí thức tiểu-tư-sản và muốn đại diện thành phần này; nhóm lập thuyết, xây dựng một nền nhân bản mới, với đồng chí cùng ý hướng chủ động, cùng đề cao vai trò của giới này trong một xã hội tiến bộ, đề cao và chứng tỏ sự tự do của lý trí.

Nhóm Bách Khoa lúc đầu là nơi tụ tập những người kháng chiến cũ như Huỳnh Văn Lang, Phạm Ngọc Thảo, Nguyễn Ngu Í, Võ Phiến, ..., một số xuất thân, xuất hiện, nhưng không quần thành Nhóm văn-học theo đúng nghĩa hẹp, khởi hành từ mục-đích chính-trị với nhiều thể loại, đề mục chứ không chỉ thuần sáng-tác.

Nhóm Nhân Loại dương cờ dân-tộc nhưng ngầm đấu tranh chính-trị thiên tả với những Ngọc Linh, Sơn Nam, Trang Thế Hy, Lê Vĩnh Hòa,... Nhóm đây là của những người miền Nam tiếp tục ... kháng chiến xoay ra chống chính quyền miền Nam, sau báo đình bản và nhiều người vô bưng theo cộng sản.

Nhóm Văn Hóa Ngày Nay với tập san *Văn Hóa Ngày Nay* (tiêu đề dưới tên tạp chí "những bài và truyện có giá trị bất cứ thời nào, nơi nào"), số ra mắt ngày 17-6-1958 và chỉ sống được hơn một năm với 11 số; do Nhất Linh chủ trì làm sống lại không khí tiền chiến nhưng cập nhật để nhắm thành *văn-chương vượt không gian vượt thời gian* (*Viết và Đọc Tiểu-Thuyết*; 1961) và tiếp nối truyền thống văn trong sáng, thuần lý hoặc khai thác tâm lý. Ngoài Nhất Linh, là những cây viết và họa liên hệ với nhóm Tự Lực Văn-đoàn như (Trương) Bảo Sơn, Đỗ Đức Thu, Vũ Hoàng Chương, Nguyễn Thành Vinh, Nguyễn Gia Trí,..., những cây viết đã bắt đầu như Nguyễn Thị Vinh, Linh Bảo, Nhật Tiến, Cao Hoành Nhân, Bùi Khánh Đản,... và mới hơn nữa như Duy Lam, Tường Hùng, Quỳ Hương,...

Nhóm *Đại Học*: Đây không phải là nhóm văn-nghệ, mà gồm các giáo-sư các môn ngành khác nhau (Văn, Triết, Sư phạm, Sử địa, Nhân chủng, Hán Nôm học, v.v.) đã cộng tác hoặc biên tập tờ tạp-chí *Đại Học* của Đại học Huế. Bài vở trên tạp-chí này vượt ra ngoài khuôn khổ giáo khoa cổ điển để đưa độc giả (và sinh viên) đến những chân trời mới, khác, hiện-đại hơn, khai mở hơn!

Nhóm *Tư Tưởng* và *Vạn Hạnh* chuyên về văn-hóa Việt-Nam và Phật giáo với các Thượng-Tọa Thích Minh Châu, các Thầy Tuệ Sỹ, Thích Nguyên Tánh Phạm Công Thiện, Ngô Trọng Anh, Nguyễn Đăng Thục, Lê Tôn Nghiêm, Tôn Thất Thiện, Dương Thiệu Tống, Thạch Trung Giả, ...

Nhóm Tinh-Việt Văn-đoàn gồm Phạm Đình Khiêm, Phạm Đình Tân, BS Nguyễn Văn Thọ, Lm. Bửu Dưỡng, ... chủ trương đem Đạo vào Đời và Đời vào Đạo. Nhóm viết và dịch với mục đích phổ biến, giới thiệu những tư tưởng mới, nhất là của Thiên Chúa giáo. Họ có cơ quan *Văn Đàn* và từ năm 1958 lập hai giải thưởng văn học Trương Vĩnh Ký và Lecomte de Nouy.

Nhóm *Văn* với Trần Phong Giao, Mai Thảo, Trần Thiện-Đạo, Nguyễn Xuân Hoàng, và các cây bút thuộc nhiều thế hệ, đặc-biệt các nhà văn thơ *trẻ* thuộc thế hệ sau 1964.

Nhóm ***Văn Học*** lúc đầu Dương Kiền, Phan Kim Thịnh tiếp nối và chủ động do phần lớn nhà văn thơ miền Trung cùng Dương Thứ Lang, Vũ Bằng, Nguyễn Hữu Dung, Nguyễn Đình Toàn, Trang Châu, Hoàng Ngọc Biên, Đỗ Tiến Đức, Phùng Kim Chú, Vĩnh Lộc, Lê Thị Hàn, Luân Hoán, Lê Đình Thái, Thành Tôn, Khắc Minh, Hà Nguyên Thạch, Phan Như Thức, Đynh Hoàng Sa, Vĩnh Điện, Viêm Tịnh, v.v.

Nhóm ***Phổ Thông*** với Nguyễn Vỹ đứng đầu, ngoài các biên tập/cộng tác viên, nguyệt san *Phổ Thông* còn là diễn đàn của *Tao đàn Bạch Nga:* Nguyễn Vỹ chủ soái. Nguyễn Thu Minh làm thư ký và rất đông các thi sĩ đương thời góp mặt như Minh Đức Hoài Trinh, Nguyễn Văn Cổn và Võ Quang Yến (Pháp), Thu Nhi, Tôn Nữ Hỷ-Khương, Ngọc Hân, Phương Đài, Thanh Nhung (Công Huyền Tôn Nữ Nha-Trang), Thùy Dương Tử, Tuệ Mai, BS Nguyễn Tuấn Phát, Tạ Ký, Lâm Vị Thủy và Sa-Giang Trần Tuấn Kiệt. Nhóm lập giải Tao Đàn Bạch Nga, từng trao thưởng cho Thùy Dương Tử, ...

Nhóm ***Giữ Thơm Quê Mẹ*** chuyên sáng tác và văn hóa dân tộc và Phật giáo.

Ở **Huế** có Nhóm ***Rạng Đông*** với Lê Hữu Mục, Ngô Đức Chương, Cao Hoành Nhân, Võ Long Tê, Hoàng Hữu Pha, Quang Đạo, Đỗ Tấn, Thanh Thanh, ... Tạp chí *Việt* ra đời năm 1968 cũng ở Huế và ra được 5 số.

Nhóm ***Lập Trường*** góp mặt một thời-gian ngắn (1964-) ở Huế, với Lê Khắc Quyến, Tôn Thất Hanh, Lê Văn Hảo, Lê Tuyên, Cao Huy Thuần,...

Về **dấn thân** có các nhóm ***Thái Độ*** của Thế Uyên, ***Hành Trình*** của Nguyễn Văn Trung, ***Trình Bầy*** của Thế Nguyên, Diễm Châu, ***Giữ Thơm Quê Mẹ*** của văn nghệ sĩ và tu sĩ Phật giáo, ***Đối Diện*** của trí thức và tu sĩ Công giáo thiên tả (Nguyễn Ngọc Lan, Chân Tín, ...), v.v.

Nhóm ***Thái Độ*** với Thế Uyên, Nguyễn Đông Ngạc và Nguyễn Tường Giang, tin tưởng rằng chỉ có phương sách thực hiện cuộc cách mạng xã hội (không cộng sản) mới thắng được Cộng sản. Nhóm không chấp nhận *phương thức* làm cách mạng của Cộng sản, chứ không chống *sự việc làm cách mạng* của những người Cộng sản; chống chính sách của Hoa Kỳ tại Việt Nam, chứ không chống Hoa Kỳ hay thế giới mệnh danh là Tự do.

Nhóm ***Trình Bầy*** gồm nhiều giáo-sư, trí thức và văn-nghệ sĩ "dấn thân" "tiến bộ", cổ xúy một loại văn-chương phản chiến, chính trị nhập cuộc, văn chương không thể thờ ơ trước những vấn-đề lớn lao của đất nước như chiến tranh, như sự có mặt của quân đội Mỹ và đồng minh ở miền Nam.

Cũng tâm thức không chấp nhận chiến-tranh nhưng nhóm **Ý Thức** của những người cùng tuổi với nhóm Việt ở Huế, tỏ ra phẫn nộ với lương tâm và ý thức công dân khác nhóm Việt. Thơ truyện của các cây viết thuộc khuynh hướng này (*Ý Thức*) nói lên cái *tiêu cực* nhưng đồng thời họ đang *cầm súng* chống cộng-sản và bảo vệ miền Nam.

Phía các **"nhóm trẻ"** có *Khai Phá, Nguồn, Sóng, Tham Dự, Sau Lưng Các Người, Thế Đứng, Trước Mặt, Nhìn, Cùng Khổ, Động Đất, Khơi Dòng, Vỡ Đất, Hiện Diện*, v.v. sinh hoạt tại **các tỉnh thành khác** như Cần Thơ, Châu Đốc, Long Xuyên, Vĩnh Long, Tây Ninh, và miền Trung như Quảng Trị, Quảng Nam, Quảng Ngãi, Đà Nẵng, Phan Rang, Quy Nhơn, Tuy Hòa, v.v.

Dòng văn học miền Nam lục tỉnh-hay **bản địa**, nếu công bằng ta có thể ghi nhận:

- một *thuần Nam*, từ Trương Vĩnh Ký qua Hồ Biểu Chánh đến Phi Vân, Bình-Nguyên Lộc, Sơn Nam, Vương Hồng Sển, Trang Thế Hy, Lê Xuyên, Phương Triều, Thanh Việt Thanh,...;
- *bình dân hoặc trưởng giả trí thức* với những đòi hỏi thông thường những giá trị dân chủ của Cách mạng Pháp 1789;
- một dòng giữa gồm miền Nam cộng với Trung và một ít Bắc đã khởi từ trước 1954, *thiên chính trị cách mạng và công bằng xã hội*.

Trong hơn 20 năm, ba dòng văn học đó đã sống chung, đã nhập làm một dưới biểu tượng dân chủ, tự do và cộng hòa. Một cách tổng quát, tạm có thể phân biệt một số **khuynh hướng chính**:

- *phong tục* và đời sống nơi vùng đất mới khai hoang và phù sa: Bình-Nguyên Lộc, Sơn Nam, Phi Vân, Lê Xuyên, Vương Hồng Sển, Mộng-Tuyết thất tiểu-muội, Ngọc Linh, Lê Xuyên, ...;
- *cổ võ đạo lý và phong hóa*: Hồ Biểu Chánh, bà Tùng Long, ...;
- *xã hội và đời sống thị tứ*: Nguyễn Thị Thuỵ Vũ, Hoài Điệp Tử, ...;
- *chính trị, đấu tranh*: Phạm Thái, Thẩm Thệ Hà, Trang Thế Hy, Tô Nguyệt Đình, ...;
- *tình cảm, lãng mạn, diễm tình bình dân*: Ngọc Linh, Sĩ Trung, Dương Hà, Phú Đức, bà Tùng Long, Phi Long, Dương Trữ La, Thanh Thủy, Trọng Nguyên... và
- *luận đề, triết lý và tôn giáo*: Hồ Hữu Tường, Phạm Công Thiện, Tô Thùy Yên, ...

(Còn tiếp Phần 2, sẽ đăng ở Ngôn Ngữ Số 33)

Nguyễn Vy Khanh

LUÂN HOÁN
Mời Em Lên Ngựa
Khởi Đầu Những Nụ Huê Tình

Ba năm sau "Đất Đá Trổ Thơ..." tôi mới in thêm một thi phẩm. Thi phẩm này thật tuyệt ở tên gọi. Thật hoàn hảo, hãnh diện ở hình thức. Họa sĩ Đinh Cường ngoài chọn tranh cho còn chính anh trình bày bìa lựa chữ cho dòng tên sách. Những nét chữ thanh nhã, mới lạ, tôi nhìn đã thấy thơ. Tranh bìa là một họa phẩm người nữ khỏa thân tinh khiết, bên cạnh một con ngựa đỏ rực cúi đầu thần phục trong thao thức ham muốn, một màu vàng óng hoàng phái gìn giữ. Dãi băng đô hiện hữu cánh hoa mơ hồ trong sương mây khói thuốc, không liêu trai mà huyền hoặc, cỏ tơ em nồng nàn...

Tôi ưng ý biết bao nhiêu thì anh bạn đảm nhiệm in ấn xuất bản e ngại. Anh từ Mỹ gọi qua đề nghị cắt bớt chút ít cỏ hoa. Một họa phẩm thanh thoát như vậy sao có thể bạc đãi phần ưu việt. Tôi không đồng ý. Nhưng khi sách phát hành tấm tranh cũng bị xâm phạm chút ít. Những bạn nào in lại họa phẩm này mà thiếu chút chút phía dưới là copy từ bìa sách, không đúng với nguyên bản của Đinh Cường.

*"Cũng may cỏ mượt mà em
vẫn còn phơi phới ươm lên thơ tình".*

Ngoài bìa, bạn vàng Đinh Cường còn ưu ái cho Mời Em Lên Ngựa 6 phụ bản anh mới vẽ, phổ biến đầu tiên trong lòng tập thơ. Bìa sau một ảnh màu chụp tôi nhìn nghiêng, khi tôi chưa lên râu. Ảnh chụp tôi trôi cùng con thuyền du lịch trên sông Saint Laurent, loanh quanh vùng 1000 đảo. Màu bìa xám chở bốn dòng:

"lãnh thổ thơ tôi, một cõi Em
hàng trăm chánh thất, chỉ một tên
và không cung nữ, không hoàng hậu
lộng lẫy trong cùng một dáng Em".

Thực hiện tập thơ này có tôi ngồi bên cạnh anh bạn Vũ Ngọc Hiến, người trong nhóm chủ trương tạp chí Nắng Mới ở Montréal, để dàn trang. Sách có ghi phần đánh máy của Trần Thị Lý chỉ cho vui thôi. Bạn góp phần lớn tài trợ cho ấn phí có nhà văn Nguyễn Dũng Tiến, cũng là chủ nhân một vườn cây cảnh lớn ở California. Sách in logo nhà xuất bản Thơ của tôi ngày xưa, nhưng Sông Thu của anh chị Thái Tú Hạp in.

Với chỉ 31 bài thơ cho 126 trang. Mục lục có in số thứ tự bài, theo tôi là một cần thiết cho những ai muốn viết về tập thơ. Đề nghị quí bạn in thơ sau này nên quan tâm thực hiện.

Mở vào nội dung, như thường lệ tôi có một bài đưa đường, lần này bằng 6 đoạn lục bát, mang tên chung: Dụ.

"mượn lời thi sĩ tỏ tình
không soi mặt cũng thấy mình dễ thương
bởi thơ trong suốt như gương
em nghiền ngẫm được mùi hương chính mình..".

Đây là những giới thiệu, quảng cáo khéo léo, làm mọi cách để tròn vai với nghĩa từ Dụ. Mang cả chính bút hiệu mình vào câu thơ. Không biết chân tình lồng trong ba hoa này có cảm động được mỹ nữ nào không. Nhiều năm qua con ngựa đã thuộc về chúa Trịnh rồi mà hình như chưa mấy thuyền quyên ra roi. Thơ vẫn chỉ là thơ.

Liền sau Dụ là Tỏ, không khác hơn nhiệm vụ bạch hóa thân phận, tâm tình.

"... chẳng gặp trong ta một cái ta
ngoài trăm ảo ảnh cái ta là

*trái tim thưa thốt lời chân thật
thơm át mùi hương của lá hoa..."*

Bài chủ đạo cho cuốn sách với hình dáng ngũ ngôn: nói loanh quanh rồi cũng lộ mục đích chính, khó có thể thật thà hơn:

*"... cứ ví ta là ngựa
một con ngựa giang hồ
yên cương đời đã thắng
em yêu, ta đi nào!*

*bềnh bồng thân trường túc
gió vải hương bạch mao
nhớ mang theo nhúm cỏ
ta ngậm cầm hơi thơ...".*

Vay mượn hình ảnh ngựa nên không thể không có chuyện Cõi Ngựa với mướt rượt huê tình, Bài nhiều bạn thích, riêng người bạn văn Lâm Chương, từ Mỹ gởi lời chúc sức khỏe tôi, còn bạn, sẽ nghĩ sao sau khi đọc? (Bài này ghi tặng Đinh Cường)

*"dẫu mòn mỏi qua đường xưa lối cũ - vó ngựa ta còn thở vẫn còn phi - mông em nở và cặp chân rất điệu - khép càn khôn vào giữa nhụy xuân thì =
nhịp móng sắt từ ngàn xưa lóc cóc - lối đi quen không phải lối đi buồn - vẫn đường cũ mà mỗi lần qua lại - hương trong lòng vẫn đổi mới luôn luôn = em kiều diễm dẫu không ngừng sáng tạo - thế trên yên giông bão tuyệt như nhau – ngả về bắc, dạt về nam cuồng nhiệt - tay cương chùng theo vận tốc chậm mau = và ta nữa, khi thong dong nước kiệu - lắng sâu lòng hôn ngọn cỏ ngậm sương - khi tung vó điên cuồng phi bán mạng - hồng thuỷ trào dập tắt lửa kim cương". ||*

Ngựa hay phải được thử bằng Đường Trường, và con đường này qua thơ 7 chữ:

*mỗi dặm đường qua, mỗi dặm buồn
chùn chân, đời đẩy mãi sau lưng
đi hoài không đến không nơi đến
ta lạc dần ta mỗi trạm dừng*

Trên con đường dài ấy là những hình ảnh của cuộc sống, của tình yêu cùng những trăn trở được gặp lại tưởng chừng như đã "mất tiêu".

đã mất tiêu rồi những đớn đau
đi hoài không đến, đến nơi đâu
cuối đường không phải là cái chết
mà điểm ra đi, sẽ bắt đầu ||

Có lẽ vịn vào lạc quan đó để có những Thơ Thơ Cho Tiểu Muội bằng những bộc trực:

"... thành danh thi sĩ đã lâu
nhưng chưa viết được vài câu vừa lòng
từ trong tâm thất, thơ hồng
ứa ra nguồn máu buồn không ra gì =
...
ta làm thơ khá dễ dàng
cộng thêm dễ dãi e nhàm mất thôi
mở lòng định quét nước vôi
ngặt tình yêu vẫn đời đời mới tinh =
...
biết yêu từ thuở lên mười
bốn mươi năm được khóc cười với thơ
mai sau dẫu chẳng nấm mồ
xin hồn chữ nghĩa đừng đào thải ta "=

Lẩm cẩm định nghĩa, cùng vẽ ra những trạng thái yêu cũng trở thành cách chơi của thơ thẩn:

"cho ta tờ giấy hồng điều – ta trân trọng viết chữ yêu để đời – thu đông xuân hạ em ngồi – ngai vàng là trái tim người biết yêu || trùm chăn kín mít suốt đêm - sợ rơi giấc mộng lọt em ra ngoài – sáng ra vơ vẩn nhớ hoài – hương em hương giấc mơ dài vẫn thơm ||... tôi là một gã dã man - hiếp em giữa mấy trăm trang chữ đầy- mong rằng hồn phách mặt mày – em vinh hiển với tháng ngày muôn thu ||...đi hoài thì thấy mỏi chân – yêu hoài không thấy mất phân vốn nào – trái tim có lớn là bao – bao nhiêu người đẹp nuốt vô cũng vừa "||

Dĩ nhiên chân dung Nhân Tình cũ được lục bát chiếu cố đến những 26 câu:

> em là một loại vi trùng
> đục khoét tim óc vô cùng hiểm nguy
> ác từ vóc dáng em đi
> độc từ đôi mắt kiêu kỳ lẳng lơ
> trị em, chỉ tạm có thơ
> sắc thành thương nhớ vu vơ uống chừng...

Hạnh phúc của tình yêu là sự trọn vẹn, có hậu, nhưng lý thú của tình yêu, nghiệm ra là thất tình. Tôi được mấy lần thất tình trong đời? Em A chắc sẽ đoán là mình. Em B, em C vẫn chỉ đoán là chính mình. Các em đều đúng cả. Còn tôi không nhớ được

> "yêu em là chuyện tình cờ - mất em thêm một tình cờ thứ hai - cả ngày ngồi nhậu lai rai - thấy ta xứng đáng được hai tình cờ || ... thất tình quả chẳng mau già – ta trông ta chẳng giống ta chút nào - giống y một gã côn đồ - muốn nhai muốn nuốt em vào trái tim ||... ngón tay nhúng cốc bia vàng - vẽ em, lên một góc bàn quạnh hiu – lòng ta chỉ có bấy nhiêu – mà nghe trĩu nặng trăm chiều nhớ nhung ||... nói xuôi nói ngược cũng buồn – nói lui nói tới cũng buồn mà thôi - tôi còn một món ăn chơi – là im lặng để ngậm ngùi nhớ em ||

Ngỡ tập thơ tập trung hoàn toàn vào yêu thương nam nữ. Nhưng mà không, triệt để cho đề tài này chỉ 57 trên 126 trang. Số còn lại viết về cha mẹ, bè bạn và bất ngờ có hơi hám chuông mõ cửa chùa, cùng đôi nét về một cõi xa vời hơn. Mừng một điều, phần này có được một số bài đi vào lòng bạn đọc. Không chải chuốt quảng cáo gì thêm ngoài trích dẫn để khỏi ảnh hưởng đến các bạn có duyên đọc lần đầu trong Sau Lưng Đường Chữ này:

Khắc thơ lên gốc bồ đề

... (trong đoạn 1)
bốn mươi chín tuổi chưa nhìn tận
ưu thức đọng thơm vóc dáng Người
ước chi thân thể mang tâm Phật
đổi hết đời ta để biết cười

...

(trong đoạn 2)
Phật chẳng trách gì khách hành hương - chỉ dâng lên được chút bụi đường - với đôi tay chắp trong im lặng - chịu đựng giữ gìn riêng vết thương = tôi sắp hết đời, chưa đọc kinh - mở kinh mà cứ ngắm tay mình - lâng lâng lòng vụt theo chuông mõ - rùng mình ngắm Phật, Phật làm thinh =

...

(trong đoạn 3)
hết chỗ rong chơi, tôi đến chùa - ngồi ngoài sân ngóng mõ chuông khua - thứ hai nắng đẹp sao chùa vắng ? - trống hốc lòng tôi trước gió đùa =

muốn đẩy cửa vào thăm viếng Phật - mượn trầm hương tẩy nỗi sầu riêng - nhớ ra thân thể không toàn vẹn - sợ Phật đau lòng, đành đứng yên =

sinh diệt tật nguyền theo định số ? - quả nhân, nhân quả, luật trời ban ? - tâm xà khẩu Phật, tôi u muội - cảm nhận đau thương của thế gian =

có có không không tro cốt nát - mai này lỡ đọng đáy lư hương - vô tình hiển Thánh hay thành Phật - ai thế tôi qua những ngả đường? =

Nghe Kinh Ngắm Phật

1. quì chân lắng nghe tụng kinh - hoàn toàn không hiểu nhưng hình như mê - mõ theo chuông vọng bốn bề - mang hồn lãng đãng bay về tây phương - tây phương là cõi cùng đường ? - giật mình rớt trúng cái buồn ngủ tôi =

2. quì chân thiếp giữa thiền đường - lơ mơ gặp Phật như tuồng rất thân - bàn tay Phật nhẹ nhàng nâng - tôi lên lưng ngọn bạch vân bay hoài - chẳng gặp ai, chẳng thấy ai - chỉ nghe thoảng tiếng thở dài của tôi =

3. Phật ngồi trên đóa hoa sen - còn tôi quì giữa bóng trăng ngắm Người - ngắm ra Phật có khác tôi - vì tôi tâm động buồn vui với đời =

Bạn Và Rượu
                        tặng Phạm Nhuận

chưa biết yêu, đã tập tành uống rượu - men Lưu Linh lót dạ bốn mươi năm - em bữa nọ, véo đùa chơi một cái - rượu bung da thơm ngát chỗ đang nằm =

bạn đã đến cụng ly năm bảy bận - trái sầu non treo lẫn trái sầu già - trong khoảnh khắc, cạn ly, thành huynh đệ - đất cùng trời vạn tuế lũ chúng ta =

rượu đã biến thành một phần cơ thể - như tinh, đàm, nước tiểu, máu, mồ hôi - ai bảo rượu không hòa tan với lệ - mà nhân sinh cạn được cốc tuyệt vời ? =

bạn ngất ngưởng tỉnh say quên cả sống - cùng với hoa, với nguyệt, với giai nhân - lòng vô lượng ngàn sau ai dễ biết - ngoài tửu đồ, một lũ nặng phong vân =

rót tràn nhé. châm thêm cho đủ đậm - nhạc cùng thơ, văn, họa, vọc mà chơi - rượu chưa hẳn tiếp hơi người dựng nghiệp - cũng đưa chân phiêu lãng ít chặng đời =

ta được uống được say bao nhiêu bận - cuối mỗi cuộc chơi lời một cuộc tan hàng - mỗi lần ngắm lũ chai ly ngã đạn - nghe như mình rơi tuột chẳng âm vang =

cảm ơn bạn, cảm ơn đời, cảm ơn rượu - trời đất trống không, chai cốc trống không - lòng cũng rỗng? ồ không, lòng không rỗng - hương bạn chơi, hương rượu ủ men nồng//

Một số bài khác nhắc về hay đề tặng những người có được sự thông cảm nhau: Nguyễn Văn Xuân, Nguyễn Tất Nhiên, Mai Thảo, Thái Tuấn, Trịnh Công Sơn, Nguyễn Đông Ngạc, Nguyễn Thị Hoàng Bắc, Lưu Nguyễn, Vĩnh Điện, Phó Ngọc Văn, Đinh Cường, Đỗ Quý Toàn...

Về đôi bài viết tình thương yêu cha mẹ in trong Mời Em Lên Ngựa, nhà thơ Đức Phổ hiện ở Hoa Kỳ, trong một bài viết về thơ Luân Hoán, nhận xét:

"... Với tình yêu, nhà thơ Luân Hoán được sống trọn một đời tình, tôi không theo kịp được. Và với lòng hiếu thảo của anh đối với bậc sinh thành, tôi nghĩ, cũng chân thành không kém! Anh cùng lớp người được sinh ra với tuổi thơ trắng ngần trang giấy mới, với tuổi mơ mộng văn chương thơ phú. Rồi lớn lên, nổi trôi theo trường lính trường đời, rồi tan hàng rã ngũ... Trang đời anh đặc biệt hơn, có ghi thêm *'bàn chân trái'* gửi lại sa trường... Khi viết về Cha, về Mẹ anh tỏ ra duyên dáng trong những nét ẩn dụ chứa đựng nỗi ngậm ngùi sâu lắng mà ai cũng có thể dễ dàng chia sẻ cùng anh.

*'cuối tuần ba thuê đấm lưng
nắng ngoài sân gọi, dòm chừng, đếm gian...'* =
*'ba cầm thi phẩm của con
long lanh mắt lật, ngó, không nói gì...'* =
*'con đi học làm sĩ quan
mỗi tuần ba gửi vài trang chữ đầy...'* =
*'dìu nhau về tới hiên nhà
nạng con ngơ ngác, gậy ba bàng hoàng
không gian cùng với thời gian
bỗng dưng khựng dưới ba bàn chân khua...'* =

Với Mẹ, anh tỏ ra xúc động sâu sắc từ đức tính trung hậu, từ tấm lòng bao dung... của Mẹ. Anh còn đặc biệt thương cảm sự hy sinh, thương khó của Mẹ biết chừng nào!

*'vì ba thích rượu ghiền trà
cà phê, thuốc lá tà tà quanh năm
nên mẹ thủ phận gánh gồng
cho hương hạnh phúc vẫn thơm mỗi ngày...'*

Khi đọc Mời Em Lên Ngựa, một nữ Phật tử trong bút hiệu Thảo Nguyên cũng cho những đồng cảm, chị viết:

"... Luân Hoán đã xem Mẹ như bà tiên hiền dịu bước xuống đời, mở rộng vòng tay để ấp yêu, bảo bọc đời con. Mỗi vần thơ là một hình ảnh đẹp, dù chỉ là lúc ngắm nhìn Mẹ tỉa lá sâu trong sân nắng vàng thu.

Vạch cành me tìm lá sâu
Nắng thu nghiêng xuống tặng câu thơ vàng
Lòng me phơi phới nhẹ nhàng
Thành tiên giữa cõi trần gian phù trầm
(Mẹ- trang 76)

Rồi cũng trong đêm thu đó, Luân Hoán đã dùng chính nguồn sữa mẹ trộn với ca dao mà mẹ anh ngày nào đã đẩy đưa anh trong một chiếc nôi, để giữ lại hình ảnh mẹ anh trong một đêm trăng:

Mẹ nằm đọc Lục Vân Tiên
Trăng thu vào chật mái hiên nghe cùng
Hương từ vần điệu nghĩa trung
Hương từ giọng mẹ thơm lừng đêm khuya

Trái tim dễ rung động của tôi đã bồi hồi xúc cảm, khi bắt gặp hình ảnh đứa con trai nhỏ ngồi tựa bên chỗ mẹ đang nằm, vừa để ý ngắm nhìn khuôn mặt Mẹ thật gần, vừa săm soi tìm tóc bạc trong nỗi băn khoăn âm thầm khi nhận ra dấu vết của thời gian trên mái tóc mẹ yêu:

Ngồi nhổ tóc ngứa cho me
Thấy me nhăn mặt lòng se sắt buồn
Me đau hay me cũng buồn
Chùng tay bứng ngọn thời gian nhói lòng

Anh Luân Hoán đã miệt mài vẽ mẹ, bằng những bức tranh thơ rất đỗi dễ thương. Tấm lòng của mẹ bao la trải rộng, từ người thương yêu ruột rà cho đến cỏ cây. Mẹ là Phật, mẹ là tiên trong trái tim thơ dại.

Mẹ thuở thanh xuân tóc xõa dài, mang giày lụa bước nhẹ ra hiên nhà, đưa tay nâng niu từng đọt lá, nhành cây, mỗi cử chỉ, động, tình của mẹ đều đã là thơ:

  Chim khách gọi trước hiên nhà
  Mẹ mang giày lụa bước ra ngoài vườn
  trăm hoa đang độ ngát hương
  Với tâm Phật, mẹ cúi hôn lá cành

Anh Luân Hoán giống như là chiếc bóng, lủi thủi đi theo sau mẹ bất kể đêm ngày. Có lẽ vì vậy mà anh tin chắc rằng anh hiểu mẹ, hiểu còn hơn bất cứ ai.

  Năm nào mẹ cũng nhương sao
  Mẹ quỳ giữa chiếu lạy vào hư không
  Phật trời có hiểu gì không?
  Riêng con đọc hết nỗi lòng mẹ yêu
  ...
  (Thảo Nguyên - Về Một Bút Hiệu)

Sau nhiều sách xuất bản, đây lần đầu tiên tôi cho in trong tập thơ, một bài có bài tên Di Chúc. Nhưng chỉ là loại di chúc ăn theo kiểu "Khi Tôi Chết..", hoàn toàn có tính cách chung chung:

" không từ đất sao phải về với đất - thịt xương này không thể mất khơi khơi - "khi tôi chết" xin đem giùm thi thể - chia cho thù lẫn bạn nhậu chơi.= thịt xương tôi có rất nhiều sinh tố - từ hận thù cho đến - những yêu thương - từ chân thật đến manh nha thủ đoạn - mỗi cội tình đượm một sắc hương ="khi tôi chết" đừng chia buồn phúng điếu - đừng tiễn đưa, đừng gắng lập bàn thờ - bởi tôi sẽ đi đầu thai tức khắc - làm một cọng mây tuyệt cõi lững lơ ="khi tôi chết" chúc mọi người ở lại - tiếp cuộc chơi tranh sống bình thường - đời vô vị nếu quá giàu hạnh phúc - người nên người nhờ những bi thương ="khi tôi chết" dĩ nhiên là trái đất - vẫn lầm lì với biển núi thờ ơ - người dẫu khóc hay cười tôi nào biết - vậy cần chi vun quén một nấm mồ ="khi tôi chết" quyết không ăn cháo lú - để hoài hoài thương tưởng cuộc đời tôi //

Không biết thường chiêm bao những gì, hay bi quan vì nhảy mũi, nhức đầu mà sớm chơi những vần điệu sau:

Đi Về Âm Phủ

này dạ xoa quỉ sứ - thủng thẳng để ta đi - khỏi còng tay, dẫn độ - ta cũng về âm ty = từng nghe danh địa phủ - với đáy ngục A tỳ - nay được chuyển hộ khẩu - lòng mở cờ vinh qui = sống chưa làm quân tử - chết dẫu thành khương thi - lòng hiếu lòng đã đủ - xứng danh đời nam nhi =đã qua tầng thứ nhất - ngại chi tầng thứ hai - phơi phới hồn thi sĩ - ta dễ gì thua ai ? = chảo dầu sôi, cưa sắt - xẻo thịt đục khoét xương - trả thù hay trừng phạt - cùng đi chung một đường = ồ, đây cửa thứ chín - nhẹ hẳng, ta vào thôi - tâm manh nha oán hận - là đã có tội rồi =sát sanh là phạm giới - ta cầm súng cầm dao -giết con ruồi con kiến - trắng án được hay sao ? = này con chim con cá - bụi cỏ dại, chùm hoa - từng bị ta huỷ diệt - rộng lượng mở lòng ra = ta không hề sám hối - cũng quyết không rên la - rất bình tâm thọ phạt - giữ ta còn trong ta =ừ, thì ăn cháo lú - sá chi một vài tô - cho dẫu chợt quên phứt -cái đời xưa giang hồ = lòng ta vẫn thanh thản - bay cao hơn trăng sao - chẳng trở thành gì cả - chẳng đọng lại chỗ nào = sự sống và sự chết - vĩnh viễn từ hôm nay - là trái tim vô lượng - thơm ngát giọt thơ này ||

Đóng tập lại với một bài, ngỡ như xui rủi, nhưng đến nay, sau 27 năm đã qua vẫn còn mê muội làm thơ.

Bài Thơ Đầu Tiên Ở Cõi Âm
1.
ta nằm trong cỗ quan tài
nhìn xuyên thớ gỗ, u hoài ngắm em
bàng hoàng thấy nỗi buồn tênh
xuyên ngang từng chuỗi lệ em khóc thầm
khói hương trổ mũi kim đâm
lòng ta chằng chịt rổ âm thanh buồn
tái màu thịt, lạnh gốc xương
cái hồn rơi tuột vô phương la cà
vứt đi hoa ướp xác ta
để cho đôi mắt thiết tha em nằm
đưa chân một đoạn về âm
tạ nhau muôn dặm thăng trầm cõi riêng

2.
ta nằm trong đất hẩm hiu
rễ cây rễ cỏ sớm chiều xâm lăng
lơ mơ nghĩ chuyện gió trăng
mưa khuya nước giọt ao sen rùng mình
trầm hương da thịt thuỷ tinh
bay phơi phới lửa xuân tình trổ bông
ta nằm chết, nhớ bông lông
nhớ quanh nhớ quẩn cũng không ra ngoài
quãng mi mắt, vành lỗ tai
bờ môi sống mũi chân dài sáp ong
nghìn thu em ở trong lòng
âm dương thơ vẫn đầy dòng vọng em

Khi tập thơ hoàn tất, ký tặng Đinh Cường thay một lời cảm ơn lần nữa. Anh gởi lời khen hai đoạn thơ trong bài Thơ Làm Lúc Lười Biếng. Anh hào hứng nói sẽ đem hơi hám vào một phác họa tặng tôi. Chẳng biết anh có động cọ không. Tôi không được quà của anh ngoài những vui tay trên những phác họa chân dung. Xin trích hai đoạn đó, để chấm dứt bài viết này:

Chạng vạng đùn ô cửa
mắt kính bén hương đêm
gấp sách trực nhớ lại
hình như đang vắng em
vườn ngoài phong lá rụng
bật đèn lòng chênh vênh
vuốt đầu rụng tóc bạc
thăm thẳm tiếng sấm rền
(1, cuối ngày)

đá sống đời của đá
cây sống đời của cây
riêng tôi thích sống ké
vào cả vũ trụ này
(2.ngắm đá)

Luân Hoán
(Đường Chữ Sau Lưng)

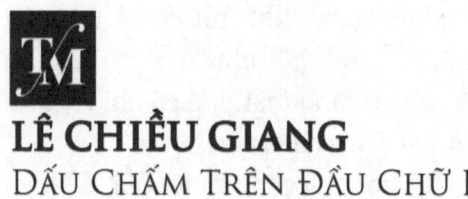

LÊ CHIỀU GIANG
Dấu Chấm Trên Đầu Chữ I

C'était, dans la nuit brune
Sur le clocher jauni
La lune
Comme un point sur le " I "...
[Alfred de Musset]

Như những cô học trò nhỏ, áo trắng điệu đà tha thướt. Tôi còn có thêm giọng nói êm êm, thanh thoát và dịu dàng. Chúng tôi, những cô thiếu nữ đẹp như trăng, sáng rỡ và líu lo những khi tới lớp, những lúc tan trường...

Thày đứng lớp Kim Văn, hai lần một tuần. Chúng tôi chờ giờ của Thày, như đợi chờ để được nghe những vần thơ trác tuyệt và để học trong cuốn sách đặc sắc, dù rất mỏng, nhưng tràn đầy những nét tinh hoa...

Thày không giáo điều, không nhất định cứ giảng dạy đúng theo chương trình của Bộ Giáo Dục đưa ra. Những thứ mà với chúng tôi đã gần như nhàm chán. Ngoại trừ có lần Thày giảng và bàn rất vui, rất dí dỏm về Tây Môn Khánh và Phan Kim Liên trong Kim Bình Mai...

Giáo Sư, mà Thày trông rất giang hồ, tóc dài với áo Pull, quần Jean. Vừa giảng thơ văn, Thày vừa hút thuốc, loại thuốc trong pipe, đã làm đám học trò chúng tôi ghiền luôn cái hương rất thơm tho, nồng nàn. Thày thả đầy khói trên bục giảng trông lãng đãng, đẹp và hay hay... Thày lái xe bạt mạng, len lách với xe học trò ngay trong sân trường.

Đám thiếu nữ chúng tôi bàn về Thày nhiều hơn nói về....Cao Bá Quát hay Nguyễn Công Trứ...

Không biết Thày để ý tôi từ bao giờ. Chỉ biết khi giảng bài, Thày không nhìn ai khác, mà mắt cứ hướng về phía tôi, cô bé ngồi bàn cuối lớp. Mắt Thày đưa xuống tận chỗ tôi ngồi như một tín hiệu bí mật, một tín hiệu chắc phải là vô cùng thầm kín. Cũng có khi tôi tinh nghịch, liếc đôi mắt đẹp, "kên kên" lại Thày chút xíu.

Thày thì "thầm kín", "bí mật", mà cả lớp như biết hết, để theo dõi, rồi bàn tán, rồi xôn xao... Có đứa còn lén viết tên Thày bên cạnh tên tôi trên bảng, trong giờ ra chơi.

Tôi ngượng ngùng, tính chuyện đổi trường cho niên học mới. "Đổi trường", cũng vì tôi phải thuận theo ý của BaMẹ. Trường cũ, nơi toàn những đứa vừa học vừa chơi. Có đứa vui tay, còn tính thêm cả chuyện múa bút, sa đà vô những giấc mơ hãi hùng, đầy tai ương: Mộng làm...Văn hào hay Thi sĩ.

Ba Mẹ bắt tôi ghi tên học trường của những vị Linh Mục, những Ông Cha "dễ sợ" và có khi còn thêm cả "dễ ghét" của tụi học trò. Tiện thể tôi cũng nghĩ, nếu cứ theo học dưới "Mái trường rong chơi" này, thì thi rớt và học dốt là điều không thể tránh. Bởi đi thi thì không phải chỉ có môn Kim Văn của Thày...

oOo

Tôi gặp lại Thày ngay lớp mới, của trường mới. Chỉ sau 3 tháng hè rời xa trường cũ.

Là một Giáo Sư xuất sắc, trường nào cũng muốn Thày đứng lớp. Tôi chỉ ngạc nhiên khi Thày chẳng thắc mắc chút nào, lúc nhìn thấy tôi đứng vo vo vạt áo trắng, cúi đầu ngượng ngập chào Thày. Và trong đôi mắt, tôi ngây thơ ngước nhìn Thày với mọi thứ dấu hỏi. .. Nhất là tôi đã không dám nghĩ, Thày tìm dậy đúng lớp tôi mới học, lại chính chỉ vì... tôi.?

Tiếng Pháp, một ngôn ngữ đẹp như văn chương, và bàng bạc như một tiếng hát.

Hôm nay, trong khói thuốc ngạt ngào và vẫn bằng một giọng đam mê, đầy chất Thi Sĩ, Thày đọc cho cả lớp nghe bài "Ballade à la lune" của Alfred de Musset.

C' était, dans la nuit brune
Sur le clocher jauni
La lune
Comme un point sur le "i"...

Trăng chơi vơi
Trong một đêm nâu
Trên tháp chuông vàng
Mặt trăng tròn
Như dấu chấm trên đầu một chữ "i"

Giọng Thày quyến rũ và truyền cảm đến nỗi tôi nhìn ra vầng trăng sáng rực rỡ trong mắt Thày.

Đôi mắt bí ẩn của trăng soi, đôi mắt chỉ nhìn thấy riêng có tôi, qua làn khói thuốc mờ ảo, cùng với những bài giảng cũ, mới...

Cảm động vì bài thơ thì ít mà bởi chất giọng miên man của Thày thì nhiều, tan lớp rồi mà tôi vẫn cứ ngồi ngẩn ngơ nơi cuối lớp. Thày bước xuống khi chỉ còn có một mình tôi. Khoan thai, Thày cúi xuống thở lên tóc tôi, cùng với một lời... trìu mến.

Thày bỏ về rồi, mà tôi còn ngồi bàng hoàng với những cảm giác lạ lùng, không hiểu...

Đêm đó tôi ngủ với mùi thuốc của Thày thơm nhè nhẹ trên tóc, ngủ với mùi hương dịu dàng mà Thày đã thở trên mái tóc rất dài, đẹp mượt mà.

oOo

Tôi tham dự buổi vinh danh những Thày, Cô giáo cũ chỉ vì ham vui, và tiện thể cho một số công việc sau đó.

California những ngày chớm xuân, dọc theo những freeway tôi ngang qua, là rất nhiều hoa đang chớm nở. Nắng của sáng sớm rực rỡ, luôn làm tôi cảm thấy đời sống đầy ắp những tươi vui và mời gọi. Với lòng hân hoan đó, tôi rộn rã hàn huyên cùng bạn bè cũ, mới, trong buổi họp mặt rất đông thiên hạ.

Tôi đã không nhận ra là ai, cho đến khi Thày phải giới thiệu lại cả họ, lẫn tên.

Riêng Thày, nhận ra tôi bởi giọng nói. Âm thanh của những líu lo ngày xưa, thuở đi học, giờ vẫn chưa nhiều thay đổi.

Đứng trước mặt tôi, không còn cái vẻ giang hồ, lang bạt của người thày cũ. Lưng Thày hơi cong xuống, cho tôi nhìn ra sự xô lệch nhanh chóng của đời người. Thêm mái tóc lưa thưa, bạc trắng và đặc biệt là tiếng nói.

Cái âm thanh khàn đục làm tôi phải khó khăn lắm mới nghĩ ra Thày đang nói gì.

Trong tất cả những kỷ niệm mà đôi khi tôi nghĩ, nhớ về Thày. Duy nhất là mùi hương êm ái mà Thày đã thở trên tóc tôi, trong một chiều tan lớp. Kèm theo một câu nói đầu đời tôi được nghe, nghe lần thứ nhất, với đầy mê đắm, và chao đảo.

Thày nói có vài câu mà sao tôi thơ thẩn cả một thời gian dài, và cảm xúc đã làm tôi lạnh hết đôi tay mỗi khi nhớ đến.

Nhưng cuối cùng, tất cả đã như gió bay đi.

Tuổi trẻ, chúng ta dễ quên hết mọi thứ, mọi điều. Như một ánh chớp lóe sáng, rồi loãng tan theo cùng với những tung tăng, những vui đùa, và mưa nắng của đời...

Tôi đã không thủy chung theo đôi mắt chìm đắm của Thày, đôi mắt đẹp như trăng sáng.

Tôi cũng đã quên mất giọng trầm ấm, nồng nàn, khi Thày đọc những vần thơ mơ màng của Alfred de Musset.

Tôi mê những bức Tranh.

Tôi đã quyết liệt và quyết tâm. Tôi bước những gót chân nhẹ nhàng, rón rén, nhưng vô cùng liều mạng. Theo một người Họa Sĩ tài hoa, dù cho có nghèo nhất thế giới.

Chúng tôi đã sống cùng nhau cho đến ngày, chỉ còn có nỗi Chết mới là sự phân chia, mới là lời vĩnh biệt...

oOo

Buổi họp mặt cứ nấn ná như chẳng ai còn muốn ra về. Tôi và Thày bỏ bữa tiệc không muốn tàn, tìm ra một quán nhỏ.

Chúng tôi ngồi với Trăng, hướng nhìn xa xa là ngôi Thánh Đường đẹp nhất California: Christ Cathedral.

Tôi nhắc với Thày về những buổi học ngày xưa, những bài thơ Thày hay đọc. Thày hỏi tôi có còn muốn nghe lại bài thơ về vầng trăng, của những năm tháng cũ?

" *Lune, quel esprit sombre*
Promène au bout d'un fil
Dans l'ombre..."
" *Trăng ơi, hồn tăm tối*
Lắng sâu trên sợi chỉ mong manh
Và, đêm thâu..."

Tôi nhìn ánh trăng tròn, nằm mơ màng trên tháp nhà thờ. Tiếng Thày đọc khàn câm, lan man về những âm ỉ của quá khứ.

Thày khóc.

Nước mắt tôi cũng nhạt nhòa. Ánh trăng như chợt tối tăm ướt, theo nước mắt của Thày, và của tôi.

Trăng như một chiếc lá trong gió đêm, theo cùng với nước mắt. Trăng lung lay qua phải, Trăng vật vờ sang trái...

Trăng.

Rồi chẳng còn có bao giờ nữa, tôi thấy lại Trăng của những ngày tháng cũ.

Ánh Trăng xưa, sẽ mãi mãi không còn đứng giữa đỉnh tháp nhà thờ, như dấu chấm trên đầu của một chữ "I".

Lê Chiều Giang

* Thơ: "Ballade à la lune", Alfred de Musset (1810-1857)

NP PHAN
TẢN MẠN VỀ "HẠ ĐỎ CÓ CHÀNG TỚI HỎI"

TÌNH SẦU là bài thơ nổi tiếng nhất và hay nhất của nhà thơ Huyền Kiêu.

Ông tên thật là Bùi Lão Kiều (Có lẽ bút danh Huyền Kiêu xuất phát từ tên của ông là Kiều: Kiêu huyền thành Huyền Kiêu), sinh năm 1915, nguyên quán ở tỉnh Hà Đông (cũ). Ngoài viết văn, làm thơ ông còn cộng tác với nhiều báo ở Hà Nội. Ông công tác ở tạp chí Văn Nghệ (HNV), nhà xuất bản Văn học (HLHVHNTVN).

Những tác phẩm của Huyền Kiêu: Sang xuân (1960), Mùa cây (1965), Bầu trời (1976).

Sau 30 Tháng Tư năm 1975 ông vào Sài Gòn sinh sống. Ông mất ngày 8 tháng 1 năm 1995 (Ất Hợi), hưởng thọ 80 tuổi.

Bài thơ "Tình sầu" đã được nhạc sĩ Phạm Duy phổ thành ca khúc mang tên Ngày Xưa Một Chuyện Tình Sầu do ca sĩ Duy Quang trình bày. Nhạc sĩ Việt Dzũng cũng phổ bài thơ thành nhạc phẩm Thu Vàng Có Chàng Tới Hỏi.

Đáng tiếc là bài thơ "Tình sầu" hiện nay có khá nhiều dị bản. Theo tôi tìm hiểu thì ít nhất có đến ba (bốn) dị bản.

Thứ nhất là bản chép lại từ bản viết tay (Hình 1), được cho là thủ bút của nhà thơ Huyền Kiêu, có ghi địa điểm, thời gian sáng tác và chữ ký của tác giả (bằng mực đỏ), như trang mạng thica.net ghi nhận bản này. Tạm gọi là Bản 1.

Tình sầu

Xuân hồng có chàng tới hỏi:
– Em thơ, chị đẹp em đâu?
– Chị tôi hoa ngứt cài đầu
Đi hái phù dung trong nội.

Hè đỏ có chàng tới hỏi:
– Em thơ, chị đẹp em đâu?
– Chị tôi khăn thắm quàng đầu
Đi giặt tơ vàng trong suối.

Thu biếc có chàng tới hỏi:
– Em thơ, chị đẹp em đâu?
– Chị tôi khăn trắng ngang đầu
Đi hát tình sầu trong núi.

Đông xám có chàng tới hỏi:
– Em thơ, chị đẹp em đâu?
– Chị tôi hoa phủ đầy đầu
Đã nghỉ trong lòng mộ lạnh.

(Hà Nội mùa thu 1938)

Bản thứ hai là bản do hoạ sĩ Suối Hoa, con gái của cố thi sĩ Huyền Kiêu công bố. Trang <u>dutule.com</u> dẫn lại trong mục Một bài thơ cũ. Tạm gọi là bản 2.

Tình sầu

Xuân hồng có chàng tới hỏi
Em thơ, chị đẹp em đâu?
Chị tôi hoa ngát cài đầu
Đi hái phù dung trong nội

Hè đỏ có chàng tới hỏi
Em thơ, chị đẹp em đâu ?
Chị tôi khăn thắm quàng đầu
Đi giặt tơ vàng trong suối
Thu biếc có chàng tới hỏi
Em thơ, chị đẹp em đâu ?
Chị tôi khăn trắng ngang đầu
Đi hát tình sầu trong núi

Đông xám có chàng tới hỏi
Em thơ, chị đẹp em đâu?
Chị tôi hoa phủ đầy đầu
Đã ngủ trong hầm mộ lạnh
(1940)

Bản thứ ba, cũng là bản phổ biến nhất, có trên hầu hết các trang mạng. Tạm gọi là bản 3.

Tình sầu

Xuân hồng có chàng tới hỏi
Em thơ, chị đẹp em đâu?
Chị tôi tóc xõa ngang đầu
Đi bắt bướm vàng ngoài nội

Hạ đỏ vẫn chàng tới hỏi
Em thơ, chị đẹp em đâu?
Chị tôi hoa trắng cài đầu
Đi giặt tơ vàng bên suối

Thu xám cũng chàng tới hỏi
Em thơ, chị đẹp em đâu?
Chị tôi khăn trắng ngang đầu
Đi hát tình sầu trong núi

Đông xám lại chàng tới hỏi
Em thơ, chị đẹp em đâu?
Chị tôi hoa phủ đầy đầu
Đã ngủ trong lòng mộ tối

(1943)

So sánh giữa bản 1 và bản 2 thì thấy không có sự khác biệt nhiều, ngoài mấy điểm sau đây:
- Bản 1 có dấu (-) đánh dấu lời đối thoại, bản 2 thì không.
- Bản 1: hoa ngứt; bản 2: hoa ngát.
- Bản 1: Đã nghỉ trong lòng mộ lạnh
  Bản 2: Đã ngủ trong hầm mộ lạnh
- Bản 1: năm sáng tác 1938; bản 2: 1940

Tôi tìm hiểu thử "hoa ngứt" là hoa gì thì không có kết quả mà chỉ có "hoa ngấy", "ngấy hương", họ hoa hồng, một vị thuốc nam.

Bản thứ 3, bản phổ biến nhất thì có nhiều khác biệt so với bản 1 và 2:

- Từ "có" trong "có chàng tới hỏi" được thay bằng "vẫn", "cũng", lại" ở câu đầu các khổ thơ sau.
- "Tóc xoã ngang đầu", "bắt bướm vàng ngoài nội"
- "Hạ đỏ" chứ không phải "Hè đỏ" (?)
- "Đi giặt tơ vàng bên suối" thay vì "trong suối"
- "Thu xám" thay vì "Thu biếc"
- "Đã ngủ trong lòng mộ tối"

Tôi nghĩ rằng đã có một sự tam sao thất bản ở đây. Có thể người yêu thơ đã không được tiếp xúc với bản gốc (chính thức) nên đã tự ý đọc hoặc chép thơ theo cảm nhận của riêng mình, hoặc căn cứ vào một bản nào đó trên báo chí rồi truyền cho nhau. Khổ một nỗi là bản này lại là bản phổ biến nhất, nhiều người thuộc nhất.

Nhưng mà...

Tôi cứ băn khoăn điều này: "Hạ đỏ" hay "Hè đỏ"? Theo như bản gốc của tác giả thì rõ ràng là HÈ ĐỎ, chứ không phải HẠ ĐỎ.

Lâu nay vẫn nghe "Hạ đỏ có chàng tới hỏi" giờ thử sửa thành "Hè đỏ có chàng tới hỏi" nghe hơi... sốc, nghe nó không hay, nó thế nào ấy. Vả lại, người ta thường nói Xuân Hạ Thu Đông (Mùa Xuân em đi chợ Hạ, mua cá Thu về chợ hãy còn Đông - Ca dao), chứ ít khi nói Xuân Hè Thu Đông. Thật không hiểu vì sao HÈ ĐỎ hoá thành HẠ ĐỎ...

Trước năm 1975, ở miền Nam, thật sự không có nhiều người biết đến Huyền Kiêu. Khi còn tại thế, nhà thơ Đinh Hùng (bạn thân của Huyền Kiêu) có giới thiệu hai bài thơ của Huyền Kiêu là "Tình sầu" và "Tương biệt dạ" nhưng cũng không mấy người yêu thơ biết, không hẳn là vì ông là người của "phía bên kia", mà thời gian ấy, nhiều tác giả tác phẩm ngoài Bắc, nhất là các nhà văn, nhà thơ tiền chiến vẫn được đưa vào chương trình học, các tác phẩm vẫn được in ấn, phổ biến; mà có lẽ Huyền Kiêu chưa phải là nhà thơ thật sự có tiếng tăm.

Mãi cho đến khi nhà văn Viên Linh, một nhà văn có tiếng thời ấy lấy một câu thơ của Huyền Kiêu trong bài "Tình sầu" là câu "Hạ đỏ có chàng tới hỏi" làm nhan đề cho một cuốn truyện dài của ông thì bạn đọc mới tìm hiểu và biết được phần nào nguồn gốc của tên cuốn truyện.

Viên Linh tên thật là Nguyễn Nam, sinh ngày 20-1-1938 tại Phủ Lý, Hà Nam. Từ năm 1950, ông sống tại Hà Nội. Tác phẩm đầu tiên ông được trả nhuận bút viết năm 14 tuổi, đăng trên Nhật báo Tiếng Dân ở Hà Nội. Ông di cư vào Nam năm 1954.

Ông trưởng thành tại Sài Gòn, hoàn toàn sống bằng nghề cầm bút từ 1962, là Tổng thư ký Tòa soạn nhiều tuần báo chuyên về văn học nghệ thuật như Kịch Ảnh, Nghệ Thuật, Khởi Hành, Thời Tập... Là tác giả của hơn hai mươi cuốn sách trước 1975. Ông đạt giải nhất Giải Văn học Nghệ thuật toàn quốc của VNCH năm 1974 với tác phẩm "Gió thấp".

Nhà văn Viên Linh mất ngày 28 tháng 3 năm 2024 tại Virginia, Hoa Kỳ, thọ 86 tuổi.

Tôi là một trong những người hâm mộ nhà văn Viên Linh (mặc dù lúc đó tôi chỉ mới khoảng 15, 16 tuổi). Tôi rất thích thơ ông trong tập "Hoá thân", đặc biệt là thơ lục bát, đọc truyện ngắn của ông trên các tạp chí thời ấy, một số truyện dài. Năm 1973, tôi mua cuốn "Những mái nhà thấp" của ông, đọc hết mà không có ấn tượng gì (hic). Đến năm sau (1974) thấy công bố ông được giải thưởng Văn học Nghệ thuật toàn quốc với tác phẩm "Gió thấp". Thì ra, "Những mái nhà thấp" được tái bản với tên "Gió thấp". Đọc lại thì mới thấy... hay (hic).

Năm 1973, nhà văn Viên Linh đã ký hợp đồng độc quyền với nhà xuất bản Khai Hoá và đã in bộ tác phẩm gồm ba truyện dài: "Hạ đỏ có chàng tới hỏi", "Lòng gương ý lược" và "Tới nơi em ở". Tôi chỉ mới đọc được "Hạ đỏ có chàng tới hỏi", thấy rất hay. Hình như cuốn này đã được tái bản ở Việt Nam vào năm 2017.

Trong các ca khúc do Phạm Duy, Việt Dzũng phổ nhạc bài thơ này đều là "Hạ đỏ có chàng tới hỏi".

Nhà văn Nguyễn Nhật Ánh cũng có cuốn truyện dài "Hạ đỏ" xuất bản năm 1991.

HÈ ĐỎ CÓ CHÀNG TỚI HỎI đã thành HẠ ĐỎ CÓ CHÀNG TỚI HỎI.

Vẫn chưa có câu trả lời.

NP Phan

NGUYỄN THỊ HẢI HÀ
Đọc "Những Cơn Mưa Mùa Đông" của Lữ Quỳnh

"Những Cơn Mưa Mùa Đông" xoay quanh ba nhân vật chính, chú bé Vũ, ông già, và mẹ của Vũ. Hai nhân vật phụ là Cung (bố của Vũ) và người đồn trưởng (chồng sau của mẹ Vũ). Câu chuyện xảy ra ở một vùng quê miền Trung không tên. Những cơn mưa mùa đông lạnh lẽo bao trùm lên vùng đất này, xóa nhòa những nét đặc thù, biến nó thành một vùng quê tổng quát, hiện thân của bao nhiêu vùng quê miền Trung khác. Số phận của người ở địa phương trong quyển sách này cũng đầy cay đắng mỉa mai như số phận của đa số dân quê miền Nam trong thời gian chiến tranh Việt Nam. Thời điểm câu chuyện xảy ra vào khoảng phân nửa cuối của thập niên 50, độ khốc liệt của chiến tranh dần dần leo thang. Truyện bắt đầu từ lúc Vũ là cậu bé mười một tuổi cho đến khi cậu sắp thi tú tài, chừng 16 tuổi. Bố của Vũ, ông Cung, đã vào chiến khu. Mẹ Vũ sau một thời gian chờ đợi trong vô vọng đang chuẩn bị bước thêm bước nữa. Chiến tranh trở nên sôi động, ông nội của Vũ gửi cháu lên thành phố học và nhân dịp Tết, Vũ về thăm ông.

Chủ đề chính của quyển sách miêu tả sự xung đột nội tâm của ba nhân vật chính trong hoàn cảnh chiến tranh. Mỗi nhân vật bị giày vò với một nỗi khổ tâm riêng. Nếu dựa vào lý thuyết phân tích tâm lý học của Sigmund Freud người đọc dễ dàng nhận ra tâm trạng của Vũ được xây dựng trên sự biến dạng của hiện tượng Oedipus. Vũ rất yêu mẹ và sự thay đổi trong thái độ của mẹ (khi người mẹ bắt đầu yêu một người đàn ông khác) làm chú bé có cảm tưởng mình không còn được mẹ yêu thương. Người cha vắng mặt đã lâu nên không là đối tượng tranh giành tình cảm, trái lại, sự vắng mặt của ông lại là sự hiện diện thường xuyên trong tâm hồn Vũ. Trong cơn mưa dai dẳng mùa đông, nỗi nhớ bố của chú bé đủ mãnh liệt để biến thành giấc mơ gặp cha trên ngọn đồi đầy nắng.

Đứa trẻ nằm mơ thấy hắn vượt qua không biết bao nhiêu đồi cát dưới ánh sáng chói lòa bởi cát và mặt trời. Hắn thấy ẩn hiện phía trước mình một người đàn ông, khi trên đồi lúc dưới lũng thấp, theo từng bước chân đứa trẻ vượt qua. Hắn nghe mơ hồ trong không gian có giọng nói dội lên huyền hoặc cho hắn biết rằng: người đàn ông đang ẩn hiện phía trước là cha hắn. Đứa trẻ cố sức vượt lên, nhưng khoảng cách giữa hai người không bao giờ thu ngắn lại được.

Vũ là một chú bé nhạy cảm nên một cử chỉ vô tình hất hủi của mẹ đủ để làm tổn thương tâm hồn Vũ. Khi mẹ lập gia đình với một người đồn trưởng, người đàn ông này trở thành đối tượng chính tranh giành tình cảm với Vũ. Đồn trưởng và bố của Vũ đối nghịch nhau ở hai bờ chiến tuyến càng làm Vũ hận học với người đồn trưởng nhiều hơn. Đồn trưởng là hiện thân của uy quyền và tuổi trẻ thường không muốn bị uy quyền khuất phục, thêm một lý do cho Vũ ghét ông chồng sau của mẹ. Ngoan ngoãn, hiền lành, nhạy cảm, Vũ mang nhiều xung đột trong nội tâm. Thương ông nội, muốn ở với ông để giúp đỡ ông nhưng phải vâng lời ông đi học xa. Vâng lời ông, Vũ không tham gia họp kín tổ chức biểu tình chống chính phủ. Điều này lại làm Vũ có mặc cảm hèn nhát với Thông, bạn học của Vũ. Thương mẹ, nhớ mẹ nên muốn đi thăm mẹ và mỗi lần thăm mẹ gặp người chồng sau của mẹ Vũ lại có cảm giác mất dần người mẹ trong tâm hồn mình. Đôi khi:

"Vũ cảm thấy thù hận mẹ. Nhưng khổ nỗi, tình thương mẹ vẫn chưa chết hẳn trong lòng hắn. Do đó, bằng tâm trạng ngổn ngang với những tình cảm mâu thuẫn đã làm Vũ khốn khổ vô cùng. Bên cạnh sự căm phẫn, đôi khi Vũ cảm thấy nhớ nhung khuôn mặt xa xưa của mẹ, khuôn mặt của những ngày hắn còn thơ dại, khuôn mặt với đôi mắt dịu hiền như dòng sông êm đềm mỗi khi bà kể câu chuyện nồng thắm về người vắng mặt. Sự ra đi của cha Vũ đầy nét hùng tráng và lãng mạn như trong những bài hát của Phạm Duy một thời. Hắn không giấu niềm hãnh diện về cha, nhưng qua thời gian, đời sống khó khăn và những khổ đau chồng chất đã làm tâm hồn hắn oằn đi, chỉ còn những dỗi hờn và những đau đớn vô cớ. Chính những phút giây nhớ nhung hiếm hoi về khuôn mặt xa xưa của mẹ đã làm Vũ nghĩ đến việc bỏ một ngày chủ nhật tìm thăm."

Ông nội của Vũ, được mẹ gọi là Ông hay Thầy, sống với nỗi buồn không có con ở gần để săn sóc. Ông có ba con trai thì con trai đầu vào bưng, có địa vị, nhưng không thể về gặp ông. Hai đứa còn lại qua đời trong chiến tranh. Người con trai út chết vì bị giặc chém. Vũ là cháu đích tôn, lại rất giống bố nên mỗi lần nhìn Vũ ông cụ lại nhớ Cung, và càng buồn cho thân phận lá vàng khóc lá xanh của mình. Ông không màng vinh quang ông chỉ muốn gia đình sum họp, để được con trai săn sóc, và ông được nghỉ ngơi. "Nhắn với hắn là tôi già rồi. Tôi không mơ ước gì nữa hết ngoài việc mong sao gia đình sớm đoàn tụ... Tôi khổ lắm. Ông thấy đấy, chúng tôi đều khổ lắm. Tôi không còn tha thiết gì nữa hết. Tôi chẳng muốn cách mạng cách miết gì ráo. Tôi muốn sống bình yên như mọi gia đình bình thường khác." Chẳng những ông không được săn sóc, ông còn phải bảo vệ và nuôi nấng Vũ, vì người con dâu mà ông xem như con gái không chịu được sự cô đơn như nàng Tô Thị nên lập gia đình khác để cháu lại cho ông nuôi. "Rồi niềm hy vọng vào người vắng mặt là cha Vũ, niềm hy vọng như một trái cây treo mãi trên cành đã hết mùa nhưng chưa thấy chín." Ông cụ rất hay khóc. (Ai dám bảo đàn ông không biết khóc?)

Ông già đã âm thầm khóc như thế không biết bao nhiêu đêm. Nước mắt chảy xuôi với niềm hy vọng ngày thấy mặt cùng trở về chỉ làm da ông sớm nhăn nheo, tóc mau bạc trắng hơn thôi. Thân thế ông giờ như xác ve mỏng dính. Ông tự hỏi: không biết có còn đủ sức và niềm hy vọng có còn tươi xanh mãi cho đến giờ phút mà ông hằng mong đợi trong suốt mười mấy năm qua?

Mẹ Vũ, được gọi là Chị, yêu hai người đàn ông có lý tưởng và tính tình trái ngược nhau. Chị có mặc cảm tội lỗi khi nghe cơ thể mình thao thức, chị khao khát yêu thương, Nhan sắc vẫn mặn mà, mà chồng thì đi biền biệt không về. Điều khốn khổ là chị yêu kẻ thù của chồng chị một phần cũng vì hắn là biểu tượng của quyền hành và hắn có thể bảo vệ chị. Chị cố cưỡng lại thèm muốn của mình nhưng chị thua cuộc.

Trong một phút, chị không hiểu nổi lòng mình. Chị cố gắng chống đỡ một cách gượng gạo, để cuối cùng người đàn ông vẫn kéo sát được chị vào lòng y. Một bàn tay y đưa ra gạt những giọt nước mắt trên má chị. Bàn tay đang di chuyển trên da thịt chị. Từ bao nhiêu năm rồi mới có một bàn tay ngập ngừng trên da thịt làm sao cảm giác chị không mù lòa được. Chị nhắm mắt lại. Hình ảnh người chồng xa xăm theo thời gian đã mất hút dễ dàng. Kẻ lạ mặt trong đêm mưa gió kinh hoàng không thể níu giữ nổi một hoài niệm dù nhỏ nhoi về người chồng vắng mặt. Có thể chị có nghĩ đến đứa trẻ xanh xao sau cơn bệnh nguy khốn đang chờ chị về với hộp thuốc bổ cùng với những đồ chơi bé bỏng trong chiếc sắc kia. Hình ảnh tội nghiệp của thằng Vũ lúc đầu tưởng không thể nào xóa nhòa được trong lòng, nhưng sau đó chị thấy mình lầm. Chị đã quên tất cả. Trong chị chỉ còn có biển cảm giác hực lửa.

Những đêm mưa gió bão bùng chị lắng nghe tiếng chân hy vọng người về. Và khi chị bắt đầu yêu người đồn trưởng, những mong chờ người về khi trước biến thành nỗi hoảng sợ lo lắng. Số phận của chị sẽ chẳng ngọt ngào nếu hai người đàn ông chị yêu gặp nhau. Họ là kẻ thù của nhau vì họ chiến đấu cho hai mặt trận đối nghịch nhau. Vũ vì quá giống bố nên mỗi lần nhìn con chị nghĩ đến chồng và mặc cảm tội lỗi càng xâu xé chị. Bản chất trẻ, thèm yêu khát sống của người đàn bà trẻ tuổi này càng bộc lộ mạnh hơn khi đối diện với chiến tranh, sự sống có thể bị tước đoạt trong đường tơ kẽ tóc. Đây là một hiện tượng mà Sigmund Freud trong phân tâm học đã giải thích là hiện tượng Eros và Thanatos. Trong con người luôn luôn có sự xung đột đầy mâu thuẫn của sự sống và cái chết. Sự ham sống được biểu lộ qua tình yêu và tình dục để chống lại nỗi sợ hãi cái chết luôn luôn ám ảnh con người.

Bắt đầu nói, cho dù nói bằng sự giận dữ đi nữa, tức là bắt đầu chấp nhận người đối diện mình. Y suy luận một cách dễ dàng như thế. Y đặt bàn tay xuống chỗ áo ướt của người đàn bà, miệng xuýt xoa, nhưng tiếng nói chỉ còn là những âm thanh lắp bắp không thành lời. Người đàn bà nắm lấy bàn tay y định đẩy ra, nhưng chị lại giữ yên bàn tay đó trong tay mình, dù cho bàn tay đó bắt đầu không còn lễ độ nữa. Nó di chuyển trên khắp vuông ngực chị làm những cúc áo bật ra. Lúc đó người đàn bà mới vội vàng co rúm lại, đưa hai tay ôm lấy ngực và cúi người xuống. Nhưng dù sao cũng quá muộn. Chị đã đốt chị và bây giờ ngọn lửa đang độ đỏ thắm.

Người đàn ông kéo chị đứng lên. Y ôm chặt lấy vòng lưng chị. Y cúi xuống hôn lên má, lên môi chị. Mái tóc chị xõa tung. Những lọn tóc vướng qua mặt, qua vai, qua ngực... Chị mơ hồ nhớ đến những cảm giác thật xa xưa, ngày người chồng chưa thoát ly. Cái cảm giác đó đã chết trong chị từ bảy năm qua bây giờ đang trở về khốc liệt trong vòng tay kẻ khác. Chị biết con đê cuối cùng ngăn giòng nước lũ sắp vỡ. Chị biết rõ ràng điều đó, khi chị nhận ra những ngón tay chị đang bấu riết đôi vai người đàn ông.

Y dìu chị bước qua một ngưỡng cửa. Căn phòng không có ánh sáng, nhưng ánh sáng từ phòng ngoài chiếu vào cũng đủ cho chị nhận ra những gối chăn trải sẵn trên giường. Còn gì quyến rũ hơn các thứ đó, khi hai người đã điên cuồng trong cảm giác.

Người đàn bà ngã xuống giường. Chị buông thả cho bàn tay y tự do trên các hàng nút áo. Chị biết con đê cuối cùng đã vỡ. Nước cuồn cuộn trào ra.

Hoàn toàn trung thành với tựa đề của quyển sách "Những Cơn Mưa Mùa Đông", Lữ Quỳnh rất hào phóng trong việc miêu tả những cơn mưa.

Mưa trắng xóa cánh đồng. Cánh đồng mịt mù hơi nước. Mưa tầm tã trở lại như những ngày đầu tháng. Mưa làm bầu trời thấp hẳn xuống và ngày lúc nào cũng nhập nhòa như hoàng hôn. Những cơn mưa thê thiết kéo dài từ ngày này sang ngày khác. Những trận lụt liên tiếp hiện đến dễ dàng trong nháy mắt. Mưa ào ào đều đặn trên mái nhà. Mưa dày đặc, mưa xối xả, mưa tầm tã, mưa tóc tách, mưa nhập nhoạng, mưa mù mịt, mưa triền miên, mưa bất ngờ ào ạt, mưa xối đều đều, mưa rơi không ngớt ngoài trời, mưa trắng, mưa mù mùa đông. Những cánh đồng ngập nước trải rộng tận chân trời xám ngắt. Những giọt nước mưa từ mái nhỏ xuống. Dãy phố đìu hiu trong mưa. Mưa vẫn tàn nhẫn quất vào người hắn. Mưa như kéo dính trời và đất lại với nhau...

"Những Cơn Mưa Mùa Đông" nói về cái mỉa mai của số phận. Ông già chịu cảnh tre già khóc măng, suốt đời mong ngóng một bóng hình xa vời đang theo đuổi công danh lý tưởng bỏ vợ dại con thơ cho cha già. Số phận càng mỉa mai hơn khi ông thúc giục Vũ rời làng càng sớm càng tốt bởi vì ông biết những người đồng chí với con trai của ông lại về làng. Điều ấy có nghĩa là chiến tranh về làng. Cái lo lắng cho tính mạng đứa cháu nội ông yêu hơn cả bản thân của ông trở nên mỉa mai khi Vũ bị trúng thương, tính mạng chưa biết ra sao khi xe đò đi sau đoàn công xa bị phục kích. Nếu ông không cương quyết bắt Vũ phải đi, nếu Vũ không ngoan ngoãn vâng lời ông, có lẽ chúng ta sẽ có một kết cục khác. Tấn công đoàn công xa là những người cùng lý tưởng với cha của Vũ, những người Vũ ngưỡng mộ vì họ là nhóm người thuộc về phía cha mình. Tất cả niềm hy vọng cuối cùng của ông được gửi gắm vào cuộc đời Vũ.

Nhân vật của Lữ Quỳnh chán ghét chiến tranh và trở nên chai lì, "Chiến tranh quá dài đã làm mọi người quen dần với mọi đổ vỡ, tan nát. Người ta chấp nhận, chịu đựng mà không hề ta thán. Chết chóc, chia lìa không còn là một vĩnh biệt đớn đau." Tuy thế họ vẫn hy vọng và mơ ước vào một ngày mai thanh bình như Vũ đã nhìn cội mai già khô héo trong mùa đông và mừng rỡ nhìn thấy chồi non như là một điềm tốt cho cuộc đời của hai ông cháu.

Trời sáng tỏ và mưa vẫn tiếp tục nặng hạt. Vũ sững sờ trước cây mai chết khô giờ mới kịp nhìn thấy rõ. Hắn nhìn lớp vỏ xù xì, từ ngọn đến gốc. Chợt Vũ chú ý đến một chút màu xanh nhô ra từ một nhánh cây, để rồi cảm thấy sung sướng đến ngất ngây, suýt kêu lên thành tiếng. Cành mai khô kia vẫn chưa chết. Nó còn một chút màu xanh, còn một chút lá mầm nhú nhỏ như thế máu còn chảy, tim vẫn còn đập trong cơ thể.

Hy vọng này cũng bị tan nát theo tiếng nổ của bom đạn. Đó là sự mỉa mai của số phận người dân sống trong chiến tranh mà Lữ Quỳnh gửi đến độc giả qua giọng văn bình dị, êm đềm, chân thật hiền lành không oán thù như những nhân vật của ông. Đọc lại tác phẩm này 35 năm sau khi cuộc chiến tranh chấm dứt giúp tôi nắm bắt lại hình ảnh của một thời đã qua, và hình ảnh của những người chỉ mơ ước được có một cuộc sống bình thường, một gian nhà nhỏ hai vồng khoai lang thế mà đó vẫn là những ước mơ bị vỡ nát.

Tác phẩm chất chứa nhiều suy nghĩ của một người luôn luôn quan sát diễn biến nội tâm của chính mình được thể hiện qua nhân vật, với một chủ đề khó viết vì khô khan và buồn thảm, chiến tranh mà vui sao được. Thêm một điều đáng chú ý là khi tác phẩm này hoàn thành Lữ Quỳnh chỉ mới vừa quá ba mươi.

Nguyễn Thị Hải Hà

TRƯƠNG VĂN DÂN
Giới Thiệu Tác Giả Và Tác Phẩm
Dino Buzzati

"Dino Buzzati sinh năm 1906 tại Belluno, mất năm 1972 ở Milano (Italia). Trước khi viết văn, ông là họa sĩ, nhạc sĩ và nhà báo, từng là phóng viên chiến trường và phụ trách mục phê bình nghệ thuật cho Corriere della Sera, một nhật báo quan trọng nhất nước Ý. Với **Sa mạc Tartari** (1940), tác phẩm đã được dịch ra nhiều thứ tiếng, ông đã trở thành một trong những tên tuổi lớn của thế kỷ 20. Nhiều truyện dài của ông đã được chuyển thành kịch bản sân khấu, phát thanh và truyền hình. Truyện **Con chó gặp Chúa**, đã được trình diễn trên đài truyền hình Pháp.

Ông viết nhiều tiểu thuyết nhưng hình như thể loại yêu thích của ông là truyện ngắn. Chủ đề quen thuộc của Buzzati là những ám ảnh và nỗi bất an của kiếp người, sự chạy trốn thời gian, định mệnh, sợ hãi đối với hư vô, thất bại của sự sống, mong manh của tình yêu, bí ẩn của nỗi đau và cái ác..."

Bằng bút pháp độc đáo ông dắt người đọc ra khỏi cuộc sống thường ngày để bước vào một thế giới khác, rồi đẩy họ vào những sự kiện nghịch lý, ly kỳ và đầy bí ẩn. Bí ẩn vì nằm ngoài cánh cửa của đời sống thường nhật nhưng cũng có thể đồng hiện hữu với diễn biến thường ngày mà chúng ta đã vô tình không nhận thấy để cuối cùng phải kinh ngạc, suy nghĩ... trong một niềm xúc động sâu xa."

Dino Buzzati

Là một trong những nhà văn được đọc nhiều nhất của nước Ý, đến nay Dino Buzzati cũng là một nhà văn mà tên tuổi đã được rất nhiều tầng lớp độc giả trên thế giới yêu mến. Phong cách độc đáo trong những sáng tác đa dạng của ông đã làm cho Buzzati có được một vị trí đặc biệt trong nền văn học Ý thế kỷ XX.

Một nhà văn, một kịch tác gia, một nhạc sĩ, và một hoạ sĩ... nhưng điều kỳ diệu là ông đã làm tất cả những công việc đó trong khi vẫn tiếp tục duy trì công việc phóng viên cho nhật báo Corriere della Sera tại Milano từ khi ông 22 tuổi cho đến khi từ giã cuộc đời.

Là phóng viên báo chí nhưng Buzzati lại được giới văn học thế giới xem là một nhà văn viết truyện huyễn tưởng tài hoa và độc đáo nhất.

Buzzati sinh năm 1906 tại San Pellegrino, trong khu biệt thự của gia đình. Mẹ Buzzati, một bác sĩ thú y, là người vùng Venezia, còn cha ông là người vùng Belluno và là giáo sư ngành *luật quốc tế* tại viện đại học Milano. Buzzati là con thứ hai trong gia đình có bốn người con.

Khi ông chỉ vừa 14 tuổi (năm 1920) cha ông chết vì chứng ung thư tuy tạng, nên từ đó ông thường hay lo sợ rằng mình cũng sẽ bị nhiễm căn bệnh ấy- Thế nhưng cũng chính từ năm ấy trong ông cũng bắt đầu biểu hiện những đam mê mãnh liệt trong đời ông: yêu âm nhạc, mến núi non hùng vĩ cũng như mê vẽ tranh và viết văn. Những thú vui này đã theo ông đến suốt cuộc đời.

Tác phẩm văn học đầu tay *"La canzone delle montagne"* (Tiếng hát của núi rừng) đã được ông viết khi còn rất trẻ, 14 tuổi, sau một chuyến đi chơi trên dãy núi Dolomiti.

Năm 1924, ông vào Trường Luật ở Đại Học Milano, nơi mà ngày xưa, cha ông đã từng dạy luật quốc tế. Từ năm 1926-27 ông phải tham gia quân đội.

Ngày 10 tháng 7 - 1928, trước khi tốt nghiệp luật ông đã được nhận vào làm việc ở toà báo Corriere della Sera và tiếp tục làm việc tại đây cho đến cuối đời.

Vào năm 1933, ông cho xuất bản cuốn tiểu thuyết đầu tay, *"Barnabo delle Montagne"* (Barnabo của rừng thẳm) rồi cùng năm đó tờ Corriere della Sera gửi ông đi làm phóng viên đặc biệt tại Adis Abeba. Tác phẩm thứ hai của ông, *"Il Segreto del Bosco Vecchio"* (Bí mật rừng già) được xuất bản sau đó hai năm.

Bản thảo tác phẩm nổi tiếng *"Sa mạc Tartari"* đã được Buzzati giao cho nhà xuất bản lúc ông 33 tuổi nhưng mãi gần 4 năm sau, vào tháng sáu năm 1940, bản thảo mới được xuất bản lần đầu tại Milano. Trước khi in nhà xuất bản Longanesi chỉ yêu cầu tác giả phải đổi tựa vì tên nguyên thuỷ "La Fortezza" (Pháo đài) có thể gây ra sự hiểu lầm hay ám chỉ đến cuộc chiến tranh thế giới lần II đang sắp xảy ra.

Nhưng trước khi tác phẩm quan trọng này được phát hiện (1949), được hoan nghênh rồi nổi tiếng ở Pháp, ngay tại quê hương mình giới phê bình văn học không đánh giá cao văn tài của ông, có lẽ do ông không thích chạy theo trào lưu lúc đó là dùng những kỹ thuật hay ngôn từ mới lạ để phô trương mà chỉ thích viết những trang văn của mình theo lối kể truyện và trong đó đều có gửi một thông điệp nào đó cho người đọc. Ngay tại Ý, do vô tình hay cố ý, vì lòng đố kỵ nhỏ nhen, giới truyền thông thời đó đã đóng khung ông trong một bảng phân loại cứng ngắt, chỉ xem ông như một nhà văn viết những truyện ngắn ngắn, nửa như phóng sự, chả có gì xuất sắc.

Do thế chiến thứ hai bùng nổ nên ông phải chuyển qua làm phóng viên chiến trường khoảng ba năm trên những tàu chiến.

Vở kịch "Un Caso Clinico" (Một ca bệnh viện) của Dino Buzzati được trình diễn lần đầu tiên tại Piccolo Teatro ở Milan vào năm 1953 và sau đó , năm 1955, nhà văn **Albert Camus** đã phóng tác thành "UN CAS INTERESSANT" và đưa vở kịch này lên sân khấu Paris với sự đạo diễn của Georges Vitaly đã thành công vượt bật.

Ngày 1 tháng 10 cùng năm đó, tại Bergamo, một thành phố miền bắc Ý cũng trình diễn vở nhạc kịch "Ferrovia sopraelevata" (Đường sắt nâng cao) dưới sự điều hành của nhạc sĩ Luciano Chailly.

Các tác phẩm và kịch của ông lần lượt được trình diễn trên các nhà hát lớn, đọc trên radio sau đó trên truyền hình.

Năm 1958, Buzzati tổ chức triển lãm phòng tranh cá nhân lần đầu của mình tại Milano. Trong cùng năm, Buzzati nhận được một giải thưởng lớn về truyện ngắn của Ý với một tập gồm 60 truyện ngắn. Vào năm 1960, ông cho xuất bản quyển tiểu thuyết khoa học viễn tưởng duy nhất của mình, *"Il Grande Ritratto"* (Bức chân dung lớn).

Năm 1961 mẹ của Buzzati, bà Alba Mantovani, mất và 2 năm sau, ông đã viết phóng sự *"I due autisti "* (hai người tài xế) kể về đám tang đau buồn ấy.

Những tháng năm sau đó ông được toà báo phái đi khắp nơi: Từ Tokyo, Jerusalem, New York, Washington đến Praga, và ông cũng đã đến thăm căn nhà của Kafka, một tác giả mà giới phê bình thường đem ông ra so sánh và đối chiếu.

Vào năm 1964, Buzzati cho xuất bản quyển tiểu thuyết thứ năm và cũng là cuối cùng của ông, *"Un Amore"* (Một tình yêu), và hai năm sau, xuất bản một tác phẩm khác, *"Il Colombre"*, một tập gồm 51 tuyện ngắn, và cưới Almeria Antoniazzi vào tháng mười hai cùng năm. Vào năm 1969, ông cho xuất bản *"Poema a fumetti"* (Thi ca bằng tranh hoạt hình) một cái nhìn hiện đại về các huyền thoại, thi ca và tranh hoạt hình.

Năm 1970, ông được trao giải thưởng báo chí Mario Massai cho những bài báo đăng trên tờ Corriera della Sera về sự kiện con người đầu tiên đặt chân lên mặt trăng vào mùa hè 1969.

Ngày 3 tháng 10 cùng năm đó đài truyền hình Pháp cũng cho trình chiếu kịch bản *"Le chien qui a vu Dieu"* do Paul Paviot phóng tác và đạo diễn từ tác phẩm cùng tên "Il cane che incontra Dio" (Con chó gặp Chúa) của ông. Tháng 9 ông cho triển lãm tranh của mình tại Gallery Naviglio ở Venezia. 27 tháng giêng năm 1972 vở kịch *"Fontana"* được đạo diễn lừng danh Mario Bugarelli phóng tác từ tác phẩm *"Non aspettavamo altro"* (chúng tôi không chờ gì khác) của ông tại nhà hát ở Trieste.

Sau khi cho in tuyển tập truyện ngắn thứ sáu của ông và cũng là quyển sách cuối cùng, *"Le Notti Difficili"* (Những đêm khó nhọc), Dino Buzzati bị bệnh ung thư và sau đó phải nhập viện ở Milano.

Về tác phẩm "Sa Mạc Tartari": Dino Buzzati làm việc ban đêm ở toà soạn và thường trở về nhà lúc 3 giờ sáng, khi thành phố Milano hoàn toàn chìm trong yên lặng. Ông âm thầm quan sát sự "vụt thoát của thời gian" trong khi mình và các đồng sự đang già đi, như bị đóng đinh và cô lập trên bàn viết trong sự đợi chờ về một biến cố hay sự kiện nào đó sẽ xảy ra. Và một đêm trong những đêm dài đó ông đã cầm bút và viết: "Được phong sĩ quan, một sáng tháng 9 Giovanni Drogo khởi hành để đến pháo đài Bastiani, nơi nhậm chức đầu tiên" và đó là đoạn mở đầu cho quyển tiểu thuyết nổi tiếng "Sa mạc Tartari". Tác phẩm này lấy ý từ "...sự nhàm chán và đơn điệu của toà soạn vào ban đêm mà tôi đã từng trải nghiệm. Rất nhiều lần tôi đã có cảm tưởng rằng sự nhàm chán đó cứ kéo dài, mãi mãi không dứt, và chính nó sẽ làm tiêu hao một cách vô ích cuộc đời tôi. Tôi nghĩ đó là một tình cảm chung của tất cả mọi người, nếu tất cả bị đóng khung trong đời sống và giờ giấc cứng ngắt của đô thị. Sự hoán chuyển ý tưởng này thành một cuộc sống trong quân đội đến với tâm trí tôi như một bản năng: Tôi nghĩ không có gì phù hợp hơn với một cuộc sống trong pháo đài ở một biên giới thật xa và dùng nó để diễn tả những hao mòn của sự chờ đợi đó."

Tình tiết của "Sa mạc Tartari" khá đơn giản nhưng đầy tính biểu tượng và triết lý. Tác phẩm kể về một chàng trẻ tuổi, được phong hàm sĩ quan và bị gửi đến nhiệm sở đầu tiên. Nơi anh đến đồn trú là một pháo đài xưa cũ nơi vùng biên giới tiếp giáp với sa mạc Tartari đầy nét huyền bí và hoang vu. Trải qua những cuồng nhiệt và nao nức ban đầu, sau những chờ đợi về một chiến công hiển hách hay "một biến cố quan trọng nào đó sẽ xảy ra"... cuối cùng anh kiệt quệ vì đã mong chờ trong vô vọng về những cuộc tấn công của kẻ thù không bao giờ xảy đến. Anh đâm ra chán nản và hối tiếc vì đã hoang phí những tháng năm trong những hy vọng mong manh và vô ích. Cuối cùng anh già và chết trong một kết cục bi thảm và vô lý.

Câu chuyện tóm tắc có vẻ đơn giản nhưng với lối viết của Buzzati, từ những trang văn luôn toát ra những suy ngẫm buồn thảm và sâu lắng của kiếp người, về cuộc sống và cái chết, về ý nghĩa của dòng chảy thời gian ào ạt không gì ngăn nổi và mỗi lúc hình như mỗi giục giã, thôi thúc... rồi từng ngày, từng ngày bào mòn và làm tiêu tan tất cả: Cuộc sống, dự tính, ước mơ, hy vọng và ảo vọng. Cuối cùng, khi bị dồn đến tận cùng con người mới nhận ra là "biến cố quan trọng nhất..." của cuộc đời chính là cái chết. Nó luôn luôn hiện hữu, nằm ở phía trước như một cái đích vì nó cũng chính là một phần của sự sống. Bởi, khi cuộc sống không còn, tất cả rồi sẽ biến mất và cái còn lại chính là thái độ của con người lúc đứng trước sự thách thức tận cùng của sự hiện hữu.

Thành công trên bình diện quốc tế bắt đầu khi tác phẩm này được xuất bản ở Pháp năm 1949 với tựa đề là "Le Désert des Tartares" trước khi được dịch ra khoảng 25 thứ tiếng khác.

Chính Buzzati cũng xem đó là "cuốn sách của đời tôi" và sau này được các nhà phê bình đánh giá là một trong những quyển tiểu thuyết "*có ý nghĩa nhất*" trong thế kỷ 20.

Tuy thành công và nổi tiếng nhờ truyện dài nhưng chính Buzzati lại cho rằng truyện ngắn mới là sở thích của ông. Ông giải thích "bởi nó ngắn nên dù viết kém vẫn chưa kịp làm người đọc mệt mỏi" vì "điều lo lắng nhất của tôi là không muốn làm phiền người đọc". Và với suy nghĩ ấy chẳng những ông "không làm phiền" mà còn làm người đọc "tiêu khiển" và "xúc động". Tiêu khiển, theo Buzzati không phải chỉ làm cho họ "có được sự vui thích" mà chính là làm họ đánh mất sự tập trung, tách mình ra khỏi những ý nghĩ tầm thường của đời sống thường nhật để " bước ra khỏi sự nhàm chán" và cảm thấy thú vị.

Trong các trang viết, Buzzati thường mời người đọc bước ra khỏi cuộc sống bình thường để đi vào một thế giới huyễn tưởng, khác biệt với đời thường: từ đó ông dẫn dắt họ vào một mê cung đầy tình tiết bí ẩn, vô lý và nghịch lý nhưng luôn nằm phía sau cánh cửa của hiện thực - có khi trùng hợp hay đồng hiện hữu với hiện thực, nhưng người đọc không dễ dàng nhận biết - để rồi với đoạn kết bất ngờ ông mang đến cho họ những xúc cảm mạnh mẽ, quyến rũ, chinh phục họ rồi cuối cùng làm họ "xúc động" và phải nhìn lại mình, suy tư và cật vấn.

Để đạt được mục đích ấy Buzzati đã sử dụng một cách tài tình những chi tiết, xếp đặt chúng theo một tuần tự rất cá biệt nhưng hợp lý để biến độc giả thành một "kẻ đồng loã" trong một trò chơi ảo tưởng đầy tính văn học, liên kết các biểu tượng, những ám chỉ, ẩn dụ, để làm nền cho sự nhập nhằng, thường phản ảnh sâu sắc sự vô lý của cuộc sống, của truyện kể bằng một thứ ngôn ngữ độc đáo trong một phong cách đơn giản mà cụ thể, có khả năng biến những điều khó tin thành "điều tin được".

Sức mạnh trong cái nhìn cuộc sống theo một góc độ độc đáo của riêng ông kết hợp với sự trình bày những biến cố kỳ lạ bằng một văn phong hết sức "báo chí" đã làm ngòi bút của Buzzati thêm phong phú, khiến những câu chuyện kỳ lạ đầy tính huyễn tưởng nhưng vẫn mang hình bóng thực. Chính Buzzati đã nói: "Đối với tôi, tưởng tượng phải gần với chuyện hàng ngày. Nhưng không "tầm thường hóa" dù có một chút đời thường trong ấy. Một câu chuyện huyễn tưởng có tác động mạnh mẽ nhất, theo tôi, khi nó được kể bằng giọng văn giản dị và thực tế."

Chọn cách trình bày sự việc như chuyện hoang tưởng của Buzzati có thể là để tránh chính sách kiểm duyệt của chính quyền phát-xít Mussolini trong thời gian ông mới bước vào nghề báo và thấy cần tạo ra những lớp vỏ bọc cho những ý kiến của mình. Và với tài năng, trên phương diện báo chí, ông vẫn luôn làm người đọc hiểu rõ những sự kiện; còn về văn học thì ai đọc cũng thấy là trong những câu truyện kỳ dị đầy tính huyền hoặc đó luôn có một hiện thực kỳ ảo nằm ngay dưới bề mặt mỏng manh của cuộc sống, và từ đó thấy rõ hơn sự tầm thường và ngu ngốc của những lo âu, những tội lỗi, của sợ hãi và lãng quên, của sự xấu xa và cái ác.

Với Buzzati, người đọc thường kinh ngạc vì những nghịch lý nhưng cuối cùng phải giật mình, và suy nghĩ rồi xúc động. Và khi gấp sách không ít người đã phải hỏi rằng, từ những trực giác bí mật nào, từ những khám phá chân lý tiềm ẩn nào mà nhà văn đã nhận được sự xuất thần để viết những trang văn mạnh mẽ như thế.

"Tôi viết những cảm xúc của mình" Buzzati đã từng nói thế và ông chưa bao giờ đánh mất bản năng hoán chuyển ngay chính những sự việc của đời mình thành cổ tích.

Những đề tài yêu thích của ông: sự nôn nao của đợi chờ, sự vụt thoát của thời gian, ác mộng về đêm, nét đẹp bất biến của núi rừng, sự hững hờ của định mệnh, ảo tưởng về tuổi trẻ, sự kinh hãi, sự phù phiếm của vinh quang và tham vọng của thế tục, sự nhất thời của tình yêu, quái vật bất ngờ, nỗi cô đơn bất tận, sự dối lừa của thuốc men, tình thương cho những kẻ bần cùng, già yếu, thú vật, sự ngu dốt của đám đông và tiếng gọi tỉnh thức...

  Mặc dù tác phẩm của Buzzati rất đa dạng và nhiều thể loại, nhưng người ta đều thấy một đề tài quen thuộc và luôn hiện hữu: núi rừng. Nó luôn luôn xuất hiện trên những trang văn và hội hoạ của ông. Hình như ông luôn tiếp cận, trong nỗi cô đơn day dứt của mình, vào những nơi chốn nào đó đã mất và bị quên lãng bởi thời gian, nơi loài người sinh ra và sống bình an, chưa có phân biệt những giai tầng hay trật tự xã hội. Trong mỗi tập sách của mình hình như Buzzati muốn làm cho người ta liên tưởng đến một giai đoạn nào đó của đời người. Rồi trong giòng chảy của thời gian ông chọn lọc và nắm bắt lấy từng mảnh của lịch sử và chắp nối lại, biến nó thành một cốt truyện huyền ảo trong tiểu thuyết. Các nhân vật của ông thường không có nguồn gốc rõ ràng, nhưng luôn bị đẩy vào một bố cục kỳ lạ hướng về cõi chết. Mỗi giai đoạn tiếp theo là một sự tái sinh của một kinh nghiệm. Đó là sự chọn lựa có tính trước của ông và người ta có thể nhận biết qua "Bí mật rừng già" và "Sa mạc Tartari": khu rừng của tuổi thơ và đồng bằng của tuổi trưởng thành. Và cuộc sống vẫn tiếp tục để phát sinh "những quái vật bình thường" trong đời sống hiện đại, tạo nên những con người biến chất, đánh mất sự thuần khiết nguyên thuỷ.

  Để tìm hiểu về triết lý sống và sự ẩn mình của Buzzati trong huyễn tưởng cần phải để ý đến thời đại của ông và đi tìm trong nội tâm tác giả: Trước hết đó là sự chối bỏ hiện thực, phát sinh từ sự bành trướng của chủ nghĩa phát xít đến các cuộc chiến tranh thế giới, các cuộc nội chiến ở châu Âu trong thế kỷ 20 và cuộc chiến tranh lạnh giữa các siêu cường đến sự tái thiết sau chiến tranh, sự bùng nổ và suy thoái kinh tế, đến chủ nghĩa tiêu thụ và sự tầm thường thô tục, vô lý của đời sống. Sau cùng là sự nhận thức của ông rằng hiện thực chỉ là một biểu hiện bề ngoài rất mong manh và cuộc đời thực ra chỉ là một chuỗi chờ đợi ngắn hay dài về một biến cố nào đó để có thể đẩy con người vào một hoàn cảnh đặc biệt và cho phép anh ta giải mã những dấu hiệu đầy dẫy trong đời để chứng minh sự hiện hữu của hiện thực đó.

Có ý kiến cho rằng nhân sinh quan của Buzzati bị ảnh hưởng bởi **Giacomo Leopardi**, một nhà thơ Ý sống trước ông khoảng một trăm năm trước. Nhà thơ này xem hy vọng chỉ là kết quả của những ảo tưởng, nhưng nó cũng chính là những tia sáng mà con người có được và có thể loé sáng trong những khoảng khắc kỳ lạ nhất trong cuộc đời tăm tối: mặc dù là cuối cùng con người cũng sẽ thất vọng với cuộc trải nghiệm của mình nhưng chính hy vọng đã giúp họ bước những bước chân trong cuộc hành trình gian nan và đầy khổ lụy.

Nhiều chuyện của Buzzati nằm trong quan điểm ấy.

Về đề tài và cách viết của Buzzati thì có nhiều đánh giá cho rằng ông rất gần với Kafka trong tính cách tạo ẩn dụ và cho những biểu tượng mình những dấu ấn siêu thực. Và điều này đã làm Buzzati rất phiền. Trong một bài viết trên báo ngày 31-5-65 ông nói:" *Từ khi cầm bút, Kafka chính là cây thập giá của tôi. Không có truyện ngắn, tiểu thuyết hay kịch bản nào của tôi mà giới phê bình không tìm thấy những điều tương tự, thậm chí bắt chước hay đạo văn..*"

Nhưng điều làm cho Buzzati khác với Kafka chính là ở chỗ những nhân vật của ông không thở hít cái không khí của sợ hãi hoang tưởng mà con người của thời đại chúng ta đã phải gánh chịu. Trong các truyện ngắn của ông chúng ta dễ nhận ra hình ảnh và tâm trạng của chính mình, mà với nụ cười hóm hỉnh Buzzati đã trình bày những tình tiết một cách rất tinh tế.

Vài ngày trước khi đi chữa trị bệnh ung thư, trên trang cuối cùng của quyển nhật ký từ Belluno, khi ngồi ở một góc trước mộ mẹ mình, ông đã ghi chép: " Con đã nhận lệnh, và con phải ra đi " rồi sau khi nhập viện ở Milano, ngày 28 tháng giêng năm 1972, khi ngoài trời đầy giông bão và gió, tuyết, Dino Buzzati đã đón chờ cái chết một cách can đảm và đầy phong cách như chính nhân vật Giovanni Drogo của mình trong tiểu thuyết "Sa mạc Tartari".

Năm đó ông được 66 tuổi.

Trương Văn Dân

TIỂU LỤC THẦN PHONG
TÌNH NGHĨA MÀ

Trời rét căm căm, gió lạnh thổi ù ù bên ngoài, đường xá im vắng không một bóng người, không cả một chiếc xe qua lại. Ông Thanh uể oải ngồi dậy để đi đón Huệ, ngày nào cũng thế, mười một giờ tối phải đi rước vợ về. Huệ làm phục vụ cho nhà hàng buffet Hibachi ở vùng Riverdale. Huệ qua Mỹ đã hơn hai năm rồi mà ông Thanh vẫn không chịu tập cho Huệ lái xe, nhiều lời ra tiếng vào cũng đến tai ông nhưng ông mặc kệ. Ông chấp nhận sáng chiều đưa đón chứ không hề muốn cho Huệ lái xe, cũng may công việc của ông rất tự do, không lệ thuộc giờ giấc nên mới có thể đưa rước như thế!

Ông Thanh vốn là cựu đại úy quân lực Việt Nam Cộng Hòa, vượt biên qua Mỹ từ những năm đầu thập niêm tám mươi của thế kỷ trước. Ban đầu ở trại Paula Bidong được chín tháng, thời gian ấy được học tiếng Anh lại có tiền tiêu vặt do cao ủy tỵ nạn liên hiệp quốc tài trợ. Trường hợp của ông nhanh chóng được xét duyệt cho đi Mỹ, đến Mỹ học ESL một thời gian nữa thì coi như tiếng Anh đủ ngon lành để giao tiếp. Thời còn ở trong quân lực Việt Nam Cộng Hòa, ông Thanh vốn là dân kỹ thuật nên rất rành về xe cộ máy móc, bây giờ sang đây ông xin vào làm ở một body shop T &T, vừa làm vừa học thêm. Anh chủ body shop cũng là người Việt nên cũng tận tình chỉ vẽ thêm. Sau vài năm ông tích lũy được một số vốn và kinh nghiệm nên ông xin nghỉ làm. Về nhà sắm sửa những dụng cụ cần thiết của nghề sửa xe và từ đó đi sửa dạo. Ông có tay nghề giỏi, làm tận tình, tới tận nhà, giá cả dĩ nhiên rẻ hơn ở body shop rất nhiều... từ đó tiếng tăm Thanh sửa xe lan rộng trong cộng đồng. Đồng hương gốc Mít ở vùng Jonesboro, Morrow, Lake City, Forest Park, Riverdale, College Park... hễ xe có vấn đề thì kêu ông Thanh đến nhà sửa xe. Ông Thanh hành nghề tự do, chẳng có ràng buộc gì về thời gian địa điểm. Ông Thanh chỉ nhận tiền mặt. Việc này khiến cả hai bên đều hài lòng, chủ xe trả giá rẻ, ông Thanh không phải trả thuế. Cả một vùng ngoại ô thành Ất Lăng người Việt đều biết đến tiếng ông Thanh sửa xe.

Ông Thanh tướng người thấp, gầy và nhỏ con như hầu hết người Việt, điều đầu tiên đập vào mắt mọi người là dơ. Ông Thanh ở dơ dễ sợ, hầu như không tắm rửa hay thay quần áo. Người lúc nào cũng lấm lem dầu nhớt, mười ngón tay đen kịt, cáu bẩn bám các kẽ thành viền, ngay cả những nếp nhăn trên da cũng là vệt đen. Quần áo thì không phải nói nữa, bộ đồ sửa xe không biết ông mặc đã bao nhiêu năm, cũ xì, dơ dáy và hôi hám dễ sợ. Chủ sao vật vậy, cái xe van của ông cũng y như một thùng rác di động, đủ thứ hầm bà lằng từ đồ nghề đến những vật linh tinh khác. Có người còn cười bảo: "Cái xe của ông Thanh có bỏ ra đấy tụi trộm cắp cũng không thèm rớ vào". Việc đầu tiên trước khi sửa xe là chủ xe phải cho ông uống vài lon Heineken, việc này gần như luật bất thành văn, mọi người ai cũng biết như thế. Có uống vào ông mới chịu làm. Ông Thanh lúc nào cũng lè nhè, người vừa hôi hám vừa có mùi chua của bia. Có lần ông bị cảnh sát quây đèn và còng tay vì DUI, phải đóng tiền phạt cả ngàn đô, đi lấy rác ngoài công cộng 40 giờ và phải đi học luật trở lại... ấy vậy mà ông vẫn không sợ, chứng nào tật nấy. Người ta bảo: "Giang san dễ đổi bản tánh khó thay" thật chí lý lắm thay!

Năm 2000 có người mai mối cô Huệ cho ông Thanh, ông đồng ý liền vì thấy cô Huệ cũng khá đẹp, lại là gái quê miệt vườn thuộc vùng sâu vùng xa của Sóc Trăng. Phải công nhận Huệ đẹp chơn chất, thật thà và có phần quê mùa, đó là phẩm chất của người vùng sông nước. Ông Thanh chịu, đám cưới nhanh chóng diễn ra và mọi người khuyên ông bảo lãnh diện đính hôn sẽ nhanh hơn bảo lãnh diện vợ chồng. Điều này đúng vào thời điểm đó, những người bảo lãnh diện vợ chồng chờ đến bốn hoặc năm năm mới đến lượt phỏng vấn, trong khi diện đính hôn chỉ hơn một năm là đáo hạn, tuy nhiên bảo lãnh diện đính hôn thì khi qua Mỹ phải phỏng vấn lại, làm lại đám cưới...Ông Thanh làm theo lời hướng dẫn của văn phòng luật sư, đứng ra bảo lãnh Huệ diện hôn phu hôn thê. Chỉ chừng năm rưỡi sau là Huệ đến được Mỹ. Khi bảo lãnh gặp phải trở ngại là ông Thanh không có income vì toàn làm và nhận tiền mặt. Thế rồi người bà con của ông đứng ra cosign cho ông Thanh. Đám cưới ông Thanh và Huệ diễn ra ở Sóc Trăng rất vui, ai cũng mừng cho hai vợ chồng. Ai cũng chúc Huệ sớm thoát khỏi cảnh đồng ruộng sình lầy để qua Mỹ hưởng sung sướng. Tuần trăng mật của Thanh và Huệ cũng đẹp như bao cặp vợ chồng mới cưới khác. Ông Thanh quay lại Mỹ sớm nên hai người chưa kịp nhận ra được những cái xấu của hai bên. Tình viễn dương quả thật đẹp và đầy mộng ước.

Ngày Huệ đến Atlanta, ông Thanh ra sân bay đón và đưa nàng về ngôi nhà mà ông tạo dựng nên, mấy tuần đầu ông chiều vợ dữ lắm, quấn quýt bên vợ, không nhận bất cứ cuộc gọi sửa xe nào. Dĩ nhiên là Huệ cũng rất hạnh phúc, có thể nói là tuần trăng mật lần thứ hai, tuy nhiên trăng mật lần này nhanh chóng chuyển thành mật đắng. Bây giờ Huệ không còn mơ mộng nữa mà đối diện với thực tế trần trụi, con người ông Thanh như thế, khác xa với hình ảnh ông Thanh khi về Việt Nam cưới Huệ. Khi Huệ có thẻ xanh, ông Thanh cất giữ chứ không chịu đưa cho Huệ. Ông Thanh không tập cho Huệ lái xe, hoàn toàn không có ý định này! Muốn đi đâu thì ông chở, ông chấp nhận đưa đón chứ không cho Huệ lái xe. Ông sợ mất Huệ, ông đã nghe được nhiều người nói chuyện những cô gái được chồng bảo lãnh qua Mỹ, hễ có thẻ xanh là lập tức bỏ chồng! Vì vậy ông cảnh giác cao độ, phần nữa bản tánh độc tài và ích kỷ, ông muốn Huệ phải lệ thuộc ông, chịu sự sai xử của ông.

Huệ thất vọng não nề, những tưởng qua Mỹ được hưởng cuộc sống sung sướng như người ta vẫn thường khoe. Huệ vỡ mộng, qua Mỹ ngày ngày vào nhà hàng làm quần quật ngày mười bốn tiếng đồng hồ. Huệ vỡ mộng vì ông Thanh, chồng Huệ không như những gì Huệ tưởng. Ông Thanh hiện thực dơ dáy, ích kỷ và tính toán thủ đoạn. Phần ông Thanh cũng không hài lòng về Huệ, Huệ không phải dễ bảo, dễ sai khiến như ông tưởng. Hai vợ chồng liên miên kình cãi, hết chiến tranh nóng rồi chiến tranh lạnh. Ông Thanh đi sửa xe cho người ta, đến đâu cũng ca cẩm, than vãn thậm chí chửi Huệ thế này thế kia.

Hôm nọ chiếc xe Van Request nhà ông Định chết máy. Ông Thanh được gọi đến, dĩ nhiên là ông Định cũng sẵn sàng mấy lon Heineken rồi. Ông Thanh quất hai lon và cằm ràm:

- Con vợ tui nó làm biếng trời gầm anh ơi, Nó đi làm nhà hàng vậy mà tui toàn ăn mì gói. Nó chẳng nấu nướng món gì cho tui ăn, nhà cửa bầy hầy nó cũng chẳng dọn dẹp.

Ông Định cười:

- Cổ đi làm nhà hàng mười bốn tiếng một ngày thì còn sức đâu mà nấu nướng dọn dẹp nhà cửa? Vả lại một phần cũng tại chú, chú bầy hầy quá.

- Nhưng nó làm vợ thì ít ra nó cũng quán xuyến nhà cửa chứ! Tui có công bảo lãnh nó qua mà!

- Tui nghe người ta nói chú không chịu dạy cho con Huệ lái xe, sao vậy? Phải tập cho cổ lái xe chứ, rồi mua cái xe cũ cũ rẻ rẻ một chút cho cổ tự lái đi làm chứ hơi đâu ngày nào cũng đưa đón cho mệt!

- Không được đâu anh ơi, tui nhất định không tập cho nó lái xe, thà chịu khổ đưa đón cho nó lành.

Ông Định biết tâm địa của ông Thanh nhưng giả vờ không biết, ghẹo:

- Có phải chú sợ mất vợ?

Ông Thanh thật thà thú nhận:

- Đúng đó anh! Nhiều người bảo lãnh vợ qua Mỹ, chỉ một thời gian sau khi có thẻ xanh, biết lái xe là nó bỏ chồng theo trai liền! Nhất là những ông nào bảo lãnh vợ trẻ đẹp lại cho đi làm nails, tụi nó nhanh chóng nhập hội đua đòi và bỏ chồng. Thực tế đã có nhiều trường hợp như vậy đó.

- Vậy chú định làm tài xế đưa rước suốt đời à?

- Ừ, thì tới đâu hay tới đó.

Huệ làm ở nhà hàng Buffet ngày mười bốn tiếng, tuy cực khổ nhưng chịu được vì bản chất Huệ vốn gái quê, chịu thương chịu khó, ngày xưa ở quê làm ruộng còn cực hơn mà lại không có tiền. Giờ làm nhà hàng tiền cũng tích lũy kha khá, lại ngày ngày không tốn tiền ăn. Ở nhà thì ngày nghỉ ông Thành chở đi chợ mua chút ít gì đấy cho nấu ăn trong ngày nghỉ. Ông Định và ông Thanh tuy chênh lệch tuổi nhưng cả hai cũng là bạn, cùng đi lính quốc gia, cùng ở một địa phương, giờ ở xứ Mỹ lại gặp nhau nên thân nhau. Qua mối quan hệ của hai ông mà Huệ cũng quen và thân với bà vợ ông Định, bà hiểu và thông cảm với hoàn cảnh của Huệ, ngày Huệ không đi làm bà thường ghé qua chở Huệ đi chợ, đi mall... Huệ tâm sự với bà vợ ông Định:

- Con khổ lắm cô ơi, ông xã con ổng ghen dữ quá, ghen bóng ghen gió, đàn ông gì mà ghen còn hơn đàn bà. Hễ con nghe điện thoại là ổng nghe lén, con gọi phone về nhà là ổng theo dõi, tra hỏi, nghi ngờ. Việc gì ổng cũng tra gạn chi li từng tí một, thậm chí ổng nói trổng trơ về những người làm ở nhà hàng Buffet mà con có biết ai đâu. Hồi mới có thẻ xanh, ổng dấu chứ đâu có đưa cho con, đến khi điền đơn đi làm ổng mới chịu đưa ra. Ổng nhất định không tập cho con lái xe...

Những lời than vãn của Huệ bà Thu đã nghe người ta xì xầm nhiều rồi, bà cũng biết phần nào về ông Thanh như thế rồi. Bà thương con Huệ là vậy, với bản tánh chơn chất, thật thà, chịu thương chịu khó của người phụ nữ Việt Nam ngày trước. Bà khuyên Huệ:

- Thôi ráng chịu đi con, dù sao chú ấy cũng tốt, chú ấy thương con, sợ mất con nên mới ghen như vậy!

Huệ im lặng một lát rồi bộc bạch:

- Người gì đâu mà dơ dáy hôi rình, đã vậy lúc nào cũng nhè nhè bốc mùi bia rượu.

- Cái này thì chịu thôi, thói quen hình thành, bản chất khó thay, vả lại chú ấy sống độc thân gần hai mươi năm nên sống lùi xùi bầy hầy đã thành nết.

- Con lấy chồng Việt Kiều, qua Mỹ tưởng sướng như người ta đồn, nào ngờ khổ qúa cô ơi!

- Ráng chịu đi con, phước phần và duyên số mỗi người khác nhau, chẳng ai giống ai, hơn nữa đừng tin mấy người nổ sảng. Ở bên này làm nhà hàng hay chà chân thấy mẹ luôn, vậy mà dzìa bển nổ banh nhà lồng, khoe khoang này nọ làm cho bao người hiểu lầm, thấy lệch lạc về cuộc sống ở Mỹ.

Bà Thu vợ ông Định là chỗ quen và gần gũi nhất với Huệ bây giờ, ngoài hai vợ chồng ông Định ra Huệ đâu có quen biết ai khác. Người bà con xa đã mai mối ông Thanh cho Huệ thì đã di chuyển theo con qua bang khác rồi. Ngoài sáu ngày làm quần quật ở nhà hàng, về đến nhà chỉ còn tắm rửa và đi ngủ. Ngày nghỉ thì đi chợ với bà Thu, đây cũng là chút thời gian thoải mái nhất của Huệ. Cuộc sống ở nhà và đời sống vợ chồng của Huệ sao ảm đạm từ bao nhiêu năm nay. Ngày ngày đi làm về, nếu chưa ngủ thì Huệ lướt mạng xã hội xem người ta chửi nhau, khoe thân khoe của hay làm những chuyện xàm. Huệ tránh đụng mặt ông Thanh, xưng hô toàn ông với bà. Đêm nay cũng như mọi đêm khác, sau khi Huệ xuống xe bước vào nhà. Ông Thanh lầu bầu trong miệng:

- Làm nhà hàng mùi đồ ăn chiên xào bám vào đầy quần áo tóc tai, vậy mà trong nhà hổng có món gì để ăn.

Huệ đáp trả:

- Muốn ăn thì tự nấu mà ăn, tui cũng đi làm mười bốn tiếng một ngày, sức đâu nữa mà hầu! Ông nói tui người toàn mùi thức ăn nhà hàng, vậy ông thử nhìn lại thử xem, người đầy mùi dầu nhớt, qầun áo dơ hầy.

- Vậy chứ tui bảo lãnh bà qua Mỹ để làm gì?

- Người ta bảo lãnh vợ qua Mỹ, cuộc sống sung sướng, đi làm, đi chơi, giao thiệp với mọi người. Tui chỉ có đi làm rồi về nhà, xe cũng không được tập để lái. Sống với ông cứ như tù nhân.

- Đàn bà gì hổng biết điều, tui lo cho hạnh phúc của gia đình, tụi sợ... lỡ có gì thì tan đàn xẻ nghé.

- Ông đừng có mà ngụy biện, ông ghen bóng ghen gió, ông ích kỷ.

- Tui bảo lãnh bà qua Mỹ tốn bao nhiêu công sức và tiền bạc, vậy mà chẳng hưởng được chút gì ngọt ngào, toàn cay đắng.

- Tại ông, ông ghen quá, tính toán kỹ quá, vả lại hồi ông bảo lãnh nhờ có chú Định cosign chứ ông đủ điều kiện bảo lãnh. Qua Mỹ rồi bao nhiêu năm nay tui có biết gì về Mỹ đâu? Quanh năm ở trong xó nhà này, ngày ngày chui rúc trong nhà hàng Hibachi, cả tuần có được buổi đi chợ... Tui qua Mỹ hưởng được như thế sao? Ông nói thử tui sướng chỗ nào?

Ông Thanh nốc cạn chai Heineken, lắc đầu quầy quậy, ngồi thu lu trên sofa, vừa xem football vừa càm ràm:

- Thì qua Mỹ cũng phải làm ăn chứ không lẽ ngồi không? Ai mà hổng đi làm!

- Làm thì làm, nhưng người ta ngoài làm ra còn có cuộc sống. Tui chỉ có đi làm và ru rú trong nhà.

Cứ như thế, những cuộc cãi vã liên miên bất phân thắng bại, ai cũng có cái lý của mình. Hai người sống chung trong một nhà nhưng hai tư tưởng khác nhau, quan điểm khác nhau, lối sống khác nhau, chịu đựng lẫn nhau. Cả hai cùng khổ, cùng than vãn, cùng công kích nhau, kể xấu nhau nhưng còn may (hay là không may) vì chưa bỏ nhau? Cái duyên số chi mà lạ! Ở đời này thiên hạ chẳng ai giống ai, chẳng có cái khổ nào giống cái khổ nào. Ông Thanh không bỏ vợ là chuyện dĩ nhiên, là chuyện phải thế! Nhưng Huệ không bỏ ông Thanh, chịu đựng ông Thanh mới là điều đáng nói. Huệ vẫn còn trẻ và đẹp, sau mấy năm ở trong bóng mát càng thêm trắng trẻo ra. Huệ giờ có tiền và đã biết nhiều thứ hơn khi mới qua Mỹ. Huệ không bỏ ông Thanh là cái phước của ông ấy, nếu Huệ bỏ ông ấy thì chẳng còn ai chịu lấy ông ấy! Nhiều người cứ xì xầm: "Người ngợm như ông Thanh sao có thể sống chung được?" Có lẽ Huệ là cô gái quê mùa, chịu thương chịu khó, chắc phác và nhẫn nhục...Huệ chấp nhận cái hoàn cảnh của mình. Huệ không đua đòi theo trào lưu xã hội, không có đòi hỏi nhiều về sắc dục. Căn bản là Huệ có tư cách, cô ấy vẫn thường nghĩ: "Dù gì thì ông Thanh cũng đã bảo lãnh mình qua Mỹ, đưa mình từ vùng sâu vùng xa đồng ruộng bùn lầy đến đất Mỹ". Huệ làm nhà hàng cực khổ nhưng tích lũy cũng kha khá vốn liếng. Đồng tiền ấy, công sức quần quần quật ấy đượm mùi dầu mỡ chiên xào, cái mùi ấy bám vào người Huệ, dù có tắm gội mấy cũng vẫn còn nghe mùi. Huệ có tiền để dành, có tiền gởi về Việt Nam giúp ba má và gia đình, điều này làm Huệ vui và cũng vì điều này mà Huệ chấp nhận đánh đổi tất cả. Huệ không được hạnh phúc cá nhân như ước mơ nhưng bù lại Huệ vui vì sống có ích, giúp đỡ được ba má, trả chút ơn nghĩa sinh thành. Huệ là cô gái nghèo ở vùng sâu vùng xa, qua Mỹ vẫn còn giữ được nét chân quê, tình nghĩa của người miền sông nước, sự chịu thương chịu khó của người miệt ruộng vườn. Huệ là cô gái khó thấy, khó tìm được ở trong thời buổi bây giờ.

Huệ và bà Thu xà quần trong chợ đồ cũ Goodwill cả mấy tiếng đồng hồ, lựa quần áo, mua những món lặt vặt linh tinh... Có lẽ đây là thú vui của hai người và cũng là thú vui của hầu hết những bà vợ, bà nội trợ ở vùng ngoại thành Ất Lăng này!

Có một lần chị Chi, người bạn quen thông qua bà Thu, cùng đi chợ đồ cũ. Chị ta buột miệng:

- Người như ổng (ông Thanh) sao dám ngủ chung?

Không biết Huệ có buồn hay cố giấu nỗi buồn mà giọng tỉnh queo:

- Phòng ai nấy ngủ, từ lâu rồi em đâu có ngủ chung.

Chị Chi nói xong có lẽ thấy mình cũng vô duyên nên gỡ gạc:

- Nói thì nói vậy chứ "Lia thia quen chậu vợ chồng quen hơi"

Càng gỡ lại càng hố hơn, Huệ thật thà:

- Quen gì nổi chị ơi! Ráng mà sống thôi, tình nghĩa mà!

Tiểu Lục Thần Phong
Ất Lăng thành, 0424

em đã về đây thăm một bận
: tưởng rằng tiếp tục đến mai sau
dè đâu nhà ngói cùng cây mít
không giữ được giùm ta với nhau
...
em gả về mô rồi Đại Lộc
không thèm khăn gói đến Hòa Vang
tôi công tử bột làng Liêm Lạc | không nhớ mô nghe, chỉ bàng hoàng - LH

PHAN TRANG HY
ĐÔI ĐIỀU KHI ĐỌC TÌNH VUI THỜI MỚI LỚN

Chuyện gái trai, cái thời mới lớn ở Luân Hoán, như tác giả tỏ bày trong chương 1 là "Tình vui thời mới lớn". Thời mới lớn, ai cũng có những rung động đầu đời. Sự rung động ấy là căn tính của con người. Căn tính ấy là trời phú cho con người trước cái đẹp của người khác giới. Chỉ có con mắt lãng mạn của tâm hồn thơ, dù mới lớn, mới có thể lâng lâng trong tâm thế nhìn, thưởng thức, và yêu cái đẹp của người khác giới. Và ở đây, cái tình thời mới lớn ấy vẫn đeo suốt cuộc đời thơ Luân Hoán. Cái tình thời mới lớn ấy, theo như nhà thơ đặt tên là "Tình vui thời mới lớn".

Có đọc hết chương 1, người đọc sẽ cảm nhận được, tại sao tác giả đặt tên như vậy. Bởi, dẫu những bóng hình con gái thời mới lớn của nhà thơ mãi là bóng hình khó quên trong cả đời của tác giả. Bởi, bên cạnh những trở trăn về phận người, về thế sự, về cuộc sống, v.v…, thì hầu hết thơ Luân Hoán đều là thơ tình cho người khác giới. Và một điều có thể khẳng định, những bóng hình con gái trong thơ Luân Hoán là những bóng hình đem thi vị cho tâm hồn thơ của tác giả. Dẫu có thể có cuộc tình không suôn sẻ, có thể có chút buồn, có thể vì lý do này kia gây trắc trở, nhưng rồi lòng thi nhân suy đi nghĩ lại những hình bóng con gái thời mới lớn là những hình ảnh tươi mát, đem nguồn vui sáng tạo:

vài cuộc tình vớ vẫn
có được đôi tập thơ
mươi cuộc tình lận đận
không nỡ viết chữ nào

đời tình giàu thất bại
vẫn trau chuốt lời vui
dùng tự ái cao ngạo
chôn bi đát ngậm ngùi
(Tình Và Thơ)4

"Vài cuộc tình vớ vẩn", "mươi cuộc tình lận đận" ấy là những bóng tình với những cô hàng xóm, láng giềng, là những bóng dáng học trò của chàng trai vừa lớn, đủ có những rung động đầu đời, những rung động bật ra từ cõi thơ Luân Hoán.

Không phải là tiếng lòng thổn thức về mối tình với cô hàng xóm: "Chả bao giờ thấy nàng cười/ Nàng hong tơ ướt ra ngoài mái hiên/ Mắt nàng đăm đắm trông lên/ Con bươm bướm trắng về bên ấy rồi/ Bỗng dưng tôi thấy bồi hồi/ Tôi buồn tự hỏi: hay tôi yêu nàng?" (Cô hàng xóm, Nguyễn Bính); cũng không phải là nỗi lòng thương nhớ cô láng giềng thành bài ca một thuở: "Cô láng giềng ơi! Không biết cô còn nhớ đến tôi. Giây phút êm đềm ngày xưa kia khi còn ngây thơ. Cô láng giềng ơi! Tuy cách xa phương trời tôi không hề quên bóng ai bên bờ đường quê. Đôi mắt đăm đăm chờ tôi về" (Cô láng giềng, Hoàng Quý). Mà đó là những bóng tình đầu đời ấy với những cô bé hàng xóm, như tác giả gọi là "bóng tình vỡ lòng". Bóng tình vỡ lòng với những cô bé hàng xóm, giờ, hiện ra trong ký ức, để rồi tác giả nhớ, và nhớ, một nỗi nhớ nhẹ nhàng, có chút vui vui:

khó quên những trốn bắt
chái chuồng bò, gốc rơm
chợt ú ớ nói ngọng
nằm khoanh trong cái nong

gợi nhớ lại cái Gái
gợi nhớ về cái Lành
cái Hường hay cái Đỏ
những khoảnh khắc xuân xanh
(Bóng tình vỡ lòng)

Thật là đắc địa, khi tác giả diễn đạt cái "thời vỡ lòng" ấy. Ai đã từng qua cái thời vỡ lòng của việc học chữ, chắc không thể không nhớ việc đánh vần, thường thì không tròn vành rõ chữ, thường thì ấm a ấm ớ. Điều ấy có khác chi cái *thời vỡ lòng khi nhận biết bóng tình ở Luân Hoán thì ú ớ, ngọng nghịu*.

Bóng tình vỡ lòng ấy là những gợi nhớ về cái Gái, cô bé hàng xóm có lúc đi chung đường, để rồi một bữa thấy thương thương dù: *yêu đương chừng chưa biết/ nhưng thinh thích như tuồng/ nhất là khi dội nước/ tắm hết dám ở truồng…* (Một đôi khi). Bóng tình ấy còn là cái Lành: *cái Lành sân đất nhà bên/ ngày qua u mọi về đêm mớ hoài/ chị nằm bên nhéo lỗ tai/ thằng ni mi réo ai dai quá chừng* (Hình ảnh cái Lành). Đó cũng là bóng hình cái Hường: *hôm nay quả thật tình cờ/ thăm quê ngộ cảnh bất ngờ em mưa/ vẫn giữ tự nhiên như xưa/ con bé hàng xóm vẫn chưa hết khờ?* (Về thăm làng nhớ cái Hường). Và bóng hình cái Hà, cô em hàng xóm giàu có ở phố cũng đọng một góc tình: *em hàng xóm thành phố/ lận đận cũng hơi nhiều/ lâu lâu tôi thấy nhớ/ thời tình, không tình yêu* (Cô hàng xóm thành phố). Và cũng có thể là cái Đỏ: *rồi em thay tóc bện/ bằng kiểu tóc đuôi gà/ nhưng quen chân vẫn nhảy/ một hôm ngã nhằm ta/ tức thì mắt thấy lạ/ nhưng có cảm giác là/ lâng lâng thật khó biết/ phải chăng hương thịt da* (Con bé hàng xóm).

Bóng tình vỡ lòng ấy, rồi cũng đi qua thời ngọng nghịu, ú ớ. Những bóng hình của con gái vẫn đi vào trang thơ Luân Hoán. Đọc những bài thơ về bóng hình của những con gái hàng xóm, tôi như thấy có tôi và những bóng dáng con gái quanh xóm tôi một thuở. Tôi nhớ là, khi mình trổ mã, giọng vỡ ra, tôi cũng muốn làm những việc gì đó để những con gái hàng xóm để ý đến tôi. Dẫu không đàn hay, nhưng tôi cũng đem ghita ra chơi nhạc. Có lúc mở to radio khi có chương trình nhạc yêu cầu khi có con gái hàng xóm ngang qua. Bóng hình con gái hàng xóm cũng có trong tôi. Và tôi cảm ơn khi Luân Hoán nói hộ lòng tôi một thuở: *em chừ không biết ở mô/ có bao giờ đọc những thơ tôi làm/ dù có đọc, thấy dở òm/ vì dại bỏ sót người toàn là hoa* (Nhớ em hàng xóm ngày xưa).

Mỗi bóng dáng có dáng vẻ riêng. Nhưng qua lời thơ trong chương 1, tôi cảm nhận được có tên gọi chung là cái của khoảnh khắc xuân xanh. Ông bà ta thường nói "Coi mặt bắt hình dong". Khi nhìn mặt mũi của những cái ấy ra sao, thì hình dong cũng sao sao ấy. Quả thật Luân Hoán rất dí dỏm khi viết tên gọi "cái" để nhớ về những bóng tình hàng xóm một thời.

Bên cạnh "bóng tình vỡ lòng", tôi bắt gặp hình bóng của những cô nàng thuở học trò và những mối tình học trò trong thơ ông. Biết bao người thời học trò có những mối tình học trò, trong đó có tôi. Riêng tôi, làm sao tôi quên được bài hát một thời được đi học, được thấy và rung động bóng hình của ai đó với áo trắng tinh khôi, với con mắt đen tròn, làm tim tôi xao xuyến, để rồi thầm hát "Xưa theo Ngọ về/ mái tóc Ngọ dài/ Hôm nay đường này/ Cây cao hàng gầy/ Đi quanh tìm hoài/ Ai mang bụi đỏ đi rồi/ Ai mang bụi đỏ đi rồi/ Ai mang bụi đỏ đi rồi" (Ngày xưa Hoàng Thị, thơ Phạm Thiên Thư, nhạc Phạm Duy). Mối tình học trò của tôi thuở ấy, chỉ là mình thầm thương người ấy mà thôi. Giờ đọc thơ Luân Hoán, tôi thấy ông còn may hơn tôi. May bởi ông:

> *cũng được năm bảy bận*
> *cùng coupe cours theo chân*
> *dáo dác trước cửa rạp*
> *chiếu phim permanent*
>
> *có chừng chín mười buổi*
> *chở nhau về thôn vườn*
> *tay không ôm eo ếch*
> *thân buộc thân mùi hương*
> (Tình học trò)

Và tình học trò của ông tự nhiên nhi nhiên về một thuở dấu yêu của thời đi học ở trường Phan Châu Trinh trên đường Lê Lợi. Cái thuở học trò năm nảo năm nào có biết bao bóng hình nữ sinh của Phan Châu Trinh, Phan Thanh Giản, Bán Công, Hồng Đức, Thánh Tâm, Bồ Đề, Sao Mai… làm xao xuyến bao chàng trai thuở ấy. Luân Hoán cũng vậy. Cũng để ý ai kia trong số nữ sinh ngày ấy: *chẳng luống cuống gì chỉ nhát gan/ dám nghĩ chi hơn bước nhẹ nhàng/ theo em, không phải, mê theo bóng/em cũng dường như không vội vàng/ đường mỗi sớm mai Lê Lợi đưa/ hai cô cậu nhỏ rõ ràng chưa/ nhưng mà có lẽ hình như đã/ biết có chi chi khắng khít vừa* (Trên đường đi học).

Tình học trò theo tháng ngày nhiều thêm trong thơ Luân Hoán. Trước cái đẹp của những cô nàng đậm nét mỹ nhân, vẫn như bao chàng trai trẻ, Luân Hoán thú tội lỗi của mình còn đắm chìm trong sắc giới gái trai: *bệnh mê sắc quả nhiên nhiều thú vị/ Ri cô nương của Ưng Hạ tuyệt vời/ dù chỉ ngó qua đôi ngày một bận/ hạnh phúc cũng đầy tuổi mới lớn tôi* (Rốt cục quê ở hiệu sách Ưng Hạ Huế).

Thơ Luân Hoán hầu hết được viết theo thể thơ truyền thống. Riêng những bài lục bát có trong phần 1 này, có những câu gây ấn tượng cho tôi như:

đang thời "nhất quỷ nhì ma"
vấp cái "bí mật quốc gia" khôn liền
ngẫu nhiên làm giảm hồn nhiên
mạch tình đầu mối nghiện ghiền sau chăng?
(Kỷ niệm cuối thời chơi ná)

Hoặc:
thơ tình dù viết triệu dòng
làm sao vẽ hết em nằm trong ta
(Vớ vẩn đích thực tình thơ)

Và:
ta hèn đột xuất đành thôi
mất cơ hội có cả đời hầu em
(Mưa giữa đường)

Cuối cùng, tôi xin thưa cùng bạn đọc:

Thuở đầu đời, ai không mơ mộng? Thuở đầu đời ai không có nguồn mạch yêu thương? Cái thuở đầu đời đi suốt tháng năm của đời người, để rồi đến một lúc cuối nẻo đường đời, đi đến tận cùng của cuộc tử sinh, ngồi ngẫm lại, nằm nghĩ lại, đi hồi tưởng lại, nhắm mắt mơ màng lại một cõi trời thơ trẻ, để mà nhớ mà thương cái thuở đáng yêu ấy, để rồi kể lại với ai đó, để mà phơi lòng với ai đó, cho ai đó biết cái bụng của mình. Và nhà thơ Luân Hoán cũng vậy, cũng mang cái bụng thật tình, cũng thất tình lục dục như ai, cũng mong phơi những con chữ, cứ gọi là thơ thẩn, điệu vần cho thiên hạ biết một thời mới lớn, một thời trổ mã, một thời kể chuyện gái trai. Bởi như tác giả viết sau phần thay lời tựa: *nơi nào có gót hồng nhan/ có thơ tôi mọc nồng nàn cỏ hoa* (Thưa trước).

Phan Trang Hy
Tháng 5/2024

TRIỀU HOA ĐẠI
MỘT NHÀNH CHƯA KỊP THẤY

anh đi dưới trời xanh
một thời tưởng như nguyệt
trên tay cầm bông tuyết
một triệu năm vô thường

triệu khác còn trong sương
chia cho nhau tình rã
mắt, môi hình như đã
không kịp buổi xuân thì

tóc sợi nào bay đi
theo những ngày xanh mới
hay chỉ đậu hoàng hôn
một ngày nao cũng vậy

nhánh nào chưa kịp thấy
cho chuyện mình đã qua
kiếp trước chẳng đâu xa
mà kiếp này mưa tới

nhớ lúc em bước vội
phải chăng tình mau phai
rồi, ra đi mấy cõi
như tuổi nhú trăng tròn

anh đi lên đầu non
hái chút ngày sót lại
hoa nào bay khắp cõi
tình ta bay phương nào?
anh giật mình. Ngó lại ■

TRẦN VẤN LỆ
Coi Như Một Bài Thơ

"Không có nắng nên nhà không có cửa,
Không tình yêu nên mắt cũng tiêu điều!"
Tả cảnh Paris mùa Đông,
Nguyễn Hồi Thủ viết như thế...

Tôi ở Los Angeles, Mỹ
Cũng có thời ở Sunnyval,
có thời ở Plainfield,
có thời ở New York...

Mùa Đông nơi tôi ở nhà nào cũng cửa kính,
tuyết bám, băng tan, sương lăn...
Tôi ở trong nhà nhìn ra
trời u ám...

Năm nay, năm con Rồng,
tôi ở Temple City, đang mùa Hạ,
mà buồn như mùa Đông...
Như mùa Đông Paris...

Có lẽ mắt tôi đang... tiêu điều?
Mùa Hè mà trời lạnh quá,
u ám, muốn mưa, không mưa
Bão rớt về thôi - những cơn bão ở Trung Mỹ.

Tôi không suy nghĩ...
hết tuổi rồi, hết phải đi làm kiếm sống
mỗi ngày đọc báo qua mạng internet
thấy Việt Nam kẻ ngược người xuôi.

Tôi nhớ hoài hai câu thơ của Nguyễn Hồi Thủ
cảm thấy lòng đắng nghét..
Chắc tại vì trời đang lạnh quá thôi?
Hình ảnh bão tàn phá ở Texas, ở Ohio...Tả tơi!

Nhà nhà ở thành phố tôi không mở cửa,
kính đủ cho ánh sáng tỏ mờ
không ai thẩn thơ đi trong trời giá rét
Chỉ có năm nay mùa Hạ thật kỳ?

Cái "tiêu điều" của người Paris nao nao lòng tôi, có!
Cái tan hoang do bão gây ra ở các Tiểu Bang kề cạnh, nhoi nhói lòng tôi, có
Có cả những con chó ở Thành Phố Hồ Chí Minh chạy rông bị bắt bỏ tù.

Không có Tình Yêu gì, tôi thấy đời đã như Thiên Thu.
Hoa La Jacaranda tàn rụng, bay vù, tím ngắt.
Hạ đỏ mô hè cho chàng tới hỏi:
"Em Thơ Chị Đẹp Em Đâu?".

Sáng nay không thấy bồ câu,
trời đất thế này, chim làm sao sống?
Con người có Hy Vọng...
Những ánh cửa gương mờ tỏ như trăng... ∎

TRẦN THỊ NGUYỆT MAI
Cúc Hoa

Thương tặng chị Cúc Hoa

Chị là hoa trong khu vườn thi sĩ
Dịu dàng tỏa hương
Mang tình thương ấm áp
Đến mọi người chung quanh

Những lần bạn ghé
Ở lại qua đêm
Chiếu giường chăn màn thơm phức
Chị chuẩn bị sẵn sàng
Cả đôi dép mang...

Sáng thức sớm lo trà nước
Thức uống, thức ăn cho mọi người
Ngồi tiếp đãi bạn bè
Mang niềm vui dâng tặng

Chị chu đáo từng chút
Chuẩn bị thức ăn khi đi xa
Quà cáp bánh trái cho bạn mang về
Ôi, tấm lòng của chị...

Làm sao có thể kể
Những chăm chút kín đáo
Chị dành cho mỗi người

Tô cháo bữa nọ
Thật ngon và ấm lòng
Sau chặng đường dài mệt mỏi
Chị dành cho bạn

Tôi đã rời thật sớm
Để kịp chuyến bay
Vẫn chị thức rất sớm
Tặng thêm quà cáp mang về

Sẽ nhớ mãi những ngày hạnh phúc
Nơi căn nhà đường Scibilia
Với chị Cúc Hoa
Nụ cười đằm thắm
Ân cần, chu đáo với mọi người
Thương lắm, chị Cúc Hoa ơi... ∎

17.6.2024

PHẠM CAO HOÀNG
Mang Mang Một Nỗi Buồn

Gửi anh Phạm Văn Nhàn và Tô Thẩm Huy.

Buổi sáng
mở cửa bước ra deck phía sau nhà
rừng Scibilia vẫn xanh
chậu cây George Mason vẫn xanh
tiếng chim vẫn ríu rít trên cành
mây miền Đông vẫn trắng
chiếc gạt tàn thuốc lá vẫn còn trên bàn
nhưng những chiếc ghế thì trống trơn
Cúc Hoa vẫn pha cà phê
nhưng hôm nay chỉ còn hai chiếc ly
Cúc Hoa vẫn pha trà
nhưng hôm nay chỉ còn hai chiếc cốc
người hàng xóm Mễ Tây Cơ hỏi tôi:
- Những người bạn đó đâu rồi?
- Họ đã trở về Texas.
- Sao họ lại trở về?
- Cũng là lẽ thường tình thôi. Có gặp gỡ thì phải có chia ly. Có ra đi thì phải có trở về.
Nói thì nói vậy nhưng lòng vẫn thấy mang mang một nỗi buồn.

Buổi sáng
mở cửa bước ra deck phía sau nhà
nhìn khu rừng Scibilia
thấy vệt khói của chuyến bay tối hôm qua vẫn còn sót lại
trong mơ hồ có tiếng cười vui của các bạn
có giọt rượu tàn đêm và câu chuyện văn học miền Nam
ai đó đã nhắc đến Trần Hoài Thư trong ngày vĩnh biệt
và những giọt nước mắt rơi xuống khi nghe đọc bài ai điếu
những giọt nước mắt khóc thương bạn nhưng cũng mừng cho bạn
vì bạn đã thong dong bay theo cánh chim Yến..
Nói thì nói vậy nhưng lòng vẫn thấy mang mang một nỗi buồn.

Buổi sáng
mở cửa bước ra deck phía sau nhà
ngồi bên rừng
nghe lại bài Bên Dòng Potomac.
nhớ giọng nói của các bạn.
Mới hôm qua thôi
khói thuốc còn bay lên
tiếng cụng ly ấm áp
chuyện trò rôm rả
kỷ niệm xa kỷ niệm gần của hơn nửa thế kỷ
ký ức vui ký ức buồn của một thời chinh chiến
hôm nay
chỉ còn rừng Scibilia và người ở lại
mang mang một nỗi buồn. ∎

Virginia, 11 June 2024

PHƯƠNG TẤN
Trần Gian Bỏ Mặc

Đất trời leo lắt
Con trăng già khần
Cỏ cây vàng mét
Khô quắt biếng ăn.

Ngó như khuya khoắt
Thật đã bình minh
Tưởng chừng lạnh ngắt
Thật ra thái bình.

Cớ chi quay quắt
Núi đứng chết trân
Sông thì im bặt
Gió kêu thất thần.

Chim cười toe toét
Nước mắt đầm đìa
Trần gian bỏ mặc
Hoang tàn mộ bia.

Chuông chùa đau thắt
Hiu hắt giữa đời
Trần gian bỏ mặc
Sá gì xương phơi! ∎

*(Tháng Tư 2024.
Trong tập Chết Sững Giữa Cơn Mơ)*

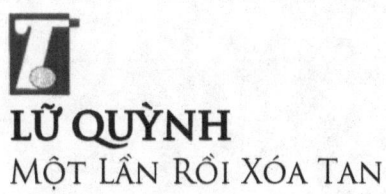

LỮ QUỲNH
Một Lần Rồi Xóa Tan

anh đứng giữa trời đêm
dưới ánh đèn
soi màu lá đỏ
tuyết đã rơi bên miền đông bắc
và nơi đây
lạnh giá tràn về
đêm thất thanh
khi tiếng thở dài bên kia trái đất
âm u làn sóng nhiễu
làm buốt trái tim ...

lá đỏ dưới ánh đèn mùa đông
mùa đổi từ bao giờ
lòng anh quanh năm chỉ một mùa vàng lạnh
giấu bạn bè trong những giấc mơ.

anh đứng giữa trời đêm
người sũng nước
gió quất mưa vào mặt
không làm tắt
cơn sốt đang bốc lửa thịt da

gió gào lên mê sảng
át tiếng u u ngoài vùng phủ sóng
chỉ một lần rồi xóa tan

mà sao im lặng
im lặng quá thế này ∎

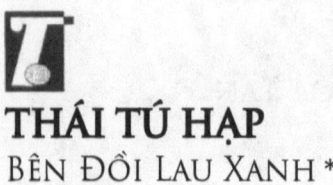

THÁI TÚ HẠP
Bên Đồi Lau Xanh *

mùa đi lá nhớ
cây ngàn
tình em như ngọn nắng vàng
cuối sân
đời buồn
một thoáng phù vân
từ trong thiên cổ
u trầm có nhau
nhớ thương
tóc biếc mây sầu
rừng hoang nhớ gió
bên đồi lau xanh

em còn tiếc cụm hoa chanh
còn mơ con bướm trên cành
tương tư
bao giờ nghe ý
trùng tu
thân như giòng nước cõi hư vô này
mai sau
còn dấu chim bay
dưới sâu cát bụi
đổ dài bóng tôi ∎

* Bài thơ này đã được nhạc sĩ Lê Uyên Phương
phổ nhạc thành bài hát cùng tên.

THỤC UYÊN
Giấc Mơ Đêm

Trăng lại về từ muôn kiếp
Vàng cơn mơ tỏa dịu êm
Đêm dạ lan ngan ngát
Trăng lắng sâu và đêm rất đêm

Trăng sót chia giấc mơ
Có giấc mơ xa bay vào vô tận..
Tới những vì sao lận đận lạc mất nhau
Những giấc mơ đêm, sâu rất sâu...

Trăng lướt qua mái hiên
Vẫn những cơn mộng thật thiêng liêng
Loài dơi đêm vỗ cánh
Xoãi thăm thẳm cô đơn

Em cứ tan vào trong giấc mơ
Em hóa thân thành muôn ánh sao
Nghìn trùng xa vời vợi
Lấp lánh sao rất xa rất xa..

Trăng cứ trôi vẫn trôi thiết tha
Đêm bước qua rất êm rất êm... ∎

NGUYỄN ĐỨC NAM
Nắng Trong Thành Phố

Nắng dịu dàng như trăng suông đầu ngõ
Gió mơn man như hơi thở người yêu
Tôi đứng đây giữa lòng thành phố
Người đông đầy nhưng hồn vẫn hoang liêu

Nhớ ngày nào như tiền sử hoang sơ
Tôi quen M trong đại hội giao mùa
Âm thanh đã giao duyên tình thơ dại
Dù mới quen nhưng tưởng đã xa xưa

Nhớ không M những buổi trưa trốn học
Đi lang thang trong nắng tập làm thơ
M cho tôi cảm xúc rất tình cờ
Viết vội bài ca "Nắng Trong Thành Phố"

Nhớ không M những đêm buồn không ngủ
Ngồi dưới đèn đường, tâm sự suốt đêm
Nắm tay nhau đi đếm những cột đèn
M say sưa hát khúc ca tiền chiến

Như chớm yêu mà sao không dám tỏ ?
Lại dối lòng tình yêu ấy chỉ là mơ
Hay e rằng ngôn ngữ quá đơn sơ
 Không nói hết nỗi lòng tôi nhung nhớ

Có nhiều đêm đàn theo lời cao vút
Nhìn môi hồng nũng nịu nốt Sol tươi
Suối tóc huyền thả xuống phím đàn tôi
Hồn ngây ngất, thôi rồi đàn sai giọng

Nhưng ngây thơ đã qua cùng hoa mộng
M đã thành một Thần-Tượng-Kiêu-Sa
Tôi vẫn là một Nhạc-Sĩ-Nửa-Mùa
Phổ mãi chưa xong bài "Nắng Trong Thành Phố" ∎

*(Fountain Valley Tháng Sáu 2024
 Đầu Mùa Hạ nhưng mát như Mùa Thu)*

NGUYỄN AN BÌNH
Dưới Tán Mưa Hoàng Hôn

Xin người một hạt mưa khuya
Mưa giăng cánh sóng – Mưa chia đôi bờ
Tiếc chi bông tím ơ hờ
Vừa trôi vừa nở mà chờ đợi nhau.

Khoan hò bỏ lại phía sau
Mênh mông con nước tan vào hư không
Ngược xuôi nào bến không chồng
Hoa ô môi rụng bềnh bồng về đâu.
*
Xin người một hạt mưa mau
Còn ai mơ hái trăng sao trên ngàn
Tơ trời từng vệt giăng ngang
Tường rêu xám lạnh ngỡ ngàng chìm trôi.

Đâu hay mùa gọi tên người
Mùa đi dan díu tiếng cười tinh khôi
Mười năm tưởng đã xa vời
Mười năm mưa lạnh một đời tôi thôi.
*
Xin người một hạt mưa vui
Em qua sông rộng biết đời nào nguôi
Lá ơi xao động gọi mời
Có nghe sỏi đá ngậm ngùi dưới chân.

Mặt hồ gương lạnh trăm năm
Một mình ta ngắm bóng trăng cuối mùa
Quấn quanh thoảng chút hương thừa
Nhàu trong ký ức áo xưa cũng đành.
*

Xin người một hạt mưa xanh
Màu mưa trong mắt vỗ quanh ghế ngồi
Đưa tay vuốt mặt ngậm lời
Ngày in dấu vết son môi thuở nào

Da người mù mịt cơn đau
Tóc rơi chưa kịp ngã màu tà huy
Bóng thời gian – Cánh chim di
Bay trong dông bão xuân thì rũ phai.
*
Xin người một hạt mưa say
Hồ trường ai rót cho đầy cuộc vui
Tai ương từ thuở làm người
Đâu chia sót nỗi phận đời kiếp sau.

Đêm mơ em hóa mưa rào
Lên men xanh ngọn hồng đào trên non
Tôi thèm đi giữa hoàng hôn
Tán mưa tưới mát tâm hồn trẻ thơ ∎

28/04/2024

VƯƠNG HOÀI UYÊN
Nói Với Người Đã Xa

Anh có về không nhỉ?
Cỏ trong vườn vẫn mong
Cây trong vườn vẫn nhớ
Thu qua rồi lập Đông

Dễ gì ta níu được
Thời gian qua kẽ tay
Suốt đời ta tiếc nuối
Nhìn tháng ngày xa bay

Anh có về gõ cửa?
Gỗ cong vênh nỗi buồn
Chờ bàn tay ai chạm
Như chiều chờ tiếng chuông

Anh có về qua ngõ?
Tiếng giày chạm lối rêu
Như chạm vào nỗi nhớ
Bỗng nghe chiều hoang liêu

Denver chiều trở lạnh
Anh có về tối nay?
Cửa nhà ai vẫn mở
Dù trong lòng heo may ∎

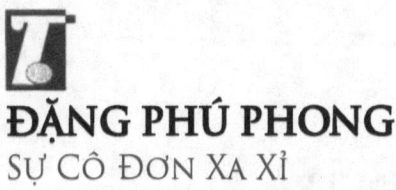

ĐẶNG PHÚ PHONG
SỰ CÔ ĐƠN XA XỈ

sự cô đơn xa xỉ
ấm áp hơn nỗi buồn
em thốt lời tri kỷ
giọt nước vang trong ly

chiếc then cỏ thành xích
cánh cửa che ánh sao
mùa đông như vỗ cánh
bay tôi. bay ngọt ngào

người cô đơn xa xỉ
thường làm thơ ru mình
người tình như chiếc bóng
trang điểm cho niềm tin

kệ em! hay cứng cổ
kệ em! chết trong lòng
mai kia hồn phiêu dạt
khóc hều giữa lãng quên

em xa xôi. lo sợ
bỗng dưng muốn bình an
em suốt đời thơ trẻ
lúc nào cũng: bỗng dưng

tôi cô đơn xa xỉ
rủng rỉnh chút tình dư
em nghênh nghênh mặt dữ
ngan ngát mối sầu hư
hai ta đều quỷ sứ
nhưng lòng thật từ bi ∎

XUYÊN TRÀ
Tóc, Trăng Như Đã Một Màu

ánh trăng vỡ trên mặt ao xưa
em tìm chi tháng ngày thơ ấu
con chim lạ hót trong bờ giậu
thuở yêu người ngọt giấc liêu trai

tóc em bay sợi ngắn sợi dài
trôi như đám mây trời lãng đãng
ta đá sỏi trong dòng suối cạn
biết đâu chừng em hạt mưa sa

sũng góc trời một bóng chim qua
em nuối tiếc một thời xiêm áo
nếu ngày xưa không là con sáo
thì đâu chờ có buổi sang sông

nhớ cố hương luống cải trổ ngồng
mẹ lấy giống mùa sau gieo tiếp
tiết lập xuân chắc em về kịp
gió nội đồng thơm lọn tóc bay

mấy mươi năm đâu phải một ngày
em sửng sốt tóc vừa chớm bạc
cội mai xưa hoa vàng lác đác
sao không còn tứ quý quanh năm

được mấy lần trở lại về thăm?
em bật khóc thương đời con gái
đường không xa sao lòng ái ngại
tóc, trăng nhòa loang mặt ao xưa... ∎

VÕ PHÚ
Gặp Lại Người Xưa

Tôi đang loay hoay chỉnh lại máy ảnh để chụp hình gia đình cùng cây mít trĩu quả tại vườn trái cây ở thành phố Homestead, tiểu bang Florida, thì nghe giọng nói nghe rất quen:

- Chị ơi cho tui bốn ly nước mía. Uống trước, khát quá.

Chị Trinh, người chủ vườn, đon đả:

- Có liền.

Vừa ép nước mía, chị Trinh vừa hỏi họ:

- Anh chị ở xa tới?

- Dạ. Tụi tui ở bên Minnesota.

- Hèn gì thấy nước da anh chị trắng và đẹp quá.

Người phụ nữ, mỉm cười, thẹn thùng. Nghe giọng nói quen, tôi xoay người lại nhìn người phụ nữ. Người ta thường nói phụ nữ có đôi mắt sau lưng, nên biết được người khác đang nhìn mình? Bỗng người phụ nữ quay lại. Chúng tôi bốn mắt chạm nhau. Tôi thấy mình khiếm nhã và ngại ngùng, giả vờ chỉnh lại máy ảnh. Nhưng cử chỉ của tôi, đã bị vợ nhìn thấy. Nàng đi lại bên tôi, nhéo vào hông tôi một cái đau điếng. Nàng nói thầm vào tai:

- Anh làm gì mà nhìn người ta vậy?

- Anh thấy mấy người này quen quen. Không biết đã gặp ở đâu đó.

- Lại cái tật...
- Thiệt mà. Anh thấy quen thiệt.
- Nhất là cô gái đó chứ gì?
- Mệt em quá. Mà cái anh đó cũng quen.

Người phụ nữ lấy nước mía đi đến cái bàn gỗ, đối diện chúng tôi rồi ngồi xuống. Tôi len lén nhìn bốn người khách nọ và cố tìm trong trí nhớ mình những khuôn mặt xưa mà mình đã từng gặp qua. Cái giọng nói miền trung, Tuy Hòa Phú Yên, đó không lẫn vào đâu, nhưng tôi không nhớ nổi đã gặp khi nào.

Đặt bốn ly nước mía xuống bàn, người phụ nữ đi đến quầy trái cây, lựa một ít trái cây để mua. Giọng nói người phụ nữ văng vẳng:

- Măng cụt này nhiêu một ký dậy chị?
- Măng cụt này bán bao chị. Một bao bốn đồng. Mỗi bịch hai bao, tám đồng.
- Chị lấy cho tụi tui hai bịch, một thùng chôm chôm, chùm nhãn, mấy trái mãng cầu dai này...
- Dạ... Của chị hết bốn mươi lăm đồng.

Người đàn ông, có lẽ là chồng người phụ nữ, chạy lại bên quầy trái cây phụ đem về bàn. Họ ngồi ăn. Thỉnh thoảng tôi vẫn lén nhìn qua bàn bên kia. Tôi suy nghĩ trong đầu, mình có đường đột quá không khi qua chào và làm quen họ? Tôi còn đang phân vân, thì người phụ nữ đi tới bên chúng tôi, mở lời:

- Chào anh chị. Tui thấy nãy giờ anh này nhìn tụi tui. Tui thấy quen mặt mà không biết có thiệt quen không?
- Dạ. Xin lỗi chị. Tui thấy anh chị cũng quen lắm, nhất là giọng nói, nhưng không biết là đã gặp ở đâu. Nghe giọng nói của chị, tui nghĩ chắc mình là đồng hương.
- Dạ. Tui cũng nghĩ vậy. Quê anh ở đâu?
- Tui ở Nha Trang.
- Vậy hả? Tụi tui cũng là dân Nha Trang nè. Tui ở Lương Sơn, gần Nha Trang.
- Ồ... Vậy đúng là đồng hương rồi. Tui cũng ở Lương Sơn Nha Trang nè. Tui ở xóm Chài, thôn Văn Đăng.
- Trời đất quỷ thần. Dậy đúng là đồng hương rồi. Tui cũng ở xóm Chài nè. Xin lỗi, anh tên gì?

- Tui tên Nam. Còn đây là bà xã tui tên Kim. Con trai và con gái tui, Nam Sơn và Kimmy.

- A... Tui nhớ ra rồi, anh Nam... Có phải anh là con bà cô giáo Hằng không?

- Ờ đúng rồi. Chị là...?

- Tui nè. Phượng! Phượng em anh Hoa.

- À... Nhớ rồi. Nỗi Buồn Hoa Phượng.

Chúng tôi cùng cười, mừng rỡ. Chúng tôi không thể nào ngờ rằng ở xứ này lại gặp được nhau. Bao nhiêu kỷ niệm thời thơ ấu ở xóm Chài như chợt ùa về. Tôi nhớ đến trái bình bát chín mọng trên đôi môi cô bé Phượng năm nào.

Phượng quay qua gọi chồng:

- Anh ơi... Người quen nè. Qua đây ngồi nói chuyện... Ni, Na, qua đây má biểu.

Người đàn ông và hai cô gái trẻ rời khỏi bàn và qua ngồi gần chúng tôi. Phượng quay qua giới thiệu:

- Đây là chồng của em, anh Tú. Còn đây là hai đứa con gái em, đứa tên Ni, con này tên Na. Hai đứa chào cô chú đi con.

- Dạ chào cô. Chào chú.

Phượng quay sang chồng, hỏi:

- Anh có biết và nhớ ai đây không?

- Anh thấy ngờ ngợ, quen quen, nhưng không nhớ rõ. Ai vậy em?

- Đồng hương xóm Chài của mình đó. Anh Nam, con bà cô Hằng.

- Nam? Có phải Nam thường qua nhà tui chơi với thằng Tí?

Phượng gật đầu xác nhận:

- Dạ đúng rồi.

Tôi nhìn người đàn ông trước mặt. Anh ta độ chừng năm mươi tuổi. Mái tóc muối tiêu bồng bềnh, vầng trán nhô cao. Nhưng tôi không tài nào nhớ ra. Tôi quay qua hỏi Phượng:

- Anh Tú cũng ở xóm Chài của mình luôn hà?

- Dạ. Anh không nhớ anh Tú sao? Anh Tú có hai người em sinh đôi mà lúc nhỏ anh thường qua chơi. Tí Anh, Tí Em đó...

- Ờ... Giờ tui nhớ rồi... Anh Tú, anh của thằng Tí Anh, Tí Em. Cháu nội bà Tư ngoài sông Cóc?

- Đúng y bon. Cũng hơn ba mươi năm rồi còn gì. Mà giờ gia đình em sống ở bang nào? Bà cô có khỏe không?

- Dạ em ở tiểu bang Virginia. Ba mẹ em vẫn khỏe. Anh thì sao? Thằng Tí Anh, Tí Em giờ ra sao?

- Tụi nó cũng bình thường. Làm ăn được lắm. Đứa nào cũng lấy vợ. Và vợ chồng tụi nó đều có tiệm làm móng ở tiểu bang Minnesota. Phượng làm cho tiệm vợ chồng thằng Tí Em. Còn anh thì làm hãng tiện để lấy bảo hiểm cho cả nhà.

- Đúng là trái đất quay tròn. Em không ngờ rằng hôm nay tự nhiên gặp được anh, gặp được Phượng, đồng hương xóm Chài sau hơn ba mươi năm xa cách.

- Từ hồi đi vượt biển tới giờ, Nam có dìa thăm lại xóm mình chưa?

- Dạ chưa anh ơi. Sau khi nhà em vượt biển qua bên Phi ở gần hai năm rồi qua Mỹ, tiểu bang Virginia. Nháy mắt một chút mà cũng ba mươi năm rồi. Anh kể sơ cho em nghe, sau khi nhà em trốn đi vượt biên, xóm mình ra sao?

- Anh cũng không biết gì nhiều vì sau khi nhà em đi vượt biển chừng vài tháng thì ông nội mất, bà nội do mê số đề nên đổ nợ. Cả nhà trốn dô Sài Gòn sống. Ở Sài Gòn hơn chục năm, tới lúc bà nội mất mới được chú Tèo bảo lãnh qua Mỹ và sống ở tiểu bang Minnesota cho đến giờ.

Tôi quay qua Phượng, hỏi:

- Vậy rồi sao Phượng quen biết với anh Tú?

- Chắc là duyên số thôi. Sau khi thi rớt lớp 12, Phượng theo bạn bè dô Sài Gòn may cho một công ty may mặc, rồi gặp anh Tú ở hãng may. Quen nhau rồi cưới nhau. Tới chừng bé Na được một tuổi thì cả nhà được chú Tèo bảo lãnh qua Mỹ.

- Vậy gia đình anh Tú và Phượng qua Mỹ cũng gần hai mươi năm?

- Chừng mười bốn mười lăm năm à...

- Vậy gia đình anh đi hết luôn hả?

- Không chỉ có ba má anh, anh và thằng Tí Anh, Tí Em. Còn anh Hai ở lại không chịu đi.

- Dạ. Còn nhà Phượng thì sao? Thằng Hòa giờ ra sao?

- Anh tư Hoa giờ làm thầy giáo dạy cấp ba ở Ninh Hòa đó. Hai vợ chồng ảnh đều làm giáo viên, cuộc sống cũng ổn định. Anh hai Nổi, anh ba Buồn làm ăn cũng tàm tạm. Ba má em mất cách đây mấy năm rồi.

- Ồ... *I'm sorry*...

- Không sao anh. Chuyện cũng đã mấy năm rồi. Ừa, mà nãy giờ nói chuyện tùm lum tùm la, đủ thứ mà chưa hỏi số phone của anh Nam. Anh Nam cho Phượng xin số phone để nói chuyện nhiều hơn. Chứ ở đây hồi nãy giờ chiếm chỗ "ngừ" ta buôn bán.

- Anh Tú và Phượng đi du lịch Florida bao lâu?

- Đi được gần một tuần rồi. Mai nay ra phi trường bay dìa lại Minnesota. Còn Nam?

- Dạ tụi em mới lái xuống Florida sáng nay. Ở đây chơi vài ngày rồi thứ Bảy này xuống tàu đi cruise.

- Ờ... Vậy à. Đi dzui dẻ nha.

- Dạ em cám ơn! Mai mốt về nhà rồi mình gọi phone nói chuyện nhiều hơn. Mà anh Tú và Phượng có facebook không, cho em xin?

Chúng tôi trao đổi số điện thoại, facebook, rồi ngồi nán lại thêm chút nữa, mới chia tay.

Trên đường lái xe từ Homestead trở về nhà trọ ở Key Biscayne, dọc hai bên đường những cánh phượng đỏ rực, vẫy chào.

Vâng, hình ảnh ở xóm Chài của hơn hơn ba mươi năm trước như một thước phim đưa tôi trở về với quê hương.

Về đến nhà trọ, vợ và hai con tôi nghỉ ngơi. Còn tôi muốn đi dạo, muốn một phút yên tĩnh, để hồi tưởng lại những năm tháng sống ở xóm Chài. Quả thật như vậy, dù xa quê bao nhiêu năm đi nữa, hình ảnh xóm Chài vẫn tồn tại trong tâm trí tôi.

Võ Phú

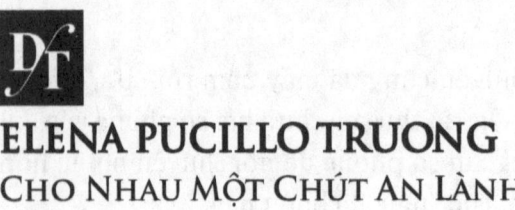

ELENA PUCILLO TRUONG
Cho Nhau Một Chút An Lành

*(Nguyên tác tiếng Ý: Donare un momento di serenita'
của Elena Pucillo Truong)
Bản dịch của Trương Văn Dân*

Trong xe khá yên lặng nhưng bên ngoài mưa đang rơi rất mạnh.

Những đám mây đen rủ ren nhau từ buổi chiều bây giờ đang phóng thích hơi nước tích tụ thành một cơn mưa xối xả, mọi vật xung quanh mờ mịt vì màn đêm cũng vừa buông xuống, ánh sáng chỉ lóe lên từng chặp nhờ đèn pha từ những chiếc xe hơi chạy ngược chiều.

Tôi muốn chợp mắt một chút để nghỉ ngơi nhưng xe cứ nhảy dựng vì ổ gà, luồng sáng chiếu lên mặt kính làm chói mắt và tiếng còi xe inh ỏi liên tục nhấn lên nên giấc ngủ không thể nào đến được.

Thoạt đầu tôi còn nghe tiếng nói chuyện của Nga, Kim Đức và cô bạn Hồng Hoa ngồi ở băng sau, còn bên cạnh là chồng tôi đang trao đổi với Châu và Tự, chú em rể đang ngồi bên cạnh tài xế. Nhưng về sau, có lẽ vì quá mệt nên mọi người im lặng, ngủ gà ngủ gật hay buông trôi theo ý nghĩ của mình.

Vì đã trễ nên trước khi về thành phố Qui Nhơn chúng tôi cho xe dừng lại ở một quán cháo vịt.

Hơi nóng và mùi thơm bốc lên từ tô cháo làm chúng tôi tỉnh ngủ. Cảm giác như vừa nhận được một sự trợ giúp, không chỉ hâm nóng cơ thể mà còn cả tinh thần.

Hôm ấy không phải là một ngày dễ dàng... nhưng sự mệt mỏi của tôi còn do những buồn phiền từ những ngày trước đó.

Chuyến công tác từ thiện lần này được chúng tôi chia làm nhiều đợt: Buổi sáng di chuyển bằng xe máy đến trung tâm trợ giúp các em bé ở thị trấn Bình Định và buổi chiều đi phát gạo và tiền cho những bệnh nhân nghèo đang chạy thận ở bệnh viện Qui Nhơn. Ngày cuối chúng tôi phải đi xa, đến thị trấn Phú Phong để phối hợp chương trình cùng các bạn trong gia đình Phật tử.

Chúng tôi đã đi trên những con đường nhỏ hẹp và đầy bụi dưới cái nóng kinh hồn, bầu trời chỉ thỉnh thoảng mới có một cụm mây, để mang đến chút niềm vui cho những người bất hạnh. Nhưng cũng may là về chiều trời mới đổ mưa, điều này giúp chúng tôi tránh phải lội bùn hay gặp nhiều khó khăn trong việc đi lại.

Cuối cùng thì chúng tôi cũng về đến nhà. Điều đầu tiên mà tôi ao ước là được tắm rửa để xóa đi những mệt nhọc và cơn buồn ngủ. Dòng nước ấm làm trôi đi những bụi bặm trong ngày nhưng những ý nghĩ thì vẫn còn đọng lại.

Từ đôi mắt tôi chảy xuống ngoài những giọt nước còn có thêm vị mặn của nước mắt. Tôi không thể nào xóa đi trong tâm trí những khuôn mặt co quắp vì đau khổ hay nỗi xót xa khi thấy những thân thể teo tóp, biến dạng vì bệnh tật trong những cuộc đời bất động, những con người im lìm, không thể tự túc nhưng ánh mắt vẫn còn ánh sáng.

Đó đây vang lên những những nụ cười của các trẻ em câm điếc cùng những đôi mắt để bày tỏ lòng tri ân, bởi vì để cảm ơn không cần phải dùng lời; Đôi mắt đầy lệ của bà mẹ 90 tuổi bị con cái bỏ rơi, của người đàn ông còn trẻ nhưng thân mang trọng bệnh mà không tiền chạy chữa, ông đâu còn có tương lai. Rồi còn đôi mắt đẫm ướt của một cô gái trẻ đang mang thai, một thân một mình nên không biết định mệnh sẽ đưa về đâu.

Ôi bao nhiêu đau khổ toát lên từ bàn tay sần sùi, chai sạn của người đàn ông mà tôi đã nắm lấy để an ủi, mấy tháng trước ông còn làm việc ở một công trường hay bàn tay đen đúa của một bà nông dân suốt đời cúi gập mình trên ruộng gieo mạ để nuôi sống gia đình và cũng để nuôi sống cả chúng ta.

Tôi đã siết chặt những bàn tay biến dạng vì viêm khớp, có nhiều nút sưng to như trên những cành cây cổ thụ hay những bàn tay trắng xanh và mỏng manh như cánh hoa hồng của những em bé, có lẽ do sống nhiều thời gian giữa bốn bức tường, vì sợ ánh sáng hay không còn muốn tiếp xúc với thế giới bên ngoài.

Tôi đã ôm chầm lấy em bé mồ côi mẹ ngay từ ngày sinh để hay lau khô những giọt nước mắt của những người không còn cử động.

Những cuộc đời bị cầm tù trong thân thể vì thiếu chân để trốn chạy, thiếu tay để tự vệ hoặc yêu thương. Họ không thể ôm lấy một ai để bày tỏ lòng yêu mến hay cảm nhận được hơi ấm của tình người!

Nhưng tôi nghĩ là mọi thứ còn kinh khủng hơn vì thiếu những cử chỉ thân thiện. Thường thì không ai có thời gian để ban tặng một vòng ôm. Đối với nhiều bác sĩ hay y tá thì chỉ có sự chẩn bệnh, trị liệu là quan trọng. Tất cả đều được khái quát hóa và người bệnh chỉ là một kẻ chiếm một giường nằm, nếu may mắn có được một chiếc giường để ngả lưng. Và điều này hiện nay phổ biến trên toàn thế giới, bệnh nhân đang trở thành một con số và mất đi bản sắc của mình vì chẳng ai còn quan tâm đến họ như một con người, không ai cần nhớ đến quá khứ, cuộc đời hay nỗi cô đơn của họ. Người ta dễ dàng quên đi là những cụ già này, những bệnh nhân kia cũng là người và từng có một đời sống đầy phẩm giá. Trong tình huống đó, cuối cùng thì giàu, nghèo chẳng có khác gì nhau, khi người ta không còn cảm nhận là mình đã từng hiện hữu. Tôi chợt nhớ đến bài thơ "**Mới hôm qua thôi**" [1] của bác sĩ Đỗ Hồng Ngọc và hiểu là sự đau khổ làm đã làm những diễn ngôn trở thành vô ích.

Đầu óc tôi bỗng hiện lên hình ảnh một bà cụ, lúc bà vừa nấu xong một nồi cơm, đang đặt lên bàn thờ vài quả trứng chiên, một đĩa rau xào cùng bát canh rau vì hôm ấy là ngày giỗ chồng. Khi thấy chúng

---

[1] https://www.dohongngoc.com/web/huom-huom/nhung-nguoi-tre-la-lung-canh-mai-san-truoc/moi-hom-qua-thoi/

tôi, bà liền mời ăn cơm với bà. Tôi biết đó là cách mà bà muốn cảm ơn về món quà của chúng tôi mang lại nên ai nấy cũng đều vô cùng xúc động.

Ôi, bao nhiêu đau khổ trong những cuộc tồn sinh của bà! Mỗi ngày lặng lẽ trôi qua, bà không nhìn thấy một ai và chỉ trao đổi vài lời với một chú mèo con, chân bị cột vào thanh giường vì nếu nó chạy mất thì bà sẽ không còn biết vì ai để sống. Đợi chờ. Bà luôn đợi chờ một ai đến, có thể đó là một bà hàng xóm ghé qua thăm và có mang cho bà tô cháo. Thỉnh thoảng lắm mới có những khuôn mặt lạ và họ đã để lại cho bà một vòng ôm, truyền cho bà chút hơi ấm đặc biệt qua hai bờ vai mảnh khảnh, rung theo tiếng nấc và đến từ trái tim khao khát tình người.

Tôi lau mặt và nhìn thấy trong gương đôi mắt đỏ của mình. Tôi giặt vội quần áo để loại bỏ mồ hôi và bụi đường và sau khi phơi ở hành lang, tôi bước lên giường để ngả lưng.

Nhưng những ý nghĩ vẫn còn nằm đó! Tôi không thể nào chặn nổi những ý nghĩ cứ trỗi dậy trong đầu.

Trong trí tôi vẫn còn đọng lại hình ảnh một bà cụ già, trên người mặc chiếc áo màu tím, cầm cây gậy trúc cao hơn đầu mình chống ra cổng vẫy tay chào khi chúng tôi từ giã và sắp bước lên xe đậu ở phía bên kia lề đường. Đứng tựa người vào gậy, lưng dựa vào hàng rào, bà vẫy tay chào lần nữa để tỏ lòng biết ơn vì năm nay chúng tôi vẫn còn nhớ đến bà.

Mấy năm trước chúng tôi cũng đã gặp bà, luôn gầy ốm nhưng trong ánh mắt không thiếu tia sáng của nghị lực và lòng can đảm. Tôi còn nhớ bà và một bà cụ khác cũng ở gần nhưng năm nay đã không còn nữa. Chiếc phong bì dành cho bà cụ này chúng tôi đã dành cho một gia đình khác cũng đang cần giúp đỡ.

Khi tham dự vào một công tác thiện nguyện thì tôi không thích chụp hình, thế nhưng lần này thì chú Tự đã ghi hình và có lúc còn quay phim, mục đích lưu lại để chuyển cho những bạn ở xa đã đóng góp tiền bạc nhưng không tham dự được. Có bạn biết một vài trường hợp và nhờ chúng tôi thay mặt giúp đỡ. Nhưng có lẽ hiện thực mà chúng tôi chứng kiến còn nằm ngoài những trí tưởng tượng của họ. Bằng những đồng tiền nhiều nguồn, có thể góp được từ những buổi làm thêm, của một bà cụ già hay của một đôi vợ chồng trẻ gửi về để làm công đức cho đứa con gái vừa mới ra đời, tiền hoa hồng của một cô sinh viên làm thêm trong những giờ rảnh rỗi, tất cả góp lại và gửi về để chúng tôi có thể đại diện họ mang lại một chút niềm vui cho những người khốn khổ. Mỗi người đều muốn đóng góp phần của mình, ít hay nhiều không quan trọng vì phát xuất từ những tấm lòng.

Tất nhiên tôi không thể nào đo lường được những bận rộn và lo âu của Nga, Xuân, Nguyệt, Kim Đức, Hoa, Hảo... để tổ chức về chuyến thiện nguyện này, dù đã nghe rất nhiều cuộc điện thoại, thấy nhiều lần trao đổi qua email, FB, tham khảo ý kiến của các bạn trong gia đình Phật tử Tây Sơn như anh Lộc, Như Trang... để xem xét các trường hợp, và bổ sung vào danh sách những người cần giúp.

Những đóng góp cá nhân tuy nhỏ nhưng mọi người đều cùng làm nên cũng đã giúp được nhiều người.

Tối đó tôi không thể nào dỗ được giấc ngủ. Đầu óc tôi cứ miên man nghĩ về những phận người, những cụ già hay em bé bị bỏ rơi, cô độc và bệnh tật. Tất nhiên không chỉ là những người mà tôi vừa thấy, vì trong thế giới này, chỉ cần mở một trang báo là thấy những hoàn cảnh như thế càng ngày càng tăng. Nguyên nhân có thể rất nhiều, nhưng với những người khốn khổ thì nào có quan trọng gì, cuối cùng cũng chỉ là đau khổ, đói khát, chết chóc và cô độc.

Khi chúng tôi đến trung tâm người khuyết tật thể chất và tâm thần thì có một người đàn ông đã gây cho tôi một ấn tượng mạnh lúc tôi đến trao cho ông chiếc phong bì. Vẫn nằm yên, mặt quay vào vách, ông cầm phong bì rồi ném ra xa. Sau vài lần như vậy thì cô y tá bảo tôi đừng quan tâm vì ông ta rất bất thường.

Có lẽ tôi sẽ không bao giờ quên được cái bờ vai của ông ấy, và cái cách mà ông từ chối người lạ mặt. Thái độ của ông chính là sự khước từ cái thế giới này và chỉ chấp nhận nhìn vào mắt của những người đồng cảnh ngộ. Sự chọn lựa của ông là không thèm nhìn vào sự thật của bệnh tình.

Có thể là chỉ khi nhìn vào bức vách trắng thì ông ta mới tin rằng mình là một người bình thường, là có thể sống một cuộc đời khác, tưởng tượng vẽ lên bức vách đó những ý tưởng, những nhân vật hay sự kiện mà chỉ mình ông biết để tạo ra một thế giới riêng biệt và vẹn toàn.

Có lẽ ông không điên, không hề, và đã tự tìm ra cách để giảm bớt đau khổ, đã tìm thấy một cách giải quyết những vấn đề hiện sinh của mình để có thể tiếp tục sống.

Nếu ông ta quay lại, giả sử ông đã nhìn vào mặt tôi, có lẽ ông sẽ nhìn thấy trong mắt tôi bao niềm thương cảm và sẽ hiểu ra tình trạng của mình, như thế thì có khác gì ông ta đã hủy diệt cái thế giới siêu thực mà ông đã khó nhọc tạo ra?

Tất nhiên tôi phải tôn trọng sự chọn lựa của ông và cần tìm hiểu lý do của thái độ khác thường đó, vì thật ra biên giới của sự bình thường và điên loạn rất đỗi mong manh.

Vì chính tôi cũng đã nhiều lần dập mạnh cánh cửa vào mặt cái thế giới tàn nhẫn này! Nhưng dù thế nào thì qua những an ủi và trợ giúp trong những ngày qua, có lẽ chúng tôi cũng đã gửi được một thông điệp hy vọng và an lành.

Có thể đây chỉ là một niềm an ủi nhỏ nhoi, nhưng chỉ sau những suy tư ấy mà tôi đã chìm vào giấc ngủ.

Elena Pucillo Truong

mon men thả bước theo đường sắt
về thăm Phong Lệ giữa mùa xuân
gặp con chiền chiện trên đồng vắng
vừa hót vừa bay khéo quá chừng

...

Phong Lệ ầu ơi, Phong Lệ ơi
ngủ ngon đừng lẫy đạp lòng tôi
ví dầu kỷ niệm thành thơ thật
cũng thổi không tan nổi ngậm ngùi | LH

LETAMANH
TẤM CHÂN TÌNH

Sau kỳ trại Hướng Đạo tại Houston TX, về lại Cali, tôi mới phát hiện mình bị vướng Covid-19! Nằm nhà cách ly, uống thuốc. Nhận được Tập Thơ từ nhà thơ Vinh Hồ gởi tặng đã gần nửa tháng, hôm nay mới có dịp ngồi đọc!

Trước hết, xin cám ơn người bạn thơ đã nhớ đến kẻ hèn này; đã trang trọng gởi tấm lòng thơ! Thi Sĩ Vinh Hồ là người cùng quê hương với Bà Xã tôi. Xứ Ninh Hòa nổi tiếng về nem chua nem nướng, bún cá, cũng là nơi sản sanh nhiều nhân tài về văn thơ lỗi lạc.

Tập thơ "GÁNH GẠO NUÔI CHỒNG", ta có cảm giác rất thoáng với hình bìa giản dị nhưng ý nghĩa, với bóng dáng người đàn bà đội nón lá quần lưng, trên vai là hai bao tải nặng, băng rừng vượt suối nuôi chồng đang tù ngục...!

Sau 30 tháng tư năm 1975, hầu như toàn thể Sĩ Quan QLVNCH đều bị cưỡng bức vào tù, bị nhốt trong các trại giam từ Nam ra Bắc! Hãy tưởng tượng hoàn cảnh những người vợ tù với cảnh neo đơn ôm con chờ chồng trong thiếu thốn. Hơn thế nữa là tần tảo làm việc quần vai, mong tìm nơi chồng tù tội để cố sức "gánh gạo nuôi chồng"! Bà xã của Vinh Hồ nuôi chồng dọc theo các tỉnh miền Trung và cao nguyên. Bà xã tôi thì lặn lội từ Nam ra Bắc, vượt bao chông gai lên xuống xe lửa này qua xe lửa khác đến tận Hoàng Liên Sơn, Tân Lập Vĩnh Phú...

Sau nầy về lại miền Nam, tôi viết những bài thơ nói về Người vợ tù; bây giờ còn sót lại trong ngăn áo quần cũ, tình cờ rớt ra. Bài thơ như sau:

Đôi Bờ!
(Riêng tặng những hiền phụ đã đợi chờ và nuôi chồng trong ngục tù "cải tạo")

Thư anh viết những dòng nguệch ngoạc
Nghe trong em cảm giác xót xa
Chờ mong đã mấy thu qua
Vết thương từ độ vỡ òa hồn em
Thử cố gắng để thêm can đảm
Bên nôi con gạt thảm hát ru
Anh đang trong cảnh ngục tù
Ôm con dòng lệ tưởng như khô rồi

Đã mấy năm trôi qua rồi nhỉ
Đã bao mùa Nam Bắc cách ngăn
Sơn La Vĩnh Phú mây giăng
Sắn khoai đói rét vết hằn đỉa bu
Chí tuổi trẻ cho dù gắng sức
Lòng nhớ mong ray rứt trong ta
Anh em trong cuộc chiến qua
Hẳn in vết tích xót xa phận mình!
...1983

Người đàn bà Việt nam nói chung, từ khai quốc, đã là những tấm lòng hướng về người chồng thân yêu đang làm lính biên cương. Bốn câu thơ sau đây nói lên tâm trạng giống như người tù đang bị đày khổ sai xứ Bắc sau năm 1975:

*Con cò lặn lội bờ sông
Gánh gạo nuôi chồng tiếng khóc nỉ non
Em về nuôi cái cùng con
Để anh đi rẫy nước non Cao Bằng!*

Tâm trạng người tù bị lưu đày miền Hoàng Liên Sơn sau 1975 giống y như thế!

Tôi lại nhớ đến câu chuyện "Anh Phải Sống" trong Tự Lực Văn Đoàn của Nhất Linh: Hai vợ chồng chèo thuyền vớt củi trên sông Hồng mùa lũ... Khi thuyền bị chìm, hai vợ chồng dìu nhau cùng bơi vào bờ; nhưng cả hai cùng đuối sức, có thể cùng chết chìm. Lúc đó người vợ nghĩ đến ba đứa con thơ và tự hy sinh thân xác cho chồng được sống; "Thằng Bò, cái Lớn, Cái Bé... Không anh phải sống..."

Người đàn bà Việt Nam của Vinh Hồ, người đàn bà Việt Nam của letamanh, người đàn bà Việt Nam của Việt Nam... Ôi! gương hy sinh vô bờ trong mọi thời đại, trong mọi hoàn cảnh, trong mọi thể chế!

*Vợ Vinh Hồ quằn vai gánh gạo
Dọc Trường Sơn rồi vượt cao nguyên
Chắt chiu nào gạo nào tiền
Thân gầy xe sợi tơ duyên vì chồng!*

Cho nên, đã mấy mươi năm đã qua, Gia đình Vinh Hồ đã được tị nạn Hoa Kỳ, đã gầy dựng thiên đường hạnh phúc... Nhưng, Vinh Hồ vẫn luôn nhớ đến công lao người vợ tần tảo nuôi mình thời gian tù tội! Những vần thơ gói trọn tình yêu, gói trọn hương ân ái trong mọi hoàn cảnh; được thể hiện nhiều nhất trong thể thơ Đường và những bài theo thể tự do, thể lục bát rất độc đáo, rất cảm xúc...

Phải công nhận rằng: Vinh Hồ có lối thơ riêng, có hướng đi biệt lập mà không một nhà thơ nào có thể so sánh, ca tụng vợ chân thành và; theo letamanh, Vinh Hồ nịnh vợ hết ý!

letamanh
tháng 5 năm 2024

TRẦN C. TRÍ
Khoảng Cách

Anh đã đến cái tuổi nhớ chuyện xưa nhiều hơn chuyện nay. Nhất là số và tên. Nhiều con số liên quan đến những chuyện xa lăng xa lắc, hay tên tuổi của nhiều nhân vật đã chìm rất lâu vào quá khứ, anh vẫn nhớ rõ mồn một. Ngược lại, nhiều con số quan trọng trong sinh hoạt thường nhật hay ở sở làm, hoặc tên tuổi của nhiều người tiếp xúc với anh hầu như hằng ngày, anh lại quên một cách dễ dàng. Chẳng hạn như chiều hôm nay, vợ con đi vắng cả, anh ra ngồi ở hàng hiên sau nhà. Nắng hanh vàng phủ trên cỏ xanh và hoa dại một mầu mật óng ả, ngọt ngào. Tách trà thơm trên bàn toả ra mùi thơm thanh thoát, vừa đưa anh ra khỏi thực tại, vừa kéo anh về một quá khứ nào xa thăm thẳm ở quê nhà. Không dưng bốn chữ Nha Trang Thương Cuộc hiện ra trong trí anh. Và cùng với cái tên đó, khung cảnh nhà ông ngoại cũng bừng sáng, linh hoạt trong ký ức của anh. Dãy nhà hình chữ H nằm khuất sau một khoảng vườn rộng mênh mông phía trước với cây cỏ đủ loại màu sắc và hương thơm. Những con người bên trong đi qua đi lại, nói cười, bận bịu tíu tít. Những âm thanh khi náo nhiệt, khi trầm lắng. Cánh nhà bên trái là nơi ăn ở, sinh hoạt trong gia đình. Cánh nhà bên trái dành cho hoạt động xuất nhập cảng của đại gia đình mà ông ngoại là đầu tàu.

Cùng với cái tên của công ty, anh cũng không bao giờ quên số điện thoại của nó. 2284. Công ty của ông ngoại thành lập khoảng cuối thập niên 60. Vài năm sau, nhu cầu sử dụng điện thoại tăng cao. Mỗi số điện thoại thời đó phải thêm một số 0 sau con số thứ nhất. Số điện thoại của Nha Trang Thương Cuộc, vì thế, đã trở thành 20284. Vặn nhanh đến mấy mươi năm sau, số điện thoại ở Việt Nam bây giờ là đến bao nhiêu con số ? Anh chưa bao giờ bấm số gọi ai ở quê nhà. Qua bạn bè, người quen, anh biết được ngày nay số điện thoại trong nước đã lên đến nhiều con số, tuỳ theo loại. Chẳng hạn như số điện thoại nhà hay công sở thì 7, có khi 8 số. Còn điện thoại cầm tay đến 10 số. Ở ngoại quốc gọi về Việt Nam còn phải bấm hai số cho quốc gia, hai số vùng, để gọi điện thoại nhà hay cơ sở thương bại, vị chi là đến 11, 12 con số.

Nhưng thật ra anh không cần bận tâm chi đến những con số rắc rối như thế của ngày nay. Anh chỉ nhớ là ngày xưa khi ở nhà, lúc cần má, anh chỉ việc cầm điện thoại lên, quay số 20284 là bên đầu dây kia đã nghe tiếng má: "A-lô ! Nha Trang Thương Cuộc nghe đây ạ." Hiếm khi anh gọi mà má không có mặt tại bàn giấy để bắt điện thoại. Má được ông ngoại giao cho công việc ở văn phòng chính của công ty, giao dịch bằng thư từ hay điện thoại với các hãng lớn nhỏ từ Sài Gòn trở ra miền Trung, lên cả tận Đà Lạt, trong tất cả những công việc liên quan đến xuất nhập cảng đồ thủ công mỹ nghệ thời đó. Má và các dì đi làm đều mặc áo dài rất thướt tha, như rất nhiều phụ nữ cùng thời. Nha Trang ngày đó sao mà nhỏ gọn, mà thanh bình. Hằng ngày má đi bộ từ cư xá sĩ quan lên đến nhà ông ngoại để làm việc, nắng cũng như mưa. Khoảng cách mà ngày nay anh tưởng tượng rằng chắc chẳng còn ai chịu khó đi bộ như vậy nữa. Anh không thể nào quên hình ảnh má lầm lũi đi đều bước đến chỗ làm, băng từ đường này sang đường khác. Má hay vừa đi vừa cúi đầu, nhìn hình ảnh đó có một điều gì buồn buồn làm sao đó. Chỉ có một chi tiết vui vui là vì hay cúi đầu đi, thỉnh thoảng má lại bắt gặp một tờ giấy bạc của ai đó làm rớt trên vệ đường.

Thốt nhiên anh nhìn qua cái cell phone để bên cạnh tách trà và muốn nhấc nó lên để bấm số gọi má quá đỗi. Tim anh chợt đập mạnh, nghĩ đến lúc mình bấm hai số Việt Nam, cộng hai số vùng cho Nha Trang, rồi 20284, thì sẽ ra sao nhỉ? Chuông điện thoại sẽ reo lên bất tận vì đó chỉ là một con số vô nghĩa của một thời nào xa tít tắp trong quá khứ? Hay má vẫn bắt phone lên như ngày trước? Hay là một người xa lạ nào khác? Anh chợt thèm nói với má thật nhiều, kể lể đủ thứ, y hệt như ngày xưa. Chắc má sẽ gắt nhẹ: "Có vậy mà con cũng gọi. Để cho má làm việc. Lúc nào cần mới kêu má chứ!" Chắc anh cũng ước gì mình còn nhỏ dại như thuở đó, để vùng vằng đặt điện thoại xuống, phụng phịu với má qua cái máy vô tri vô giác nằm im lìm sau khi kêu một cái "cụp" cộc lốc dưới bàn tay hờn dỗi của anh.

Tiếng mở cửa lách cách phía trước nhà cùng với tiếng hai mẹ con vừa bước vào vừa cười nói chợt kéo anh về thực tại. Anh ngoảnh lại nhìn vào trong. Hoàng Lan đang đưa tay vuốt má Jimmy, nói gì đó trong tai thằng bé. Jimmy rời mẹ và chạy ra patio. Nó ào đến, ôm choàng lấy anh, thủ thỉ: "Bố làm gì ngồi một mình ngoài này vậy?" Anh cũng vòng tay ôm con, hít hít mùi tóc khét nắng quen thuộc của thằng bé, không trả lời. Nắng cũng vừa nhạt trên sân cỏ. Tách nước trà anh quên uống cũng không còn thoảng mùi thơm nữa.

o O o

Tối hôm qua anh không ngủ được. Suốt đêm anh cứ chập chờn, mê không ra mê, tỉnh không ra tỉnh. Mọi khi mất ngủ như vậy, anh đã vùng dậy ra phòng ngoài bật ti-vi xem cho buồn ngủ trở lại. Hay ra ngoài sân sau ngồi cho đến khi rục rã mới trở vào dỗ giấc ngủ. Nhưng lần này anh cứ nằm đó, chong mắt nhìn cái trần nhà trắng toát. Bên cạnh, Hoàng Lan ngủ thật say. Thỉnh thoảng cô ngáy nhè nhẹ một chút. Cách ngáy của cô cũng khoan thai, từ tốn như trong tất cả những gì cô làm ban ngày. Không biết anh có tưởng tượng hay không, nhưng hình như có lúc cô còn mỉm cười trong bóng tối nữa. Điều mà nhất định anh không tưởng tượng là tiếng thở dài của chính mình, cũng trong bóng tối. Đêm cứ thế chầm chậm trôi qua. Nếu có ai lắng nghe thật kỹ, sẽ nghe được những tiếng ngáy nho nhỏ quyện vào dăm ba tiếng thở dài trong ánh sáng nhờ nhờ của bầu trời nửa tối nửa sáng từ bên ngoài hắt vào căn phòng ngủ mênh mông, lạnh lẽo lúc gần sáng. Khi đến chỗ làm thì anh chỉ muốn gục ngay xuống bàn. Mắt anh cay xè, hai thái dương căng cứng, miệng khô khốc. Ánh nắng hồng tươi của buổi sáng sớm đã tràn vào văn phòng của anh, nhưng không đủ làm anh tỉnh táo được chút nào. Cô thư ký đã mang vào cho anh ly cà phê đậm như mọi lần, và anh đã nốc cạn chỉ trong một thoáng. Cũng chẳng thấm vào đâu. Anh loạng choạng đi vào phòng vệ sinh để rửa mặt. Anh vốc từng vốc nước mát lạnh, xát liên hồi vào mặt, gáy, cổ. Thấy đỡ hơn một chút, anh thong thả trở lại văn phòng, ngồi thừ xuống chỗ bàn giấy. Anh ngó mông ra làn cửa kính của tầng thứ năm trong toà nhà công ty. Những toà nhà cao thấp chung quanh như nhấp nhô trong biển nắng hồng buổi sáng. Chúng như lúc ẩn lúc hiện trong một thế giới khác, ngoài thế giới của riêng anh.

Anh uể oải bật cái computer lên. Những con số chi chít trong bản kết toán mà anh đang cố hoàn tất cả tuần nay còn nằm nguyên trong máy. Mắt anh hoa lên. Các con số chồng chéo lên nhau rồi xoay tròn trên màn ảnh làm anh choáng váng. Rồi tự nhiên con số 20284 chợt loé lên thật to, nổi bật lên ngay giữa màn ảnh, trong khi những con số khác nhạt nhoà đi, làm thành một cái nền cho con số điện thoại to tướng đó nằm chính giữa. Anh lại tần ngần ngó cái điện thoại nằm im lặng trên bàn. Anh chỉ cần với tay một chút là có thể nhấc cái ống nghe lên rồi bấm số vào máy. Đơn giản chỉ có vậy thôi.

Mấy hôm trước, anh có hỏi cô thư ký xem muốn gọi về Nha Trang thì cần bấm những số nào. Cô vào mạng xem một chốc rồi cho anh biết: "Chú bấm 84 là số để gọi Việt Nam, rồi chú bấm tiếp số 25 là số vùng của Nha Trang, xong chú bấm số điện thoại chú cần gọi." Trong lúc anh đang nhíu mày như để cố ghi nhớ hết những con số đó, cô thư ký tinh nghịch nói tiếp: "Hồi giờ cháu đâu có bao giờ thấy chú gọi ai ở Việt Nam đâu. Cháu nói cái này chú đừng ký đầu cháu nhe. Chú gọi điện thoại cho bồ nhí ở bển hả chú?" Anh nhớ lúc đó mình đã cười khà khà đáp lại: "Ký đầu cô thì tôi được cái gì? Tôi còn cám ơn cô đã làm tôi cảm thấy mình còn có giá lắm là đằng khác!"

Rồi ngày làm việc cũng thong thả trôi qua. Anh cặm cụi làm cho xong bản kết toán để sẽ đem ra trình bày trong buổi họp cuối tuần. Trời mùa xuân nên ánh sáng ban ngày còn nấn ná thật lâu. Khi anh gõ những con số cuối vào máy, đồng hồ trên tường vừa vặn chỉ 5 giờ 15 chiều. Cơn buồn ngủ ngày ngật ban sáng không còn nữa. Nhưng anh cũng không muốn đứng lên để ra về chút nào. Có lẽ Jimmy thì còn mong anh về chứ Hoàng Lan thì... Thốt nhiên, anh tự hỏi bây giờ là mấy giờ bên Việt Nam. Anh mở cái cell phone ra, đi vào chỗ giờ quốc tế và thấy rằng bên đó đã sáng rồi. Như ngày xưa thì giờ này má đã lên nhà ông ngoại, bắt đầu một ngày làm việc mới. Còn anh cũng ở trong lớp học như mọi ngày. Ý tưởng gọi điện thoại cho má chợt trở về trong anh. Anh bật cười nhỏ với ý nghĩ vớ vẩn đó. Nhưng rồi nó không chịu rời anh nữa. Anh mường tượng ra má ngồi nơi bàn làm việc, bận rộn với những xấp giấy tờ và những cú điện thoại thỉnh thoảng lại reo vang. Má mặc một chiếc áo dài màu mỡ gà, tóc bới gọn về phía sau. Thân hình má hơi đẫy đà. Má thường đổ thừa là do phải cố ăn những món mà ba và anh không chịu ăn hết.

Hôm nay thì thì anh muốn gọi má lắm rồi. Anh cần nói chuyện với má thật chứ không phải để mè nheo vớ vẩn. Chắc má sẽ không la anh, bảo để khi khác hãy gọi. Nhưng sau khi anh bấm số thì chuyện gì sẽ xảy ra? Tim anh đập nhanh hơn với ý nghĩ đó. Anh không muốn nghĩ đến những tình huống khác nhau khi chuông điện thoại bắt đầu reo ở đầu dây bên kia. Rồi không gian chung quanh bỗng nhạt nhoà đi, ánh nắng không còn hực hỡ như vài phút trước đây nữa. Anh chỉ còn cảm thấy một sức thôi thúc lạ kỳ, mời gọi anh vươn tay tới cái điện thoại. Anh chợt làm động tác đó một cách máy móc. Rồi như từ trong vô thức, anh bấm nhanh dãy số 84 25 20284. Chuông điện thoại bắt đầu reo bên kia đầu dây. Một lần. Hai lần. Ba lần. Có tiếng máy nhấc lên. Rồi giọng quen thuộc của má: "A-lô! Nha Trang Thương Cuộc nghe đây ạ."

Hơn ba mươi năm rồi anh mới nghe lại giọng má. Anh ngập ngừng nói: "Má...", rồi nghẹn ngào không còn nói gì thêm được nữa. Bên đầu dây kia, giọng má thật bình thản: "Huy đó hả con? Sao giờ này còn sớm quá mà con đã gọi? Má mới bắt đầu làm việc thôi." Anh muốn khóc. Thật lâu rồi anh chưa bao giờ được khóc. Hai mũi anh cay nồng. Anh hít hít vài cái, lấy lại bình tĩnh rồi nói: "Má khoẻ không? Con chỉ muốn gọi hỏi thăm má vậy thôi."

May quá, lần này má không la anh vì sao không có gì cần mà lại gọi má. Anh lắng nghe giọng của má, như muốn nuốt từng lời, từng chữ. Giọng má thật thản nhiên như giữa má và anh chưa từng có một sự gián đoạn nào về thời gian hay không gian. Má cũng hỏi thăm anh, nhưng không phải kiểu như lâu ngày hai người mới nói chuyện với nhau. "Jimmy ngoan chứ hả con?" – "Dạ, nó ngoan và chăm học lắm má à." "Công việc con rảnh lắm sao mà có thì giờ gọi cho má vậy?" – "Bên này tới giờ đi làm về rồi mà má." "Con đang gọi má ở đâu vậy?"

– "Dạ, con còn ngồi trong sở." "Sao lại còn ngồi đó? Không đi về kẻo con Hoàng Lan lại trông."

Anh chợt cười chua chát: "Cô ấy không trông con về đâu. Má đừng lo." – "Ý, sao con lại nói vậy?" – "Hoàng Lan hết thương con rồi, má à!" – "Trời đất, chuyện gì xảy ra vậy con?" – "Chẳng có gì xảy ra hết. Mọi sự diễn ra một cách từ từ thôi." – "Con nói như vậy là sao? Má không hiểu." – "Đơn giản lắm, má. Cô ấy hết thương con, đi thương người khác rồi." – "Ủa! Người khác là ai?" – "Má nhớ thằng Hiền không?" – "Thằng Hiền học với con từ hồi tiểu học phải không? Ai chớ thằng đó thì má nhớ. Bộ con quên có lần nó lên nhà ông ngoại chơi với con, bị con chó của ông ngoại nhào đến sủa, má chạy ra đuổi giùm nó, trượt chân té sóng soài đó hay sao?" – "Đúng là thằng Hiền đó đó má." – "Rồi thằng Hiền nó quyến rũ vợ con hả?" – "Chẳng ai quyến rũ ai hết má à. Hai người tự động tìm tới nhau. Lớn hết rồi mà." – "Tụi nó cặp kè ngay trước mũi con? Rồi con chịu trận như vậy à?" – "Họ đâu có cần cặp kè đâu má. Họ siêu lắm." – "Siêu là sao?" – "Là họ không cần làm những chuyện thường tình như đi chơi với nhau hay nói với nhau lời này tiếng nọ cho lộ liễu. Họ chẳng cần hẹn hò riêng tư gì cả. Nhưng nếu có dịp gặp nhau ở nhà con hay ở nhà thằng Hiền, họ chỉ cần trao đổi với nhau những ánh mắt mà người khác phải ý tứ lắm mới bắt mạch được." – "Vậy thì tụi con còn qua lại với nhau làm chi để tạo điều kiện cho tụi nó?" – "Vợ chồng thằng Hiền với vợ chồng con chơi với nhau mấy chục năm nay rồi. Con cũng không biết làm sao chấm dứt chuyện qua lại. Con có bắt được tay vây được cánh gì đâu mà tự dưng thay đổi những thói quen từ trước tới giờ được." – "Con vợ thằng Hiền có biết chuyện này không?" – "Con nghĩ là cô ấy cũng biết. Nhưng chẳng ai làm được gì cả."

Má đột ngột nói: "Có xe hàng mới từ Sài Gòn ra. Má phải ra kiểm hàng. Bữa khác con gọi lại má. Đừng làm chuyện gì dại dột nghe con. Phải nghĩ tới thằng Jimmy."

Anh luyến tiếc gác máy xuống. Nhiều cảm xúc khác nhau vẫn dạt dào trong anh, nhưng bây giờ thì anh cảm thấy hoàn toàn bình tĩnh, không còn hoang mang như trước nữa. Buổi tối đã đến, căn phòng anh ngồi nhá nhem vì anh mải nói chuyện không bật đèn. Nhưng hàng trăm ngàn ánh đèn từ những toà nhà chung quanh đã đua nhau bừng lên, lấp lánh đủ màu. Một lần nữa, anh thấy mình ở trong một thế giới rất riêng tư, tăm tối, cô độc, trong khi thế giới bên ngoài chói chang đèn đuốc, như đang hăm hở bước vào một thời điểm thân mật, ấm cúng của thời khắc đoàn tụ trong mỗi gia đình sau một ngày làm việc. Anh rời văn phòng. Mọi người trong công ty đã ra về hết cả. Anh đi thang máy xuống tầng hầm để lấy xe. Xa lộ buổi chiều kẹt cứng như mọi ngày. Anh thong thả lái xe, cho xe nhích từng chút trong dòng xe hối hả, đông nghịt. Có gì phải vội vàng đâu. Anh chợt nhớ tới một câu trong bài học tiếng Tây Ban Nha của cuốn L'Espagnole sans peine mà anh từng học thuộc lòng lúc còn ở quê nhà: "No tengo prisa. Nadie me espera."

o O o

Lần mất ngủ kỳ này không dưng lại là một điều hay cho anh. Anh không phải chạy ra phòng ngoài để kiếm một cuốn phim gì xem cho buồn ngủ, hay ra hiên sau ngồi chong mắt ngó thăm thẳm vào bóng đêm. Anh cũng bước ra hiên sau, nhưng lần này đã có mục đích. Một giờ rưỡi sáng. Anh nhẩm tính và độ chừng ở Nha Trang đang vào khoảng bốn giờ mấy buổi chiều. Giờ này chắc má đang sửa soạn kết toán trong sổ sách để ra về. Anh bật cái cell phone lên, ánh sáng lập loè của nó toả ra trong bóng đêm, trong sự yên lặng huyền bí của một buổi sáng mới yếu ớt bắt đầu, và trong cái lạnh ngai ngái của thời tiết giữa mùa xuân. Bằng một thao tác gần như đã thuần thục, anh bấm số của Nha Trang Thương Cuộc.

L ần này chuông reo khá lâu, anh đã thất vọng toan cúp máy thì vừa may lại nghe giọng quen thuộc của má. Hồi hộp và xúc động không kém lần trước, anh nói vào máy, gần như thì thào: "Má hả má? Con nè." – "Má đây. Đang sửa soạn về thì con gọi. Hôm nay cũng không nhiều việc lắm. Có gì lạ không con?" – "Dạ không, con chỉ muốn nói tiếp chuyện bữa trước với má." – "Ờ, chuyện không vui của vợ chồng con đó hả? Bữa đó tới giờ má cứ nghĩ tới tụi con mà buồn quá." – "Má nói làm con áy náy lắm. Con lớn rồi chẳng những không giúp gì được cho má mà còn làm má buồn." – "Không sao đâu con. Nói vậy chớ bây giờ má buồn cũng như vui, không có gì khác nhau đâu. Phần con, con tính sao?" – "Con rối trí lắm má à. Nhất là hai người đó khéo lắm. Họ không để lộ ra một bằng cớ nào cả. Ngay cả nếu họ có làm gì rõ ràng, con cũng không biết phản ứng ra sao. Má nghĩ coi. Nếu con phản ứng này nọ, con sẽ mất một lần cả vợ lẫn bạn." – "Còn con Hoàng Lan thì sao? Nó có vẻ gì muốn cho con biết hay tính chuyện ly dị với con không?" – "Ồ, cô ấy khéo lắm má à. Vừa tỏ ra lạnh lùng với con, mà vừa vẫn chăm sóc hai cha con chu đáo, đâu vào đó, không trách được tiếng nào." – "Vậy con cứ để tình trạng lập lờ này kéo dài hoài hay sao?" – "Con có nghĩ đến việc ngồi xuống nói chuyện thẳng với cô ấy. Con cũng chớm nghĩ tới chuyện ly dị. Nhưng rồi con thấy thương thằng Jimmy quá má ơi. Nó đâu có tội tình gì. Với lại con thấy mình tính chuyện sao mà tầm thường như vậy. Hồi giờ con đã thấy mình tầm thường quá rồi. Con không muốn mình tầm thường hơn nữa." – "Con nói hồi giờ con tầm thường là sao?" – "Dạ, là lớn lên, yêu thương một người, rồi lấy người đó, y như thiên hạ chung quanh. Không tầm thường là gì hở má? Rồi tới khi vợ chồng cơm không lành canh không ngọt, cũng muốn lục đục bỏ nhau, cũng y như thiên hạ chung quanh. Tầm thường quá, má thấy không?"

Anh chợt nhận thấy mình đang nói thao thao không ngừng. Chắc má đang ngồi im nghe bên đầu dây kia. Anh hốt hoảng hỏi: "Má, má còn nghe đó không?" Tiếng má dịu dàng đáp: "Má vẫn nghe con đây." Anh buồn rầu nói: "Con không biết phải làm gì đây, má à." – "Còn phần con Hoàng Lan, con có nghĩ là nó có ý định bỏ con không?" – "Con nghĩ là cô ấy muốn đứng trên hết cả mọi sự bình thường." – "Nghĩa là sao?" – "Dạ, là yêu ai mà không cần phải làm những chuyện mà một đôi tình nhân thường làm. Là không yêu chồng nữa mà không cần phải bỏ hẳn. Là cứ tiếp tục sống và yêu theo kiểu của riêng mình mà không cần phải thay đổi gì cả." – "Má thì má thấy nó có thay đổi một chuyện mà con chưa chịu thấy đó thôi." – "Chuyện gì má thấy được mà con không thấy được hở má?" – "Con có nghĩ là con Hoàng Lan biết là con biết chuyện của nó với thằng Hiền không? – "Biết chứ má. Cô ấy thông minh lắm mà." – "Vậy mà nó vẫn an nhiên tự tại sống bên cạnh con như không có gì hết, phải không?" – "Đúng vậy đó má." – "Vậy thì con nhỏ này siêu y như con đã nói. Nó thương thằng Hiền mà không cần lấy thằng Hiền. Nó hết thương con mà không cần bỏ con. Má nghĩ là con nên bắt chước nó đi." – "Má nói vậy là sao?" – "Con không thấy là trong một ý nghĩa nào đó, nó đã bỏ con rồi à? Nói cách khác, nó đã ly dị với con trong lòng từ lâu rồi." – "Ý má nói là con cũng có thể ly dị với cô ấy trong lòng luôn sao?" – "Đúng vậy. Đâu có cần phải đưa nhau ra toà. Đâu có cần phải sần sượng ra mặt với nhau. Đâu có cần phải chia chác của cải chi cho mất lòng. Mọi thứ đều có thể diễn ra ngay trong đầu con thôi." – "Nhưng như vậy thì có khác gì đóng kịch đâu, má?" – "Con nghĩ đi, từ đầu ngày tới cuối ngày, con phải đóng kịch bao nhiêu lần với người này, người nọ? Không thế này cũng thế khác. Ai mà không đóng kịch? Vả lại, nếu phải đóng kịch mà con có thể giữ một mái ấm cho thằng Jimmy, má nghĩ cái vai của con cũng có ích lắm đó."

Rồi thình lình má lại chấm dứt cuộc điện đàm như lần trước: "Thôi, bữa khác mình nói chuyện tiếp nghe. Má phải đóng cửa nẻo để sửa soạn đi về. Gặp con ở nhà sau."

Anh nhìn sững cái vòng tròn đỏ trên màn ảnh điện thoại. Anh không muốn bấm vào nó để kết thúc cuộc nói chuyện, mặc đầu đầu dây bên kia má đã cúp máy. Cái vòng tròn đỏ cuối cùng rồi cũng tự động biến mất. Cùng lúc, anh ngẩng lên để thấy trời đã bắt đầu hừng sáng, Một vài tiếng chim ríu rít nho nhỏ đâu đó như để chào mừng một ngày nữa lại bắt đầu.

o O o

Chiều Chủ Nhật. Thêm một ngày nắng đẹp. Khi những tia nắng mong manh cuối cùng tan loãng vào không gian thì gia đình nhỏ của anh cũng tề tựu quanh chiếc bàn chữ nhật trong nhà bếp, dùng bữa cơm chiều như tất cả những gia đình êm ấm khác. Jimmy phải đợi mẹ nhắc mấy lần mới chịu ăn hết chén cơm chan với canh bầu. Hoàng Lan đẩy đến cho anh dĩa thịt bò bí-tết nhưng anh khẽ khoát tay tỏ dấu đã đủ rồi. Hai người nói với nhau những câu bâng quơ, vô thưởng vô phạt. Cả Hoàng Lan và anh như cố ý nói với Jimmy nhiều hơn để khoả lấp những khoảng trống vụng về giữa hai người. Jimmy là một cái cớ để Hoàng Lan và anh có thể sinh hoạt với nhau một cách bình thường. Anh nhìn nét hồn nhiên, vô tư của con và chợt thấy rằng má đã khuyên anh một điều vô cùng đúng đắn.

Từ mấy hôm nay, Hoàng Lan, với sự tinh nhạy cố hữu của người đàn bà, chợt cảm thấy một điều gì đó khác lạ từ anh. Bình thường, người phải hoang mang, phải thắc mắc, phải nghi ngờ, phải đoán già đoán non về nhiều việc, không ai khác hơn là anh. Nhưng bây giờ thì khác. Người đó chính là Hoàng Lan. Cô không che giấu những tia mắt dò xét hướng về anh. Mọi lần, cô là một cuốn sách bí hiểm, anh khó mà giải được những mật mã trong đó. Những biểu cảm trên gương mặt cô hầu như đóng băng, ngoại trừ những lúc có Hiền bên cạnh. Những lúc đó, tia nhìn ấm áp dành cho Hiền toả ra trong mắt cô mà cô không cần giữ kẽ. Hôm nay, anh thấy có phần đắc ý là mình đã lật ngược tình thế. Anh không cần làm một cuốn sách bí hiểm. Anh chỉ muốn toả ra sự an nhiên tự tại mà lâu nay Hoàng Lan đã tỏ ra trước mặt anh, để đến lượt cô phải thắc mắc. Anh đã nghe lời má để làm thủ tục ly dị với Hoàng Lan trong tâm hồn. Và lập tức anh thấy được một sự bình yên mạnh mẽ, tràn ngập cả thân thể, tâm trí anh. Từ mấy ngày nay, anh đã có thể nói chuyện với Hoàng Lan nhiều hơn. Anh không còn phải thắc mắc gì về chuyện của cô và Hiền nữa. Anh không phải đánh những dấu hỏi to tướng về Hoàng Lan nữa. Một biên giới nào đó đã hoàn toàn bị phá vỡ giữa hai người. Anh không thấy ngại ngần gì nữa khi tiếp xúc với Hoàng Lan. Anh thấy mình đã hoàn toàn được giải thoát khỏi một ngục tù vô hình, như một con chim nhỏ giờ đây có thể tha hồ xoải cánh trong bầu trời rộng lớn. Tất cả những ý nghĩ và cảm xúc mới mẻ đó trong anh đã toả ra qua sắc diện, lời nói, hành động của anh, và Hoàng Lan đã nhận được những tín hiệu đó, chắc là cũng với những dấu hỏi to tướng trong đầu cô.

Cả nhà ăn uống xong xuôi, Jimmy nũng nịu nhắc mẹ đi ăn kem như Hoàng Lan đã hứa. Cô hỏi anh có muốn đi với hai mẹ con không cho có lệ. Anh nở ra một nụ cười tươi tắn nhất với cô, bảo thôi hai mẹ con cứ thoải mái đi với nhau đi, anh muốn ở nhà một mình thưởng thức một buổi chiều đẹp cuối tuần. Khi tiếng xe của Hoàng Lan vẳng xa dần, anh đứng dậy, vươn vai, thở hắt ra ngoài, thấy thật dễ chịu trong căn nhà rộng mênh mông và hoàn toàn im lặng. Một ý nghĩ chợt loé lên trong đầu anh. Anh chạy lên lầu, lục tìm trong ngăn kéo bàn làm việc lấy ra gói thuốc lá hút dở từ mấy tháng trước. Lâu lắm rồi anh không hút một điếu thuốc nào. Nhưng hôm nay, anh muốn thưởng cho mình cảm giác thú vị với hương nồng của thuốc lá quyện vào vị đắng của cà-phê. Anh háo hức cầm một điếu thuốc đi xuống lầu. Anh pha cho mình một ly cà-phê đậm đặc, mang ra ngoài hiên sau nhà, và không quên mang cả cái cell phone như một người bạn đồng hành không thiếu được.

Không gian ngoài sân yên ả, ấm áp. Anh bật lửa, mồi điếu thuốc rồi rít một hơi dài sảng khoái. Anh nhấp một ngụm cà-phê, cố tình giữ lại một chút khói trong miệng để hai tố chất giao hoà với nhau, mang lại cho anh một cảm giác lâng lâng khó tả. Lâu lắm rồi anh mới có được cảm giác bình yên như hôm nay. Tất cả là nhờ má. Sực nhớ đến má, anh nhìn vào cái phone để xem mấy giờ. Gần 6 giờ ở Mỹ. Giờ này ở Nha Trang đã là thứ Hai, và chắc má cũng đang bận rộn với ngày làm việc đầu tuần bên đó. Nhưng anh muốn gọi má ngay để báo tin vui cho má biết. Rằng anh đã làm theo lời má khuyên và kết quả thật ngoài sức tưởng tượng.

Anh hớp một ngụm cà-phê, rít thêm một hơi thuốc dài nữa và bắt đầu bấm những con số quen thuộc của Nha Trang Thương Cuộc. Lần này, anh không còn nghe tiếng chuông điện thoại đổ dài như mấy lần trước nữa. Thay vào đó, anh nghe một âm thanh khó nghe từ tổng đài báo hiệu có sự trục trặc. Rồi giọng Bắc thu sẵn của một người đàn bà lạnh lùng vang lên: "Số máy quý vị gọi không có. Xin vui lòng kiểm tra lại."

Anh nhíu mày, bấm lại số một lần nữa.

- 8...4...2...5...2...0...2...8...4
- Số máy quý vị gọi không có. Xin vui lòng kiểm tra lại.
- 8...4...2...5...2...0...2...8...4
- Số máy quý vị gọi không có. Xin vui lòng kiểm tra lại.
- 8...4...2...5...2...0...2...8...4
- Số máy quý vị gọi không có. Xin vui lòng kiểm tra lại.

Anh thẫn thờ đặt cái điện thoại xuống. Bóng tối cũng vừa vặn nhuộm thẫm không gian sau vườn nhà anh. Ly cà-phê đã cạn. Điếu thuốc chỉ còn trơ lại cái đầu lọc, bay mùi khen khét khó chịu. Cảm giác ung dung tự tại ban nãy của anh dường như cũng không còn nữa.

Trần C. Trí

NGUYỄN THỊ BÍCH NGA
Cậu Bé Vét Giếng

Ở nhà quê, mỗi nhà đều có một giếng nước. Có giếng cạn, chỉ cần đào xuống khoảng sáu, bảy thước là nước đã trào lên. Có giếng sâu, phải đào xuống mười tám, hai mươi thước mới gặp mạch nước. Miền Đông có nhiều đồi cao, hầu như nơi đâu ta cũng gặp những lòng giếng sâu thăm thẳm.

Sau một thời gian sử dụng bảy hoặc tám tháng, lớp cát dưới đáy giếng bắt đầu lở dần, chài ra và lấp kín mạch nước, thế là chủ giếng phải chạy đôn chạy đáo đi tìm những người có chuyên môn để vét giếng cho họ. Bởi vậy kể từ sau Tết trở đi, hai cha con cu Tít liên tục nhận được nhiều "đơn đặt hàng" vét giếng. Cha cu Tít thì vui mừng nhưng cu Tít thì buồn bã, vì ở độ tuổi của nó, công việc vét giếng cực khổ lắm.

Sáng sớm, sau khi nich vào bụng một tô cơm nóng với mắm chưng, cu Tít xách cuộn dây thừng nặng chình chịch đi theo cha. Hai cho con vào một ngôi nhà, chào hỏi chủ nhà rồi được chủ nhà dẫn ra cái giếng ở đằng sau nhà (hay ở giữa vườn cây). Cha nó bắt đầu xem xét cái giếng. Sau đó, ông thay cái tay quay và thay sợi dây thừng. Ông cột một cái xô nhôm nhẹ, dựng cái xẻng nhỏ vào trong xô rồi thả dây xuống đáy giếng. Ông bu theo sợi dây, hai chân đạp vào hai bên thành giếng để lấy điểm tựa. Kể từ lúc đó, cực hình của cu Tít bắt đầu.

Cha cu Tít đứng dưới đáy giếng, xúc cát vào xô. Khi xô đầy, ông giựt nhẹ sợi dây, cu Tít kéo xô lên, khệ nệ xách xô mang đi đổ cát ở đâu đó, rồi thả xô không xuống. Cha cu Tít tiếp tục xúc cát vào xô, tiếp tục giựt sợi dây, cu Tít tiếp tục kéo xô cát nặng nề lên, tiếp tục khệ nệ bưng xô đầy đi đổ... Cực hình dường như kéo dài bất tận, không biết bao giờ mới đến buổi trưa, không biết bao giờ cu Tít mới được dừng cái tay quay để ăn cơm...

Cơm trưa xong, cha cu Tít ngồi dựa lưng vào gốc cây, quấn một điếu thuốc lá, bập bập thưởng thức sảng khoái. Còn cu Tít, có khi nó nằm dài trong bóng râm, có khi nó lang thang tìm mấy cái hang kiến lửa, câu vài con kiến lên, cho tụi nó "đá" nhau chơi, cũng có khi nó bứt vài trái ổi sẻ, vài chùm mận chát, ngồi nhấm nhấm cho vui miệng...

Hết vét giếng cho nhà này xong lại vét giếng cho nhà khác. Mùa nắng khổ cực theo mùa nắng. Mùa mưa khổ cực theo mùa mưa. Nhưng cu Tít chẳng dám mở miệng than thở. Nếu nghe nó than thở, cha nó sẽ càu nhàu: "Công việc khổ nhọc này nuôi sống cả gia đình hơn chục năm nay, không vét giếng thì không có tiền xài, than thở cái nỗi gì hả thằng khỉ...?!"

Có một buổi trưa, sau khi cha cu Tít leo lên mặt đất để ăn cơm, ông sực nhớ làm rớt cái quẹt ga ở dưới đó. Uể oải trong người, ông bèn sai cu Tít leo xuống dưới lượm cái quẹt ga lên cho ông. Được leo xuống giếng chơi, cu Tít mừng rỡ lắm, nó nhanh nhẹn bám vào sợi dây thừng, chàng hảng hai chân đạp vào hai bên thành giếng, thoăn thoắt leo xuống.

Tới nơi, cu Tít nhảy xuống cái "bịch", nhưng nó không vội lượm cái quẹt ga lên ngay mà đứng chống nạnh nhìn quanh quẩn. Lòng giếng bị lở cát rộng như cái hang, ghê thiệt. Nghe nói cái giếng này mới đào hồi năm ngoái, nhưng theo con mắt của cu Tít, chừng năm năm nữa thôi, chủ nhà phải nhờ người đào cái giếng khác, vì dưới đây chỉ toàn là cát với cát thôi. Nếu nó cứ lở mãi theo tốc độ này, đáy giếng sẽ rộng bằng cái hang của một con rồng khổng lồ quá!

Cu Tít cúi xuống lượm cái quẹt ga, nhưng nó chợt "ối" lên nho nhỏ một tiếng và bước lùi lại phía sau. Bên cạnh cái quẹt ga là hai con mắt đen đen, đang chớp chớp nhìn nó. Cu Tít nhìn xoáy vào hai con mắt rồi hỏi:

-Mắt là ai vậy? Sao mắt lại nằm ở dưới cát?

Lớp cát động đậy rất nhẹ rồi một hình người nhỏ nhắn bằng cát chậm chạp đứng lên. Mỗi cử chỉ của người cát đều nhẹ nhàng, từ tốn, nhưng cát vẫn rớt rớt rớt khiến cu Tít lo sợ toàn thân người cát sẽ đổ ụp xuống chân nó. Nhưng thật may mắn là chuyện đó không hề xảy ra.

Người cát chìa cánh tay ra, nói với cu Tít bằng một giọng buồn bã:

-Cậu làm ơn giúp bọn tớ với.

Cu Tít kinh ngạc:

-Cậu là ai?

-Tớ là người cát. Bọn tớ chỉ còn lại một nhúm ở dưới này thôi. Rất cần cậu giúp đấy.

Cu Tít chưa kịp trả lời thì có tiếng cha cu Tít từ trên vọng xuống:

-Tìm thấy cái quẹt ga không cu Tít? Sao mà lâu dữ vậy?

-Con tìm thấy rồi. Con lên ngay đây.

Cu Tít vội vàng hỏi người cát:

-Cậu muốn tớ giúp đỡ chuyện gì? Cậu nói nhanh đi, tớ phải leo lên kẻo cha tớ thèm hút thuốc lại trèo xuống đây để lấy cái quẹt ga.

-Sau khi cha cậu vét hết cát ở dưới đáy giếng thì mạch nước sẽ dâng lên cao, bọn tớ sẽ chết hết.

-À...

-Vậy cậu nhớ nói cha cậu vét sạch hết cát lên nhé. Hễ sót bụm cát nào là sẽ có người trong bọn tớ chết đấy.

-Tớ hiểu rồi. Tớ sẽ nói với cha tớ.

-Cảm ơn cậu nhé.

Nói xong, người cát đổ nhào xuống dưới chân cu Tít. Nó sững sờ nhìn đống cát, vẫn không hiểu chuyện gì vừa xảy ra, nhưng rồi nó chộp đại cái quẹt ga và leo thót lên miệng giếng nhanh như cắt. Khi cu Tít đưa cha nó cái quẹt, ông cầu nhầu:

-Mày chơi cái gì ở dưới đó mà lâu quá vậy?

-Dạ, chơi với cát...

-Trời, cái thằng khỉ!

Khoảng ba giờ chiều, cha cu Tít có vẻ "đuối như con cá chuối", ông lại leo lên để nghỉ mệt thêm một "tăng" nữa, miệng lầm bằm than thở "đau lưng quá...". Chộp lấy cơ hội này, cu Tít đòi leo xuống dưới làm công việc thay cho cha. Ông lắc đầu xua tay:

-Thôi, không cần. Còn chừng hơn một chục xô cát nữa là xong. Tao chỉ cần ngồi nghỉ chừng mười lăm phút là khỏe lại...

Nhưng thấy cu Tít nằn nì mãi, cuối cùng ông cũng đồng ý.

Cu Tít mừng lắm, nó xăng xái trèo xuống giếng một lần nữa, để thực hiện lời hứa của nó với những người cát. Sợ cha nó vẫn còn đau sống lưng, cu Tít chỉ xúc cát gần đầy xô thôi. Nó cẩn thận vét từng xẻng cát một, nhẹ nhàng cho vào trong xô vì sợ làm đau những người cát, bạn của nó. Thỉnh thoảng nó lại hỏi trổng một câu:

-Còn người cát nào ở đây không?

-Còn.

Hễ nghe trả lời "còn" là cu Tít lại hăng hái xúc thêm cát vào xô nhôm. Cho đến khoảng năm giờ chiều thì có tiếng từ trong cái xô nhôm vọng ra, trả lời cu Tít:

-Tớ là người cát cuối cùng. Bây giờ cậu dùng xẻng chọc mạnh vào giữa tâm giếng, nước mạch sẽ tuôn trào đấy.

-Ừ, vậy để tớ chuẩn bị leo lên trên luôn.

Cha cu Tít càu nhàu nó làm ăn lề mề chậm chạp, nhưng khuôn mặt ông lại toát ra sự hài lòng. Ông thấy cu Tít giống tính ông. Làm ăn cẩn thận và tỉ mỉ. Còn sót vài bụm cát cũng dứt khoát không chịu. Phải vét cho hết, phải vét cho sạch mới chịu ngưng tay. Mà nước mạch trào lên cũng xứng đáng với công lao của hai cha con ông. Nước trong vắt, ngọt ngay. Có thể là trong hơn và ngọt hơn nước mưa tháng bảy nữa...

Sau khi cha cu Tít lãnh tiền công xong, nó nói với ông:

-Cha ơi, cha cứ về nhà trước đi nghen, con đi tìm thằng Ốc với thằng Ghẹ có chút chuyện.

Cha cu Tít trề môi:

-Mày thì chỉ có tạt lon với tạt hình thôi chớ "công chuyện" gì.

Đợi cha nó đi khuất, đợi chủ nhà quay vào trong, cu Tít chạy tới núi cát vét giếng cao ngất bên hàng rào để tìm những người cát, bạn nó. Nó đi quanh núi cát thì thào:

-Các cậu ơi? Đâu hết rồi?

Tức thì những con mắt đen thui đồng loạt mở ra, chớp chớp nhìn cu Tít. Nhiều giọng nói nho nhỏ vang lên chào hỏi nó, cảm ơn nó, nghe thân tình lắm. Một người cát động đậy, chìa cánh tay cát ra, rủ rê:

-Cậu đến chỗ bọn tớ chơi nhé, cu Tít?

-Chỗ của các cậu là đâu?

-Là cát. Là những nơi nào có cát.

Cu Tít suy nghĩ một lát:

-Nhưng làm sao tớ thở trong cát được như các cậu?

-Hihihi... (bọn người cát cười nghe dễ thương ghê) Cậu cứ đi với bọn tớ đi, thở được mà, không có sợ gì hết á...

Cu Tít nhìn quanh. Khu vườn vắng vẻ không một bóng người. Sẽ không ai biết nó đi đâu nếu nó vắng mặt chừng nửa tiếng đồng hồ thôi. Nghĩ xong, cu Tít gật đầu đồng ý. Đi thì đi. Cu Tít vừa chạm tay vào núi cát vét giếng thì tự nhiên thấy người nó nhẹ hẫng như không khí và nó lọt vào bên trong núi cát như làn gió luồn qua những kẽ lá.

Vào trong này cu Tít mới nhìn thấy rõ hình dạng của những người cát. Họ giống hệt những tượng cát ốm tong ốm teo, biết đi đứng, biết trò chuyện, có hai con mắt đen thui lúc nào cũng chớp chớp. Họ vây quanh cu Tít cảm ơn nó vì nó đã tận tình vét hết bụm cát cuối cùng ở dưới đáy giếng, nhờ vậy mà "anh em" đông đủ, không thiếu mặt một người nào! Có một người cát lên tiếng chê cha của cu Tít lúc này "xuống sức" quá, vét giếng thường bỏ sót cát ở dưới đáy giếng khá nhiều, làm chết một số người cát. Nghe vậy, cu Tít chỉ biết nhe răng ra cười. Cha nó hơn bốn mươi tuổi rồi, không "xuống sức" sao được...?

Cu Tít nhìn quanh chỗ nó đứng. Cát. Cát. Cát. Cát. Thế giới chung quanh cu Tít chỉ toàn cát với cát. Chẳng lẽ những người này ăn bằng cát và uống bằng cát hay sao ta? Cu Tít hỏi họ như vậy.

Họ bật cười và xác nhận:

-Hihihi... (giọng cười của họ nghe dễ thương lắm) Đúng rồi. Mỗi khi đói bụng, bọn tớ bốc cát ăn.

Mỗi khi khát nước, bọn tớ vốc cát uống. Cậu cứ tự nhiên đi nghen. Cát quanh đây thiếu gì.

Nghe lời họ, cu Tít bốc một nắm cát cho vào miệng. Trước sự kinh ngạc của chính nó, cát là một món ăn ngon cực kỳ mà cả cuộc đời nó chưa từng được thưởng thức. Cát có hương vị của phở, của bún bò, của hoành thánh mì, của bánh xèo, của bánh tráng cuốn thịt heo luộc... Ăn miếng nào nghe ra miếng đó. Bốc nắm cát nào cu Tít nuốt gọn miếng cát đó. Thấy cu Tít ăn uống có vẻ rất nhiệt tình, những người cát lại bụm miệng cười hihihi...

Mấy ngày sau, thằng Ốc và thằng Ghẹ đi tìm cu Tít. Tụi nó thay phiên nhau chất vấn nó bằng giọng nói thật nghiêm trọng:

-Mày có bạn mới rồi phải không? Thằng nào vậy?

-Ê, không phải thằng nào... Mà là con Quẹt Mũi, nhà nó có cây mận đỏ. Đúng không?

-Chiều nào mày cũng biến mất không dấu vết, tụi tao tới nhà tìm mày thì cha mày cứ nói mày đi chơi tạt lon, tạt hình với tụi tao rồi. Mày xạo!

Không muốn giấu hai thằng bạn thân, và cũng muốn chia sẻ mọi chuyện với tụi nó, cu Tít bèn kể chuyện về những người bạn cát cho Ốc và Ghẹ nghe. Hai đứa trố mắt ngạc nhiên nhìn cu Tít. Có người cát thiệt sao? Có, thiệt mà. Thằng Ốc lấy mu bàn tay quẹt mũi rồi nói:

-Vậy mày dẫn tụi tao tới chỗ người cát đi.

Thằng Ghẹ đồng ý theo:

-Ừ, tụi tao cũng muốn làm quen với người cát lắm đó.

Cu Tít nhe răng cười hớn hở:

-Đi thì đi.

Cu Tít dẫn thằng Ốc và thằng Ghẹ đi bọc đường mòn khác để tới bên hông hàng rào của người hàng xóm. Ba đứa chui qua mấy lỗ hổng, tới chỗ núi cát vét giếng quen thuộc vẫn nằm phơi sương phơi nắng suốt tuần qua. Núi cát nằm im lìm, không có biểu hiện gì đặc biệt. Mọi khi vừa thấy cu Tít đến gần là mấy chục cặp mắt đen cùng xuất hiện và chớp chớp mà ta?

Cu Tít nói khe khẽ, giọng như ngân nga:

-Người cát ơi? Người cát à!

Im lặng một lát, chỉ có một đôi mắt đen mở ra, chớm chớp nhìn cu Tít. Đôi mắt có vẻ sợ hãi. Rồi một giọng nói yếu ớt vang lên:

-Cu Tít ơi, có người lạ. Mấy cậu ấy trốn hết rồi.

Cu Tít xoa xoa cái đầu người cát, vỗ về nó:

-Đừng sợ. Bạn tớ đó. Bạn rất thân của tớ. Tụi nó cũng muốn làm quen với mấy cậu đó.

-Thiệt không, cu Tít?

-Thiệt mà. Các cậu "mời" tụi nó vào trong chơi với các cậu đi.

-Ừ. Vậy bọn tớ "mời" các cậu ấy vào chơi đó.

Cu Tít khoái chí cười nhe răng. Chỉ khi nào được người cát "mời", thằng Ốc và thằng Ghẹ mới chui vào được bên trong núi cát đó.

Ba đứa nó chạm tay vào núi cát vét giếng thì tự nhiên thấy người nhẹ hẳng như không khí và ba đứa nó lọt vào bên trong núi cát như làn gió mùa hè luồn qua những kẽ lá.

Lúc này thằng Ốc và thằng Ghẹ mới thật sự "tâm phục khẩu phục" cu Tít. Tụi nó không ngờ có một thế giới của những người cát tồn tại bên cạnh thế giới trần tục của tụi nó. Những người cát mảnh mai, chỉ cần gió thổi mạnh là họ có thể đổ sụp xuống, nhưng rồi họ lại đứng lên giống một cảnh phim sử dụng kỹ xảo điện ảnh.

Thằng Ốc và thằng Ghẹ say sưa ăn cát. Tụi nó luôn miệng khen cát ngon quá, giá mà đống cát ở nhà mình cũng ngon như vậy. Những người cát chỉ đứng bụm miệng cười. Họ không hiểu sao ba người bạn mới lại thích thức ăn của họ đến vậy, mùi vị của cát cũng thường thôi mà... No nê rồi, ba đứa mới chịu từ giã những người cát ra về sau khi hứa hẹn rằng sẽ đến chơi nữa...

Cuối tháng Tư, miền Đông bước vào mùa nắng, mùa nóng và cũng là mùa khô hạn. Mặt trời như một lò lửa hắt sức nóng kinh hồn xuống vùng đồi núi cằn cỗi, buồn bã và luôn lặng lẽ. Mùa này hai cha con cu Tít không nhận đào giếng hay vét giếng, say nắng chịu không nổi đâu, thay vào đó họ xin vào làm việc trong mấy cái lò gạch bên rìa đường lộ. Ở đây chỉ phát lương công nhật. Làm ngày nào lãnh tiền ngày đó. Tính cu Tít cần cù và chăm chỉ, nên dù chỉ mới mười tuổi đầu, nó vẫn "đóng" được một thiên gạch mỗi ngày, không hề thua kém "tay nghề" của cha nó. Ham kiếm tiền, cu Tít thường về nhà trễ và hầu như nó quên béng những người bạn cát của nó.

Giữa tháng Năm, khi trời bắt đầu có mưa lai rai, công việc tại các lò gạch cũng từ từ giảm xuống. Chủ lò gạch cho đám con nít nghỉ việc hết, chỉ giữ lại những người lớn và khỏe mạnh. Cu Tít nằm trong số phận hẩm hiu đó, nhưng nó lại thấy vui sướng vì nó sẽ không phải đi làm suốt ngày nữa, nó sẽ có nhiều thời gian hơn để chơi với những người cát.

Thế là cu Tít đi tìm những người cát.

Thật kỳ lạ, những người cát không xuất hiện nữa. Trước mặt cu Tít chỉ là một đống cát vàng cháy, khô ran, rời rạc và vô tri vô giác. Cu Tít kêu lên:

-Các cậu ơi? Tớ đây. Các cậu đi đâu hết rồi?

Không một đôi mắt đen láy chơm chớp. Không một một giọng nói khe khẽ trả lời. Không một âm thanh. Không một tiếng động. Vậy là...

Cu Tít chợt hiểu ra và nó gục mặt xuống buồn bã. Vậy là trời nắng quá làm cho cát khô quất khô queo, nên những người cát chết hết cả rồi. Họ đã trở thành những hạt cát khô rời rạc không còn linh hồn nữa. Tội nghiệp họ quá!

Sau khi nghe cu Tít kể chuyện, thằng Ốc và thằng Ghẹ phản đối kịch liệt ý nghĩ của cu Tít. Tụi nó không tin những người cát đã chết. Tụi nó cam đoan rằng họ chỉ đi lánh nắng ở đâu đó thôi. Và do vậy tụi nó quyết định sẽ đi tìm người cát. Trước lời nói chắc như đinh đóng cột của tụi nó, cu Tít không có lý do gì để từ chối một cuộc phiêu lưu kỳ thú nhất: đi tìm những người cát, bạn bè nó!

Sáng hôm sau, ba đứa ra đi mang theo một bọc cơm nắm với vài con cá khô nướng. Cu Tít đeo cái ca nhựa bên hông, phòng khi khát nước thì cũng có ca mà múc nước mưa uống. Thằng Ốc cười chế nhạo nhưng thằng Ghẹ lại đồng tình. Thằng Ghẹ nói chẳng lẽ mày muốn bưng nguyên cái lu của người ta lên uống hay sao? Thằng Ốc im lặng bỏ đi trước, cu Tít và thằng Ghẹ lót tót đi theo sau. Thoạt đầu tụi nó đi loanh quanh xã, gặp đống cát nào cũng dừng lại, lên tiếng gọi ơi ới nhưng rồi không nhận được bất cứ câu trả lời nào.

Vui chân đi mãi, ba đứa ra khỏi xã hồi nào không biết. Tụi nó tấp vào lô cao su gần nhất để nghỉ chân và ăn uống. Có một công nhân đang đứng quay lưng về phía tụi nó, cạo mủ cao su. Vài phút sau, chú ấy quay lại nói với ba đứa:

-Mấy cháu đi tìm những người cát phải không?

Cu Tít, Ốc, Ghẹ trố mắt ngạc nhiên nhìn chú ấy. Chú ấy là ai? Sao chú ấy biết? Chuyện những người bạn cát là chuyện riêng của ba đứa nó, sao chú ấy biết? Trong khi ba đứa nó còn ngơ ngác, chú công nhân lại gần tụi nó, giọng chú nhẹ nhàng và thân thiện:

-Mấy cháu à, những người cát đang gặp nguy, chỉ có mấy cháu mới có thể giúp họ được thôi.

Ba đứa nhìn nhau. Chúng vẫn chưa tìm ra được một câu nói nào.

-Đừng thắc mắc chuyện tại sao chú lại biết mấy cháu quen với người cát nữa. Phí thời gian lắm. Bây giờ mấy cháu đi tìm cho chú một trái cao su chỉ có hai buồng và chỉ tách ra làm đôi. Mang nó về đây cho chú, nhanh lên!

Thường, trái cao su có ba buồng, khi chín nổ tách ra thành ba hột, văng xuống đất, và trái cao su chỉ chín vào tháng Sáu hoặc tháng Bảy. Bây giờ mới tháng Năm, làm gì có chuyện trái cao su chín vào mùa này?! Bất chợt ba đứa cùng ngước mắt nhìn lên, trời ơi, hoa cao su nở hồi nào mà trái cao su chín bu đầy ngọn cây vậy kìa? Tách. Tách. Tách. Tách. Trái cao su chín nổ tung rồi kìa! Đi tìm trái nào chỉ có hai buồng và chỉ tách ra làm đôi thôi!

Như một trò chơi sau giờ tan học, cu Tít, Ốc và Ghẹ chạy lăng quăng theo những tiếng nổ tách tách ở trên cao. Mỗi trái cao su tách ra làm ba, văng ba hột rớt xuống đất. Ba đứa cởi áo sơ-mi, tranh thủ lượm hột để mang về bán cho những nhà có nuôi heo, kiếm thêm tiền bỏ ống. Người công nhân nhìn theo tụi nó, lắc đầu cười cười.

Đang chạy lăng quăng, đột nhiên ba đứa nghe tiếng răng rắc ghê rợn ở phía trước, giống như một thân cây to sắp ngã xuống. Tụi nó đi theo âm thanh đó để tìm hiểu xem chuyện gì xảy ra.

Trời đất ơi! Một trái cao su khổng lồ, kích thước to bằng một chiếc xe ủi, đang chuẩn bị nứt ra... làm đôi! Nó đúng là trái cao su mà chú công nhân yêu cầu rồi, nhưng làm sao mang về cho chú ấy được?

Roạt... Trái cao su khổng lồ tách ra làm đôi, nhưng bên trong không hề có hai hột cao su to đùng mà lại là hai cánh cửa đóng chặt. Trên cánh cửa bên trái dán một tờ giấy có hàng chữ CẤM VÀO.

Trên cánh cửa bên phải dán một tờ giấy có hàng chữ MỜI VÀO.

Cu Tít, Ốc và Ghẹ đứng ngơ ngẩn trước hai cánh cửa. Nên mở cánh cửa nào đây? Ba đứa bàn tán xôn xao một hồi rồi quyết định đi vào cánh cửa MỜI VÀO. Khi bàn tay của cu Tít sắp sửa chạm vào cánh cửa thì có tiếng hét từ phía sau vọng tới:

-Đừng! Đừng đi vào cánh cửa đó! Nguy hiểm lắm!

Ba đứa giật mình quay lại.

Chú công nhân đứng sau lưng tụi nó từ hồi nào không biết. Chú giơ cánh tay ra cản:

-Những người cát, bạn của mấy cháu, đang bị giam giữ tại một vùng đầm lầy phía sau cánh cửa có chữ CẤM VÀO! Phải tin nơi chú! Mấy cháu cứ mở cánh cửa CẤM VÀO, sẽ nhìn thấy họ! Nhưng sau đó, cánh cửa biến mất! Nhiệm vụ của mấy cháu là phải tìm một lối thoát cho họ và cho chính bản thân mấy cháu. Chú chúc mấy cháu thành công!

Cu Tít, Ốc và Ghẹ đẩy cánh cửa có chữ CẤM VÀO, ngần ngại nhìn nhau nhưng rồi dứt khoát bước vào trong. Sau lưng tụi nó, cánh cửa biến mất ngay lập tức. Ba đứa không quan tâm tới điều đó vì tụi nó vừa nhìn thấy những người cát đang đi thơ thẩn ở phía xa xa. Ba đứa cùng kêu to:

-Các cậu ơi!

Nghe tiếng kêu của ba đứa, những người cát quay lại nhìn và biểu lộ nét mặt mừng rỡ. Vài giây sau, chúng đoàn tụ với nhau. Lúc này ba đứa mới nhận thấy bao vây chung quanh chúng là đầm lầy nối tiếp đầm lầy, tụi nó còn khó mà bước ra được thì chắc chắn sẽ không có một lối thoát nào cho những người cát cả!

Những người cát kể rằng, có một thế lực đen tối không muốn nhìn thấy sự hiện diện của người cát trên mặt đất, đã gài bẫy cho người cát bước vào đây. Bẫy chỉ được tháo ra nếu như họ tát cạn hết nước của các đầm lầy. Vì họ không thể làm điều đó được nên cứ bị giam giữ ở đây mãi.

Cu Tít thử múc nước bằng cái ca của nó. Chèn ơi, cái ca nhỏ xíu, mỗi lần múc chỉ được vài bụm nước, biết chừng nào mới tát cạn hết các đầm lầy này. Ba đứa thay nhau tát nước đến toát mồ hôi, cuối cùng đành buông ca chịu thua.

Những người cát ngồi than thở họ không có thức ăn trong suốt mấy ngày qua, thỉnh thoảng đói quá thì họ liếm láp chân tay cho đỡ đói. Nghe vậy, cu Tít, Ốc và Ghẹ cũng thử mút ngón tay xem có đỡ đói không, ai ngờ, không chỉ đỡ đói mà tụi nó còn có cảm giác đói cồn đói cào hơn nữa!

Thằng Ghẹ đề nghị:

-Nướng hột cao su ăn đi tụi mày. Heo ăn được thì mình ăn được, chết chóc gì mà sợ!

Cu Tít nói:

-Chết thì tao không sợ, nhưng lửa đâu mà nướng?

Thằng Ốc đề nghị:

-Không nướng được thì ăn sống, cũng no...

Ba đứa đập bể vỏ hột cao su, lấy cái nhân ăn. Phì. Phì. Tụi nó nhăn mặt nhổ ra, ghê quá, mùi dầu cao su sống thật kinh tởm! Không thể nào nuốt được! Ba đứa gom mớ vỏ hột, quăng rào rào xuống đầm lầy. Bất chợt một hiện tượng kỳ lạ xảy ra. Khoảnh bùn lầy, chỗ mớ vỏ hột vừa quăng xuống, đột nhiên sôi bùng lên ục ục rồi tự động khô queo.

Ba đứa nhìn nhau. Ơ kìa, không tát mà khô. Hay quá, đó là nhờ mớ vỏ hột cao su. Thế là tụi nó tìm cách đập nát bét toàn bộ hột cao su đã lượm được lúc nãy, quăng ra hoặc rải xuống đầm lầy. Những người cát thích thú đứng nhìn toàn bộ vùng đầm lầy khô queo dần dần, dần dần, rồi biến mất... Họ vỗ tay mừng rỡ, nhưng sức họ yếu đến mức ba đứa chỉ nhìn thấy cát rơi rụng mà không nghe được tiếng vỗ tay vang lên.

Khi toàn bộ vùng đầm lầy biến mất hoàn toàn, trước mặt ba đứa, một khung cửa lớn mở toang ra, và hình ảnh bên ngoài khung cửa là... cát! Cát rất đẹp. Cát rất ngon. Những người cát sung sướng cười to rồi gắng gượng bước ra ngoài để ăn cát. Cu Tít, Ốc và Ghẹ cũng vậy. Tụi nó bốc từng nắm cát cho vào miệng, nhai nuốt, ngon lành và thích thú. Tụi nó không thể tin nổi "cát" lại ngon đến vậy. Tụi nó ăn bao nhiêu cũng không thấy no, nuốt bao nhiêu cũng không thấy ngán.

Sau hai ngày nghỉ ngơi và ăn uống đầy đủ, những người cát hồi phục sức khỏe và họ muốn dẫn cu Tít, Ốc và Ghẹ đi thăm các danh lam thắng cảnh trong thế giới cát. Ba đứa nhìn nhau suy nghĩ. Tụi nó đã vắng nhà đúng ba ngày rồi, chắc cha mẹ cũng lo lắng và mong đợi lắm. Cu Tít buồn bã nói:

-Tao phải về nhà, tiếp tục công việc vét giếng khổ cực cùng với cha tao thôi.

Thằng Ốc thở dài:

-Tao còn nợ bà Hai Làm Móng mấy chục gánh nước. Kỳ này bà Hai nhìn thấy cái mặt tao chắc bả cào gãy hết móng tay của bả quá.

Thằng Ghẹ buông một câu dứt khoát:

-Đứa nào muốn về nhà thì về, tao sẽ ở lại với những người cát. Tao không muốn sống với dì ghẻ của tao nữa. Bà ta chỉ muốn tao đi đâu cho khuất mắt thôi!

Cu Tít và Ốc nhìn nhau. Cuối cùng cả ba đứa đồng ý ở lại thêm vài ngày nữa để đi tham quan các danh lam thắng cảnh cùng với những người cát.

Đúng là có đi ra ngoài đầu óc cu Tít được mở mang hơn. Nó được thấy tận mắt, sờ tận tay những tòa lâu đài đồ sộ bằng cát. Cát thật mịn, hầu như cu Tít không nhìn thấy một chút lồi lõm nào trên toàn bộ lớp mặt của những tòa lâu đài đó. Và cu Tít nghe nói những lâu đài này đều có tuổi thọ vài mươi năm!

Cu Tít thích thú theo dõi hai con chó cát đang đùa giỡn với nhau. Trong lúc đùa giỡn, lớp lông cát trên người chúng có rụng rơi ít nhiều nhưng sau đó lại mọc ra đầy khắp mình mẩy. Chúng vô tư và trẻ con không kém gì lũ chó trong xóm của cu Tít.

Sau đó ba đứa được dẫn vào một viện bảo tàng. Bước vào trong đó, cu Tít sửng sốt, mắt mở to nhìn tất cả mọi vật dụng tinh tế đều bằng cát. TV cát có hình ảnh và phát ra âm thanh. Máy tính cát có bàn phím, có chuột, có loa, và cách sử dụng hoàn toàn giống với máy tính của thầy Phi, dạy môn Toán trong trường. Máy giặt cát không có nước nhưng vẫn quay được, và tốc độ của mâm quay của máy cũng khá nhanh.

Nhưng gian phòng làm cho cu Tít, Ốc và Ghẹ khoái chí hơn cả chính là phòng ăn. Một cái bàn cát dài được đặt ngay chính giữa, trên bàn là hàng trăm dĩa thức ăn với hàng trăm món cát và hàng trăm màu cát khác nhau. Món nào cũng ngon. Màu nào cũng hấp dẫn. Ba đứa reo lên mừng rỡ, ùa chạy tới bàn ăn. Tụi nó thận trọng bưng từng dĩa lên, sợ dĩa bể vụn là thức ăn rơi hết xuống đất. Nhưng dĩa cát không bể vụn mới hay chứ...

Cu Tít, Ốc và Ghẹ gọi phòng ăn là nơi đóng quân của tụi nó. Ra ngoài chơi đùa, chạy nhảy một hồi thấm mệt là tụi nó lại chạy u vào trong phòng, bưng dĩa lên ăn. Cứ thế mà ba đứa nó quên hết cả không gian lẫn thời gian.

Cho đến một ngày...

Sau khi ních no bụng xong, cu Tít cảm thấy buồn ngủ díp mắt bèn nằm ịch xuống chiếc giường cát đặt ở góc phòng. Đang ngủ say sưa, nó nghe tiếng xoẹt xoẹt xoẹt rất quen thuộc vang lên bên cạnh nó. Xoẹt, xoẹt, xoẹt. Đúng là tiếng xẻng vét giếng của cha nó rồi.

Cu Tít choàng tỉnh dậy, mở mắt ra, thấy nó đang nằm trong đáy giếng còn cha nó thì đang xúc đống cát ở gần đó. Xoẹt, xoẹt, xoẹt. Lưỡi xẻng mỏng dính của cha nó trượt trên người nó. Nó hoảng sợ, hét lên:

-Cha ơi. Con đây mà. Đừng làm con đau, cha ơi!

Nhưng cha cu Tít vẫn im lặng, không phản ứng gì. Ông miệt mài xúc, xúc, đổ, đổ. Khuôn mặt ông quạu đeo nhưng buồn rười rượi. Hình như ông không nghe giọng nói của đứa con trai ruột đang kêu lên ngay dưới chân ông.

Nhưng làm sao cha cu Tít có thể nghe được tiếng nói của cu Tít? Vì giờ đây cu Tít không còn là cu Tít nữa, mà nó đã trở thành một... người cát.

NGUYỄN THỊ BÍCH NGA

ĐẶNG KIM CÔN
MƯA MẶN

Mưa bắt đầu lắc rắc. Mới Tháng Hai âm mà trời cứ mưa suốt, mưa như những cơn mưa dầm gọi là "mưa chín chiều" của Tháng Chín, Tháng Mười.

Đám rừng thưa, cây cối thấp lè tè mọc trên đồi cát trắng kéo dài dọc đường tàu lửa, cũng bất chợt ủ dột dưới đám mây mù thấp trên đầu, hứa hẹn cây mưa tầm tã sắp tới. Cách đó năm bảy chục mét, lác đác mấy căn nhà tranh, vọng tới tiếng chó sủa từng chặp, từng chặp...

Chúng sủa một đám người trên đồi cát đang nín thở cặm cụi đào thật nhanh. Một phụ nữ, khoảng gần năm mươi, đốt nguyên bó nhang cắm bên cạnh đó, nước mắt đầm đìa. Chị dâu cả, ôm đứa con gái bốn tuổi, ngồi bên cạnh bà khóc. Bốn đứa con bà - cậu Ba, mất tích hăm mấy ngày nơi mặt trận Pleiku, được tin là đã chết, ở nhà đã lập bàn thờ cúng, mới về 4 ngày với hai chân bị thương sưng tấy, Cô Tư, theo chồng ở Ban Mê Thuột thất tán trong rừng, chồng bị bắt, cũng mới về hơn tuần với bụng bầu è ạch gần ngày, Cô Bé Sáu mới lớp chín, và cậu Út bảy tuổi - quỳ cách miệng hố mấy mét, cũng khóc. Và nếu không phải để ở nhà hai đứa con, một trai một gái, để trông em và cháu nhỏ, cũng như nếu cậu Hai, cậu Năm không bị đi "tập trung cải tạo" thì ở bên miệng hố đang mở dần nhờ một anh hàng xóm, một cậu học trò cũ của chồng bà và anh tài xế xe Daihatshu bốn bánh, vốn là anh con ông bác của nàng dâu bà, có đủ chín đứa con, hai đứa cháu nội, một dâu và một rể,

Miệng hố đã được mở rộng ra, bày rõ hai cái xác bị trói quặt bằng dây điện, đâu lưng lại nhau. Chắc tại mấy hôm này trời cứ nắng mưa, mưa nắng làm cho xác bốc mùi nhanh hơn, cũng như nhiều chỗ da bị bỏng rộp lên. Tuy thi thể lem luốc những cát, nhưng mọi người vẫn nhanh chóng nhận ra xác của người muốn tìm: ông Thừa, chồng bà, và là cha của những người con đang gục đầu xuống mặt cát khóc rưng rức kia.

Người ta cắt vội sợi dây điện, tách hai thi thể ra, nhẹ nhàng trả lại hố một xác, lấp lại. Bà Thừa đã biết chắc cái xác nằm lại đó là ai, bà ghi nhớ trong lòng, lúc này không phải là lúc có thể báo cho thân nhân anh ta biết được.

Tiếng khóc cắn trong răng, Bà lăn vào ôm lấy xác chồng, mân mê cánh tay có xâm hai chữ Hán "Trung Hiếu", cùng với mấy người lau sạch đất cát bám đầy tai, mắt, mũi, miệng, và những chỗ da thịt khác, làm cho mấy chỗ bỏng rộp bị tuột da. Người ta đổ rượu để bóp ngay ngắn lại tay chân tử thi, nhưng không có kết quả, đành chịu cho cái xác cứ co quắp trong cái quần tây xám, cái áo sơ mi trắng cũ và một áo len xanh, tròng thêm vào bộ áo quần vải tám trắng, khiêng đặt vào chiếc quan tài mà bà mới mua chịu của một người quen tốt bụng. Nãy giờ nhà sư trụ trì Chùa Long Quang, cũng là một ông anh họ của người xấu số, không ngừng lầm thầm cầu kinh, những biến kinh cầu siêu cho vong linh, cầu an cho nhân thế. Nhà sư nhắm nghiền mắt, lầm thầm, không mõ không chuông, thỉnh thoảng người ta nghe được "Kinh khủng quá, A Di Đà Phật"

Mọi người không cầm được nước mắt, mỗi người một tay đưa chiếc quan tài lên chiếc xe bốn bánh, rồi tất cả được dồn hết lên xe, lầm lũi hướng ra nghĩa trang. Miệng hố sẽ lại phẳng lì như bãi cát mông mênh, phẳng lì như quanh đó, năm bảy hố tập thể mà bà đã moi trong mấy ngày kiếm tìm xác chồng. Những hố đó rồi sẽ mất hút vào mưa gió, trong nước mắt mong đợi dõi đến cuối đời, và trong góc tối tăm của những trái tim cuồng bạo. "A Di Đà Phật, ác quá đi", vị sư cũng không ngăn được nước mắt.

Dưới cơn mưa nặng hạt, những giọt nước mắt nghẹn trong lòng đã tuôn ra nhòe nhoẹt, chảy mặn xuống môi miệng, mặn cả đường đi.

Tiếng khóc cũng vỡ òa ra, hòa trong tiếng máy xe hốt hoảng, hồi hộp, cùng tiếng mưa xé lòng đang rì rào trên mui xe.

oOo

Tiếng khóc vỡ òa ra để hòa nhập vào một biển nước mắt bởi một biến cố quá lạ lùng của lịch sử. Sau 1975. Lúc mà chiến tranh chấm dứt. Lúc mà mọi người không còn lối thoát, bị vây bủa tứ phương. Chỉ còn cách duy nhất là quay về... Ít ra, trong lòng cũng còn chút an ủi, Việt Cộng sau 75 sẽ không còn là của một thời trước 54 mà họ đã sống. Hòa bình, có ăn cơm với muối mà lòng không còn lo tản cư, không phải đào hầm trú bom thì cũng là hạnh phúc...

Ông về buổi chiều, thành phố tiều tụy, lảo đảo như dáng đi của ông. Trong căn nhà thuê sáu năm qua, từ ngày bỏ ruộng vườn tản cư vào thành phố, đây là lần đầu tiên cả gia đình sum họp đầy đủ, lần đầu tiên trút bỏ những âu lo cho đàn con tứ tản mỗi đứa một chiến trường, nhất là cậu Ba về quá trễ, sau những ngày ở nhà đã khói hương nghi ngút bên tấm ảnh của cậu. Đêm ấy ông bà nằm bên nhau trăn trở, trong cái không khí ngột ngạt, căng thẳng. Từng chặp thảng thốt giật mình theo tiếng chó sủa, hay tiếng động nhỏ bên ngoài. Nỗi lo lắng đã làm cho bệnh đau dạ dày của ông trở cơn, phát sốt. Bà lấy cái áo len mặc cho ông, chưa đủ, ông phải trùm thêm một chiếc mền, mê đi. Trong mê, ông thấy vợ chồng nằm ở ngôi nhà mới ngoại ô mà ông chưa được sống ở đó một đêm nào.

Không riêng ông Thừa, mấy đứa con trai lớn của ông cũng như ngồi trên đống lửa, nhiều chuyện thanh toán, chết chóc, mất tích được đồn đại. Qua một đêm, mấy anh em rủ nhau đi nghe ngóng tin tức. Bà Thừa nấu nồi cháo cho ông và cả nhà ăn sáng. Dạ dày ông vẫn đau âm ỉ và cơn sốt chừng như muốn tăng lên. Những ngày này các tiệm thuốc đóng cửa hết, đành ôm bụng chịu đau. Một chiếc xe Jeep nhà binh dừng trước cửa nhà, ba người mặc đồ bộ đội, dép cao su, nón tai bèo cầm súng xộc thẳng vào nhà, mắt láo liêng hỏi tên ông Thừa và đưa ông ra xe, chở lên Chi Cảnh Sát cũ, bây giờ là cơ quan an ninh gì đó, cách nhà hơn hai trăm mét. Bà kịp nhận ra một trong ba du kích đó là Tràng, em ruột của tên phó an ninh Mai Tình, người hàng xóm ngoài nhà mới của ông bà. Nồi cháo vẫn chưa kịp chín.

Người ta không nói năng gì tới ông một tiếng, đến cả lấy tên tuổi cũng không, có lẽ chúng đã có sẵn danh sách rồi. Đến bữa trưa bữa chiều, nhà xách cơm lên, ông được ra ngoài ngồi ăn, có người đứng canh giữ, chả phải tử tế gì, phòng giam tối quá, chật quá. Hôm sau nữa thì đứa con trai lớn của ông theo lệnh, chuẩn bị năm ngày gạo, tập trung tại nhà hát cạnh nơi ông đang bị giữ. Lúc đó ông đang ngồi trước sân, trầm ngâm ghi gì đó lên một chiếc hộp diêm. Cậu con trai ghé vào thăm ba, lấm lét nhìn tên lính canh vừa bước ra cổng, nói nhỏ:

-Con cũng bị tập trung, chúng nói học năm ngày về.

-Ba không nghĩ vậy, con có chuẩn bị thuốc men chưa?

-Dạ có, Ba. Nó có nói gì Ba không?

-Không, chắc không sao đâu, ít gì ngày xưa ba cũng đã từng là cán bộ Việt Minh, chỉ là vì má con sinh em con đúng vào ngày phải tập kết ra Bắc, nên ba đã trốn lại, rồi bỏ không hoạt động đến nay. Ba thấy thằng Nguyễn È ở ngoài quê, thằng Mai Tình xóm nhà mới. Tụi nó có vẻ làm lớn.

-Dạ, nghe nói hai thằng đó là trưởng phó gì ở đây. Mà vậy thì sao nó bắt ba?

-Ba nghĩ, học trò võ của ba nhiều quá, có nhiều đứa làm lớn. Chắc nó muốn điều tra. Thằng Mai Tình thì ngày xưa còn xóm nhà cũ với nó, nó con nít nghịch ngợm bậy bạ với chị nó, có lần bị ba bắt gặp la mắng nó, thì cũng là dạy dỗ nó thôi, sau này nó nhảy núi, nghe nói nó cứ về rình rập nhà mình, đó cũng là lý do gia đình mình phải tản cư lần nữa vào đây.

-Dạ, mong chỉ là điều tra. Ba thấy trong người ra sao?

-Vẫn sốt, bụng còn đau quá. Càng lo lắng, dạ dày càng bị trào ngược, buốt cả ngực.

-Ba xanh quá. Má nói thuốc men lúc này mua cũng khó. Nhà đem gì lên Ba ráng ăn uống. Con đi.

-Ừ, con đi.

Ông gỡ cặp mắt kính xuống nhìn theo đứa con thân yêu...

Và đó là ngày cuối của ông. Sáng hôm sau, khi bà Thừa xách gà-mèn cháo, cùng với hộp thuốc đau bao tử mới mua được chiều hôm trước lên thăm ông thì không còn gặp ông nữa. Người ta nói là đưa ông đi cải tạo rồi. Thì cũng có nhiều người phải đi cải tạo, nhưng mấy ai đi mập mờ như thế này. Có một linh cảm không lành, làm bà mềm rũ hai chân, sụp xuống ngất đi. Không biết bao lâu bà tỉnh dậy, cũng vẫn trước thềm cơ quan, một mình. Muốn xỉu đến bao giờ cứ xỉu, chả ai rảnh để phải có trách nhiệm lo cho bà.

Thất thểu về nhà, bằng đôi chân như muốn tê dại, bà đi như điên cuồng khắp các vùng quê lân cận để tìm tung tích của ông Thừa, mà đã có tin là chính Mai Tình đã gọi tên ông và một người nữa ra khỏi phòng giam trói lại đưa lên xe chở đi trong đêm tối. Nghe ở đâu có người chết là bà tìm tới, và chỉ mới mấy cụm rừng quanh khu nhà mới, bà đã gặp qua mười mấy xác chưa kịp chôn cất cũng như bà đã đào bới hàng mấy chục hố hầm, nơi cát trên miệng hố còn chưa kịp cũ, cũng có những cái hố đào sẵn chưa lấp, đợi người xấu số. Tìm, nhưng vẫn lầm thầm lạy Trời Phật đừng bao giờ cho gặp. Lạy Trời Phật giữ giùm ông nguyên vẹn ở một trại tù nào đó. Những xác bà gặp trong những hố hầm kia, mấy ai sẽ được thân nhân tìm thấy, sẽ muôn đời nằm im lặng, gió cát sẽ san bằng mọi dấu vết tàn ác trên mặt đất. Rồi vợ con, anh em của họ, sẽ mòn mỏi mong chờ, hy vọng một ngày nào… mãi đến cuối đời.

Và giữa trời đất u ám mênh mông ấy, bà đã tìm thấy xác ông, sau khi bà bắt gặp trên miệng hố một cái hộp diêm có mấy chữ của ông, đại khái chuẩn bị mấy câu trả lời nếu bị thẩm vấn, một cái lược và chính cặp kính chữ của ông. Không phải khóc ngất lên, không phải ngã ra xỉu như phim ảnh hay tiểu thuyết, bà lặng lẽ cắn môi, lấp sơ một lớp cát, chạy vội đến ủy ban xã, cách đó hai cây số và chỉ cách nhà mới của bà chừng vài trăm mét, làm đơn xin lấy xác. Không ai trong ủy ban ngạc nhiên về chuyện này, họ lạnh lùng phê mấy chữ ""*cho lấy xác chôn để khỏi mất vệ sinh*". Có được cái giấy bà mới nhờ tới người đào, xe đưa, mua quan tài và thỉnh Thầy tụng kinh… Mấy ngày liền bà không có thì giờ để lên thăm một con trai và một con rể ở cách nhà năm cây số, chờ đưa lên núi cải tạo. Thậm chí cũng chỉ nghe tin cậu Năm, đang là học sinh lớp mười một, mang thức ăn lên cho hai anh, đi giữa đường bị một đám du kích, trong đó lại cũng có Tràng, em Mai Tình, chặn lại xét giấy tờ xe Honda, vì không mang giấy tờ theo (chỉ vì giấy tờ xe nằm trong ví của ông Thừa, bận rộn, thấy chưa cần thiết lấy ra dùng), xe bị tịch thu vĩnh viễn và người thì bị đưa đi cải tạo không cần lý do! Giờ thì Năm đang ở đâu, bà không làm sao biết.

Cũng ngày hôm đó, chị con dâu của bà về nhà mới quét dọn, đã gặp chị ruột của Mai Tình, là vợ một bí thư gì ấy, đến mượn chìa khóa nhà, lý do nhà vắng chủ. Không có giấy tờ gì cho việc lấy nhà.

oOo

Người đàn bà khổ mạng hôm lấy xác đó chính là Mẹ tôi, cái xác đó là Ba tôi và cậu bé bảy tuổi có mặt hôm ấy là tôi, cách đây hai mươi mốt năm, ngày mà Miền Nam Việt Nam chúng tôi bị rơi vào tay Việt Cộng. Không có cuộc tắm máu công khai nào, nhất là trên các thành phố lớn, nơi có tai mắt quốc tế (cũng thuộc loại tai mắt thiên tả) đang được chế độ mới vuốt ve o bế. Nhưng những cái chết lặng thầm tức tưởi ở những tỉnh nhỏ như Ba tôi thì không phải là con số có thể đếm được.

Gia đình chúng tôi không còn chỗ ở sau khi căn nhà thuê cũng bị quản lý, chính quyền ép về quê cũ, nằm gần bờ biển. Tất cả chị em tôi đều phải bỏ học, lớn làm việc lớn, nhỏ làm việc nhỏ để chèo chống cho qua những ngày tháng thiếu đói mà một mình Mẹ tôi khó gồng gánh nổi. Tôi chăn bò thuê cho một ông cậu họ xa, nói chính xác là chăn bò để được ngày hai bữa ăn, ngày ngày thả bò trên mấy cụm đồi cỏ ven quốc lộ. Đêm đêm phụ ông bán xăng dầu lậu cho xe xuôi ngược qua lại. Nói là phụ, nhưng rất nhiều đêm ông giao hẳn cho tôi, gần như là chia phiên cho tôi bán ban đêm, ông bán ban ngày. Lúc đó xe cộ muốn đổ xăng thường chỉ cần thấy một cái chai không, đặt đứng bên lề đường (hôm nay chỗ này, mai chỗ khác để tránh công an) thì biết đó là điểm bán xăng. Một đêm, bất ngờ có một chiếc xe đỗ ngay chỗ bán xăng của tôi, nhưng không phải để đổ xăng, mà để trút xuống hơn ba chục người từ thành phố ra để mượn con đường vắng vẻ này xuống biển. Bất ngờ gặp tôi, mọi người khựng lại, có phần lo lắng cho hành tung của họ, sau chừng năm phút bàn bạc về việc định đoạt ra sao số phận của tôi, một người hỏi: "Mày có muốn vượt biên không?" Một chút bất ngờ, nhưng nỗi vui mừng làm tôi bất giác quỳ xuống:

-Con lạy mấy bác mấy cô, cho con theo với...

Vừa nói tôi vừa khóc, nhắc tên của Ba tôi. Quả nhiên, trước đó có người còn ngần ngại, khi nghe tôi nói, ai cũng đồng tình, người gọi tôi bằng con, người gọi bằng cháu. Cái tên của Ba tôi lớn quá, nhất là đối với những người lòng còn ở phía bên này. Nhóm vượt biên cũng đã nghiên cứu kỹ, bãi đã được họ mua, và những người "bán" cũng lợi dụng đêm làng chài tổ chức hội hát lăng này, (lệ mỗi năm hai lần để tạ ơn Ông Nam Hải, cầu Ông gia hộ cho sóng yên bể lặng, ra khơi bình an, tôm cá được mùa. Ở quê biển, lệ hát lăng không thua gì Tết, ai cũng nô nức đổ dồn về vui chơi, xem hát, tình tự, hẹn hò) để làm như vì đám hát mà những quan quân trách nhiệm lơ là việc canh phòng, tuần tra. Vậy là tôi nhận nhiệm vụ cùng với một bạn nhỏ trong đám, đi trước dò đường, nếu có gặp gì nguy hiểm, một trong hai chúng tôi quay lại báo động.

Những gì cần thiết cho chuyến đi đều đã được chủ tàu chuẩn bị sẵn. Chúng tôi đã may mắn. Năm đó tôi mới mười tuổi.

Hai mươi mốt năm trôi qua, những gì gia đình chúng tôi, dân tộc chúng tôi bị mất đi đã không thể có gì bù đắp nổi, và cũng không hề được ai trả lại.

Bài luận văn bằng tiếng Anh của tôi viết về thân phận, vào năm cuối cùng ở Đại học, được giảng viên yêu cầu đọc trước các sinh viên. Tôi muốn nói thêm nhiều hơn tới thân phận của một xã hội, một đất nước, khi tôi định kết thúc bài đọc, nhìn xuống những khuôn mặt u uất, những đôi mắt ươn ướt xót xa của đồng bạn bên dưới, tôi thấy áy náy. chợt bất ngờ có được ý mới, từ cái không khí đang nặng nề, trên đôi môi khô của tôi, tôi nói thêm:

-Thưa các bạn, tôi không bao giờ quên, nhưng người ta không thể sống hoài với nước mắt, dù là nước mắt đã giúp tôi đến được với hôm nay. Bên cạnh những gì nước Mỹ đã bỏ lại trên quê hương tôi, là những điều nước Mỹ đã và đang mở cho chúng tôi, và các bạn, một cánh cửa nhìn tới một phía trước hy vọng.

Bớt nước mắt là thêm được những tiếng cười, phải không, các bạn?

Đặng Kim Côn

NGUYỄN ĐÌNH PHƯỢNG UYỂN

Cơm Trưa

Sáng tôi uống có mỗi ly sữa, 11am đã thấy đói nhưng 1:30pm mới xong việc, cũng hay, càng đói ăn càng ngon, não bộ bắt đầu chớp nhá lên kế hoạch.

Trời mưa, dớt tô phở nóng coi bộ được nhưng tuần trước ăn rồi, ngán! Pad Thai đi. Mì xào tôm, giá, trộn sốt chua ngọt ... nhưng nghe nói quán đổi chủ, nấu còn ngon không, miễn! Roti Mã Lai là món độc, giống bánh xèo không nhân (tùy khách muốn nhân sẽ có hành tây, trứng hay quái quỷ gì đó, tôi chỉ thích loại trơn) Bánh xốp từng lớp, chấm nước sốt sền sệt, cay cay, dách lầu nhưng ... xa quá! Hay về nhà ăn cơm cá chiên ướp sả chấm nước mắm pha? Đón xe lửa cả tiếng, chiên cá, cắt rau ... mấy giờ mới nạp năng lượng, vô lý!

Khổ ghê, nếu ở gần khu Việt Nam, mình sẽ có hàng tá thứ lựa chọn: bún bò, bánh cuốn, cơm tấm, hủ tiếu, xôi gà ... Càng đói trong đầu càng hiện lên nhiều món thơm thảo. Tôi thầm cám ơn cái bụng đói vì biết chắc mình sẽ ăn ngon miệng. Không gì chán hơn ăn với cái bụng no. Mùi thơm rành rành nhưng thịt cá, rau dưa, chè cháo chỉ trôi tới ngang họng.

Công việc xong sớm ba mươi phút, sướng! Mưa đã nhẹ hạt, sướng tiếp! Tôi ra khỏi sở, nhón chân tránh mấy vũng nước, đứng chờ đèn xanh mà cứ ngỡ mấy tiếng. Trời đổ mưa là toi, mình đâu có mang theo dù.

Tôi men theo hàng hiên vào khu ăn uống. Lòng đã quyết, tôi băng băng tới thẳng quán Việt Nam. Trời, thiên hạ xếp hàng rồng rắn, mình cũng phải vào nếp, nối đuôi, thở hắt.

Tôi đảo mắt. Quán Thái lác đác vài người xem menu, gọi món, chờ múc gắp rồi quay lưng nhanh chóng. Tiệm Tây bán bánh mì kẹp trứng, ham, cá hộp ... cả cà phê, nước ngọt, chỉ vài mống đến rồi đi. Công nhân viên chức chỉ có nửa tiếng hay bốn lăm phút ăn trưa vậy mà họ sẵn sàng xếp hàng dài chờ mua thức ăn Việt, lòng mình có chút hãnh diện.

Hãnh thì hãnh nhưng phải đứng sau rốt thế này, oải ghê luôn. Cơm trưa thường bắt đầu từ 11am, đồng hồ đã chỉ hơn 1pm, sao người ta không ăn sớm cho mình nhờ?

May, hôm nay có đến hai nhân viên nhận order nên "con rắn" thun lại nhanh chóng. Tôi thủ sẵn ví trên tay, tới nơi khỏi cần lục giỏ, người sau đỡ chờ đợi, sốt ruột giống mình.

Tôi ngắn gọn, quả quyết:

- Bún thịt nướng.

Bà hàng bấm máy, nhận tiền, giao cho tôi số 172.

Má ơi! Hàng người chờ nhận thức ăn còn dài hơn chờ trả tiền. Họ đứng ngổn ngang, không theo thứ tự. Tôi chen vào chỗ trống của một người vừa rời đi, gần nơi "phát chẩn".

Anh "phát chẩn" mặc tạp dề đen, đội nón kết cùng màu, đeo kính trắng, nhỏ con nhưng to mồm gọi số. Thực khách phần đông là thanh niên trẻ trong tuổi làm việc, nhựa sống tràn đầy, quần tây sơ mi, vét vủng thẳng cứng, các cô điệu nghệ diện đầm đìa, bông tai, dây chuyền, giày cao gót lịch lãm, họ tiến đến nhận phần thức ăn trong tô, trong hộp, anh tạp dề đen luôn miệng hỏi: "Anh/Chị cần nắp đậy, khăn giấy, túi xách không?". Mỗi lần nghe câu đó tôi lại thấy bao tử mình vặn chặt thêm một khúc. Sao không để ai cần thì hỏi, anh sẽ đón vị khách kế tiếp nhanh hơn, sẽ đến lượt tôi nhanh hơn? Họ là thanh niên, biết rõ mình cần gì chứ.

Tôi dỏng ra đa nghe gọi "149", nhòm số của mình: 172, tim rớt cái bịch. Kiểu này ... tả tơi.

Quầy thức ăn nhỏ xíu. Trong tủ kính bày xà lách xanh, cà rốt cam thái sợi, một mâm giò chả, nem nướng cắt lát, vun thành ngọn, dưa leo thái mỏng đặt trong đĩa, chục ổ bánh mì kẹp thịt chả làm mẫu, một khay thịt gà và thịt heo nướng, chục vỉ bì cuốn tôm, bò, đậu hũ chồng lên nhau, mấy hộp nước mắm pha, hộp tương vàng đậy nắp, sẵn sàng để đưa cho khách. Mùi thịt nướng phả khắp nơi, hèn chi khách bu như ruồi, mấy tiệm cạnh bên chả mùi mẽ gì, làm sao dụ khách?

Thịt ướp nướng trên lửa than đỏ rực, mỡ cháy xèo xèo, khói tỏa vào mũi, rớt xuống dạ dày ... ngất ngây.

Bố tôi thích bún thịt nướng hơn bất cứ món gì. Hễ nhà có khách, mẹ hỏi, bố sẽ bảo "Bún chả." tức là bún thịt nướng.

Thời đói no vất vưởng, lâu lâu nhận được thùng quà viện trợ nước ngoài, nhà muốn liên hoan, bố nói ngay "Bún chả." Sinh nhật bố làm gì? "Bún chả."

Thịt ba chỉ thái mỏng, to bản, ướp hành lá cắt khúc cỡ ba đốt tay đập dập, tỏi hành tím băm nhỏ, muối, tiêu, đường, nước mắm, bà cụ còn thắng nước màu trộn vô để thịt nướng thêm đẹp.

Nước mắm tỏi ớt pha loãng với giấm đường, cho vào nồi để cạnh bếp. Thịt ướp rải lên vỉ, đặt trên lò than lửa vừa vừa, nóng quá thịt bị khô, trở vỉ thịt qua lại, cả nạc lẫn mỡ cháy xèo xèo, nhỏ nước lên than hồng, bốc khói, thơm ngào ngạt. Thịt chín gỡ ra khỏi vỉ, đổ ngay vào nồi nước mắm pha, thịt nóng rút nước mắm thêm ngon, mỡ thịt tan trong nước mắm thêm thơm, nhớ bố mẹ quá!

Nhẩn nha rồi nghe người ta gọi 173.

Sao lại 173? 172 đâu? Lầm lẫn gì không? Kỳ cục.

Chị 173 đến nhận ổ bánh mì thịt. Có lẽ bánh mì gọn lẹ, người ta làm trước. Tôi căng mắt nhìn chằm chằm vào mấy người bán hàng đứng phía sau quầy. Dứt khoát tôi không để số mình bị lỡ.

Anh tạp dề đen, kính trắng, hô dõng dạc: "169", "170".

Hai vị khách một nam, một nữ bước tới, đưa phiếu, nhận phần ăn. Anh bán hàng đon đả: "Anh/Chị cần nắp đậy không? Khăn giấy? Túi xách?" Người nào lắc đầu "Say no" còn đỡ, ai "Say yes" là bụng mình cồn cào thêm mấy lỗ. Nhìn anh đậy nắp cái tô nhựa, ấn qua ấn lại cho chặt, thò tay bứt bao nylon treo trên đỉnh, dùng hai ngón tay vò vò tách miệng bao, đặt tô vào, đưa cho khách, khách còn nấn ná cám ơn, cười ... muốn điên!

Số 171 vang lên ong óng. Chả ai nhúc nhích.

171 được gọi lần nữa. Anh tạp dề ló đầu ra ngoài quầy, ngó quanh quất, vẫn không ai nhúc nhích.

Hộp nhựa trong veo đựng bún, rau sống, trên là hộp nước mắm nhỏ. Có khi nào họ đánh số lộn 172 thành 171 không? Sao hộp đó giống bún thịt nướng vậy?

Tôi muốn tách khỏi đám đông chờ chực, tới gần anh tạp dề đen để hỏi, mất gì câu hỏi trong khi bụng teo tóp, mùi thịt nướng càng lúc càng làm tôi xây xẩm. "Thôi mà, mình phải quý tộc như bao người xung quanh, hờ hững với miếng ăn chứ."

Lại nhớ tới Scarlet O'Hara trong "Cuốn Theo Chiều Gió" bị bà vú bắt ăn ở nhà trước khi đi dự tiệc để nàng ăn nhỏ nhẻ, ra vẻ quý tộc. No đủ thì bày vẽ. Đói thật thì "đầu gối cũng bò" em nhỉ?

Quý tộc mà phải nhịn đói thì thà làm kẻ bần hàn.

171 được gọi thêm hai lần nữa, rách việc!

Cuối cùng thì số 172 cũng tới. Tôi hăng hái tiến ra quầy, nhìn tô bún trải đầy lớp thịt nướng vàng, điểm mấy miếng mỡ hành xanh, thở gấp.

Anh bán hàng bổn cũ soạn lại:

- Chị cần nắp đậy không?
- Có.
- Cần túi xách không?
- Có.

Tôi với tay rút hai miếng khăn giấy trong hộp, cạnh ống đũa muỗng để anh khỏi hỏi tiếp, xách túi thức ăn biến ngay, nháo nhác kiếm chỗ ngồi. Giờ cơm, kiếm ghế trống không dễ. Vừa thoáng thấy một thanh niên trong góc đứng dậy, tôi sà ngay vào bàn, lôi tô bún ra khỏi bao xốp, mở hộp nước mắm chan lên lớp thịt, dùng đũa trộn đều bún rau, phải làm từ từ, tô đầy dễ vãi, tự nhiên thấy tay mình run. Gắp một đũa cho vào mồm, miếng thịt thơm còn ấm, rau tươi giòn rộp rộp, nước mắm chua ngọt lẫn với vị béo của đậu phộng rang và hành phi thấm vào lưỡi, ngon tàn canh. Không hiểu sao ngày xưa các cụ nghĩ ra món độc chiêu đến thế. Lang Liêu nếu chưa biết làm bánh Dày, bánh Chưng, cứ bưng bún thịt nướng dâng lên, tôi mà là vua Hùng sẽ truyền ngôi cho Lang Liêu ngay, thật đó.

Chợt nghĩ đến những đứa trẻ trong vùng bom đạn, chiến tranh. Chúng nó không chỉ đói một bữa như mình, lại thêm cái rét sẽ làm cảm giác đói nhân lên mấy nấc, chúng chống chọi cách nào? Chết vì đói là chết dần chết mòn, chỉ cần có thứ gì đút vào mồm là sống, không phải chữa trị gì hết nhưng ... Đạn bom còn trốn được chứ đói thì trốn chỗ nào? Vào giấc ngủ à? Không, trong mơ ta sẽ thấy đồ ăn bày trước mặt thơm phức nhưng ta sẽ không cầm, không nắm cho vào mồm được.

Mấy đứa trẻ vùng lửa đạn trước khi chết chắc đã oán trách bố mẹ, đẻ nó làm gì mà không kiếm nổi mẩu bánh mì hay thìa cháo để nó cầm cự qua ngày, nó không biết ai gây ra thảm cảnh này đâu.

Nguyễn Đình Phượng Uyển
03/05/24

Hung đối đầu Thụy Sĩ
Spain đụng Croatia
A chống B mỗi cặp   thôi thì ngó cho có
tôi chọn B và A   vui mất cùng Âu Châu
  một mình xem đá bóng   vui luôn Bắc Nam Mỹ
  là nói lên cái ghiền   hè này không đi đâu
  không nói lên cái thú
  hơi buồn thiếu thuyền quyên

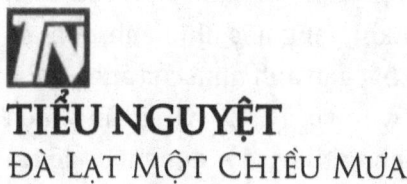

TIỂU NGUYỆT
ĐÀ LẠT MỘT CHIỀU MƯA

Linh Đan chậm rãi từng bước dọc theo bờ hồ Xuân Hương, trong buổi chiều nhạt nắng, lòng bâng khuâng theo bóng chiều nghiêng, lảng đảng, mơ hồ. Đà Lạt trong nàng là sương mù, mộng mơ, là những xuyến xao, rạo rực; là cái lạnh se se, ngai ngái những chiều đi dạo, là cái rét buốt lạnh những đêm đông thuở nào còn ngồi ở giảng đường đại học. Đà Lạt còn là nơi ghi dấu mối tình đầu đời, là nỗi nhớ, niềm thương, hò hẹn, đợi chờ. Đà lạt với hoài niệm của một thời sinh viên nhiều hoài bão, khát vọng; để nàng nhớ nghĩ, trở về tìm lại dấu vết xưa đầy yêu thương, khắc khoải, ước mơ.

Linh Đan ngồi xuống chiếc ghế đá bên bờ hồ nhìn dòng nước gợn buồn lăn tăn sóng, in bóng mây trời, cây lá, với nỗi nhớ thương miên man, sâu lắng. Nàng nhớ Hiền - người mà nàng yêu mến, anh học trước nàng ba khóa, hiền lành, tốt bụng (như cái tên của anh), luôn sẵn lòng giúp đỡ nàng trong những ngày nàng vừa bước vào năm học thứ nhất, bơ vơ, lạc lõng. Hình bóng anh thoắt ẩn hiện mơ hồ, với nụ cười tươi vui, ấm áp, ngập tràn chung quanh nàng, réo gọi, giục giã.

Nàng chợt bâng khuâng theo ký ức lần đầu nàng gặp anh, một buổi chiều như hôm nay, cũng tại bờ hồ Xuân Hương này, trong quầy bán chè của một chị người Huế, giọng nói ngọt ngào, dễ thương lắm lắm. Anh là em trai của chị chủ quán chè, sinh viên năm cuối cùng ngành với nàng, thường phụ giúp chị những giờ rảnh rỗi. Chè quán chị ngon, có em trai vừa tốt bụng, lại vui tính, nên được các bạn sinh viên thường ghé ủng hộ, thư giãn, ngắm hồ, thưởng thức ly chè thơm ngon, nghe giọng nói như chim hót của hai chị em. Linh Đan thường nghe các bạn lớp mình ngợi khen như vậy, hôm ấy mới có dịp ghé thưởng thức ly chè; phải nói là rất ngon, vừa ngọt dịu, vừa thơm thơm mùi lá dứa, cái mùi mà nàng rất yêu thích. Ngồi ở đây, ăn ly chè thơm ngon, ngắm trời mây non nước, trong cái se se lạnh mát của buổi chiều đang xuống, thật thích thú; đôi khi nàng liếc nhìn anh, xem có đúng như lời các bạn nói không; bỗng bắt gặp ánh nhìn của anh, khiến nàng đỏ mặt, bối rối, như có sức quyến rũ ấy. Và nàng càng thẹn thùng, xấu hổ, khi lục mãi trong ví không thấy một đồng nào để trả tiền nước.

Anh nhìn nàng châm chọc:

- Không còn đồng nào trả tiền chè hở em? "Răng rứa" em?

Linh Đan xấu hổ muốn chui xuống đất, nếu như có thể. Nàng lí nhí:

- Em nhớ, có bỏ tiền vào rồi mà. Sao vậy ta?

Thấy nàng xinh xắn, dễ thương, anh trêu:

- Hay em ở lại đây cùng giúp chị anh bán chè, trừ nợ?

Nàng bối rối, ngập ngừng:

- Anh chị... anh chị... cho em nợ, mai nhất định em sẽ trả anh chị, em nói thiệt, không xí gạt anh chị đâu.

Anh cười giòn giã:

- Lỡ em xí gạt thì răng? Lấy chi để làm tin?

- Có ly chè thôi mà anh! Em hứa. Thiệt mà!

Anh nheo mắt:

- Thôi được rồi. Em nói họ tên, quê quán, làm chi, bao nhiêu tuổi, anh sẽ tin.

Nàng ngại ngùng:

- Có cần vậy không anh?

- Cần chớ. Rất cần em à. Em không nói, anh biết em tên chi, ở mô mà tìm?

Nàng lí nhí:

- Dạ! Em tên... Nguyễn Linh Đan, mười chín tuổi, nhà em ở Phan Rang, em học... năm nhất của trường...

Thấy cô bé thiệt thà, anh cười lớn, cướp lời nàng:

- Anh giỡn thôi em. Coi như anh đãi em ly chè làm quen cô sinh viên mới vào trường vậy. Linh Đan! Tên của em hay ghê! Một linh dược!

Tiếng cười của anh từ cõi nào xa lơ vọng lại, mỗi lúc một lớn hơn, chơi vơi, rộn rã trong tiềm thức, làm nàng giật mình, ngơ ngác. Ở nơi chốn xa xôi nào đó, anh có nhớ nàng như nàng đã nhớ anh; anh có nhìn thấy nàng, như nàng đã thấy anh, từ mọi phía, trước mặt, chung quanh, tràn ngập bóng hình anh? Anh có ray rứt, như nàng đã từng, với những câu "nếu như...". Và thật vậy, trong nàng luôn suy nghĩ, nếu như hôm đó, không vì đưa nàng đi sinh nhật bạn, thì có lẽ không xảy ra vụ tai nạn để anh rời xa nàng mãi mãi như vậy? Nếu như hôm ấy trời không mưa..., nếu như...; bao nhiêu cái nếu như như vậy, để nàng day dứt, đau đớn.

Và ánh mắt anh nhìn nàng lần cuối ẩn chứa bao điều, luôn ám ảnh nàng suốt hai mươi năm qua. Anh nằm đấy, toàn thân bê bết máu, hơi thở mệt nhọc, đứt quãng, muốn nói lời gì đấy với nàng mà không thể. Nàng hoảng hốt, cố cúi xuống thật gần khuôn mặt anh, dù cánh tay trái của nàng như muốn lìa khỏi thân, đau đớn tột cùng, nói với anh rằng: "Em xin lỗi! Anh phải... cố lên, đừng..., đừng rời bỏ em ... anh ơi!". Những giọt nước mắt anh long lanh lăn dài, thều thào tên nàng, "Linh... Đan", làm nàng hoang mang, hoảng sợ. Nàng khóc ngất, sợ anh buông xuôi, vĩnh viễn rời bỏ nàng, rời bỏ tất cả để về một nơi chốn nào đó, chỉ nghe nói chứ nàng không biết, không thấy. Vậy mà anh chẳng chịu nghe lời van xin của nàng, rời bỏ nàng thật vội vã, khi nàng vừa kịp nói với anh lời yêu thương anh mãi; kịp nói với anh rằng sẽ không bao giờ có thể yêu ai được nữa. Đôi mắt anh ánh lên cái nhìn hài lòng, hạnh phúc. Và lời hứa đó nàng đã giữ, luôn yêu thương anh, hình bóng anh luôn trong trái tim nàng, tràn ngập chung quanh nàng mỗi ngày.

Linh Đan đưa tay lau những giọt lệ đọng trên khóe mắt, hít thở thật đều, rồi đứng dậy, bước chậm rãi trở về khách sạn. Nàng cố gạt đi ký ức đau buồn để sống và làm việc, nhưng dường như càng muốn quên lại càng thấy nhớ, nhất là mỗi lần trở lại Đà Lạt. Hằng năm nàng luôn trở về đây, dự buổi gặp mặt thầy trò thường niên vào dịp tháng tám, tháng của mùa Trung Thu với những chiếc đèn lồng xinh xắn và cũng là tháng mà anh ra đi mãi mãi.

oOo

Năm nay cũng như mọi năm, sau khi dự buổi gặp mặt, chuyện trò, ăn uống, là chuyến tham quan những di tích, phong cảnh, chùa chiền. Năm nay ban tổ chức chọn "Thung Lũng Vàng" là nơi tham quan cho tất cả; ai cũng háo hức, dù nơi đây có nhiều người đã từng đến rồi. Dường như cả lớp chỉ có Linh Đan và Phước là còn độc thân, còn bao nhiêu đều đã yên bề gia thất; cho nên, ai cũng "ghép đôi" hai người, mong muốn bạn mình cũng có đôi có cặp như mọi người.

Đang đi lên con dốc, An nói như ra lệnh:

- Nhân danh lớp trưởng, tớ cử bạn Phước đi kèm Linh Đan, để giúp đỡ bạn ấy khi cần đấy nghen.

Cả nhóm cùng cười, đồng thanh la lớn: "Đồng ý! Đồng ý!" vang khắp nơi; ai cũng đẩy Phước lại gần Linh Đan, làm Linh Đan đỏ mặt, Phước cười hiền lành:

- Xin lỗi Linh Đan nghen! Các bạn giỡn cho vui, em đừng để bụng.

Hồng làm mặt nghiêm:

- Ê! Ông Phước này đấy chớ! Giỡn là giỡn thế nào? Tụi tui nói thiệt không giỡn à. Trong cái lớp này, toàn trai xinh, gái tú, không để cho có đứa "ê sắc" được. Hai người là một đôi, đẹp quá đi chớ! Lớp mình khỏi có người ế nữa.

Mọi người cùng cười vui vẻ.

Phước nghe lời các bạn luôn đi bên cạnh nàng, chăm sóc nàng cẩn thận, anh nghĩ đây là cơ hội để anh bày tỏ tình cảm sâu nặng mà bấy lâu nay anh không dám. Anh biết Linh Đan chưa thể đón nhận anh, bởi tình yêu nàng dành cho Hiền quá lớn, khó có thể; nhưng không có nghĩa là anh hết hy vọng, bởi tình yêu anh dành cho nàng cũng không thua kém gì Hiền cả. Đã từ lâu lắm rồi, anh muốn nói lời yêu nàng, nhưng sợ bị từ chối, sợ mình không đủ tự tin, mặc cảm; nhưng anh đã suy nghĩ rồi, anh tự cho mình cơ hội, cho nàng cơ hội, bởi cả anh và nàng đã hơn bốn mươi, đã quá trưởng thành rồi, không còn thời gian để chờ đợi nữa.

- Mọi người tự do tham quan, chụp hình lưu niệm, đúng năm giờ chiều tập trung ở bãi đậu xe đấy nghen.

Nghe An nói vậy, mọi người tự tách ra, người lên thẳng phía trước, người rẽ phải. Linh Đan ngồi nghỉ trên bệ đá ven đường, nhìn về phía đồi thông. Những hàng thông cao lớn, thẳng tắp, xanh um vi vu trong gió, gợi nàng sự tò mò, yêu thích. Nàng đứng dậy đi về phía đồi thông, muốn khám phá ở cây thông kia có điều gì, mà Nguyễn Công Trứ đã từng nói: "Kiếp sau xin chớ làm người. Làm cây thông đứng giữa trời mà reo"?

Phước đi bên nàng, mong muốn được che chở cho nàng. Nàng biết anh có tình cảm sâu đậm với nàng bấy lâu, nhưng nàng không dám tin, không dám nghĩ. Nàng không dám tin ai, vì sợ họ cũng sẽ từ bỏ nàng như Hiền; nếu vậy, nàng sẽ đau khổ, tuyệt vọng lắm. Những buổi chiều buồn, những đêm khuya hiu quạnh, những tối vắng vẻ, cô đơn, đôi khi nàng cũng cần có một bờ vai để an ủi, tâm sự, muốn ngã vào đó để ngơi nghỉ, an lòng; nhưng rồi ánh mắt ấy, hình ảnh ấy, luôn nhắc nhở nàng, khuấy động trong nàng lời hứa; và nàng cảm thấy có lỗi với anh mỗi khi nghĩ như vậy.

Linh Đan tháo đôi giầy đang mang ở chân ra cầm trên tay, nàng đi bằng chân không dẫm lên những làn cỏ xanh mịn, man mát đôi chân trần, làm nàng thật thích thú. Nàng cảm thấy hưng phấn trước một khung cảnh đẹp nao lòng như vậy, liền dang tay, xoay vòng, hát ca thật tự nhiên như một cô bé mười lăm, mười sáu. Phước đứng nhìn nàng ngơ ngẩn, trông nàng như con chim sơn ca tự do bay nhảy, soải đôi cánh ước mơ về một phương trời chỉ có nắng nàng, hoa thơm, cỏ lạ, chỉ có sự bình yên, vui vẻ, hạnh phúc ngập tràn. Tiếng hát nàng vút cao vang vọng trong đồi thông, làm anh nhớ "nàng công chúa ngủ trong rừng" - một câu chuyện cổ tích mà bà anh thường kể cho anh nghe thuở nhỏ. Anh nhìn nàng say đắm, tình yêu thương anh dành cho nàng như trào lên mắt, để anh muốn nói thật to lên rằng: "Linh Đan ơi! Anh yêu em", nhưng anh không dám. Bỗng nàng liêu xiêu, muốn ngã nhào, Phước vội chạy lại đỡ, cả người nàng nằm gọn trong vòng tay anh. Linh Đan cảm thấy cả người nóng ran, hơi thở ấm áp của anh phả vào mặt nàng; nàng cố gượng lại cái cảm giác êm ái, dễ chịu ấy, nhưng dường như mọi cố gắng đều vô nghĩa. Phước ôm chặt nàng trong vòng tay, mạnh dạn hôn nàng, thầm thì cùng nàng: "Linh Đan ơi! Anh yêu em!", như nhiều lần anh đã từng ao ước. Nàng bỗng thấy lòng khát khao được yêu thương, mọi dồn nén như vỡ òa, tuôn chảy; nàng ôm anh, đón nhận nụ hôn nồng nàn anh trao cho nàng thật thắm thiết.

Một cơn gió thổi mạnh, tiếng thông reo như lớn hơn làm nàng bừng tỉnh. Nàng vội đứng dậy, phủi những bụi phấn, lá thông rơi trên áo với cảm giác mình thật có lỗi, vừa có lỗi với Hiền vừa có lỗi với Phước; trong nàng bao nhiêu là ray rứt, dày xéo, không thể nào dứt ra được. Nàng như thấy ánh mắt Hiền nhìn mình đăm chiêu, hờn trách và nàng tự thấy mình thật không phải với anh. Rồi nàng chợt cảm thấy cô đơn, trống vắng, cần một tình yêu để lấp khoảng trống buồn bã ấy. Trong nàng thật mâu thuẫn, cảm thấy có lỗi với Phước, vì mình không thể quên được lời hứa với Hiền năm nào.

Nàng nhìn Phước, nói thật nhỏ như nói cho chính mình:

- Đan xin lỗi anh! Anh chịu thiệt thòi rồi. Em...

- Không sao. Anh biết là em vẫn chưa nguôi được chuyện cũ, nhưng như em biết đấy, em cũng như anh, luôn tôn trọng, quí mến anh ấy, em à!

- Nhưng em vẫn cảm thấy mình có lỗi anh à!.

- Người đi thì cũng đã đi rồi. Em còn phải sống cho em nữa chứ. Anh nghĩ, có thể anh ấy sẽ vui khi thấy em được sống vui vẻ, hạnh phúc đó em à.

Nàng hoang mang:

- Em cũng không biết nữa.

Bầu trời bỗng có đám mây xám âm u, mờ mịt, một cơn mưa rào chợt đến nhanh chóng. Phước cởi chiếc áo khoác che đầu cho nàng và mình, ngồi nép vào gốc thong. Anh choàng vai nàng, kể cho nàng nghe, anh đã dõi theo nàng như thế nào, yêu nàng từ bao giờ? Anh còn kể cho nàng nghe những mối tình trước kia, nhưng đó chỉ là những tình cảm của nam nữ, chưa phải là tình yêu, chỉ có tình yêu anh dành cho nàng là chân thật, là vĩnh cửu. Và anh hứa sẽ yêu nàng mãi mãi, cho đến hơi thở cuối cùng, cho dù có dâu bể, đổi dời vẫn không hề thay đổi.

Cơn mưa đến vội rồi ra đi cũng vội, Phước dìu nàng đứng dậy, cả hai đi bên nhau rời đồi thông, cùng xuống dưới bãi đậu xe.

Tiểu Nguyệt
Bên dòng sông Tắc

NGÔ SỸ HÂN
Mùa Hoa Phượng Thắm

Văn phòng hiệu trưởng mặt tiền chỉ bằng nửa mỗi lớp học, chứa được hai cái bàn cỡ trung bình. Thoáng nhìn thì người có đầu óc đơn giản tới đâu cũng đoán được bàn của hiệu trưởng nằm ngay chánh giữa hình như có người làm việc cho nên xem hơi ngăn nắp. Còn bàn kia rẻ tiền và cũ kỹ hơn nằm sát tường chắc chắn là của cô thơ ký. Cái máy đánh chữ từ thời Bảo Đại còn du học bên Pháp được trùm bằng miếng vải may tay phủ chút ít bụi bên trên cho biết là chưn thơ ký đã bỏ khuyết bấy lâu nay. Từ ngoài cửa trước khi bước vô, người ta có thể nhìn xuyên qua phía sau là đám ruộng biền, và qua phía bên kia nữa là cái sân banh của xã lúc nào cũng có đám trẻ con bụi đời giành nhau một trái banh lòi ruột. Những người lớn cứ thắc thắc là tại sao chúng nó chơi cái trò gì khó hiểu!

Không ai có đủ kiên nhẫn đứng từ cửa văn phòng hướng ra ngoài đường đợi nhìn xe cộ vì mỗi ngày có đúng ba chuyến xe đò đi Chợ Lớn mà thôi. Mỗi lần xe chạy qua thì y như rằng năm bảy đứa con nít chạy theo phía sau để hít mùi xăng mà chúng cho là thơm không thể tả! Và theo thời gian lớp bụi đỏ phủ lên hàng rào biến lá keo thành màu đỏ sậm như màu áo của lính nhảy dù Pháp. Cái cửa hai cánh bằng gỗ xịch xạc vẫn phải khóa lại mỗi khi tan trường mặc dù đám con nít tiểu yêu xung quanh ra vô lúc nào cũng được. Bước đi trên đá sỏi xào xạo dưới chân trước khi vào văn phòng hiệu trưởng phải né qua cái cột cờ bằng gỗ mà những hôm gió to, tiếng phần phật làm người ta có cảm tưởng là bão tới nơi.

Vì lớp tôi dạy nằm sát bên văn phòng, cho nên những khi rảnh việc nghĩa là lúc cho học trò làm bài chẳng hạn, tôi hay la cà sang bên ấy chơi. Cũng chẳng phải con ông cháu cha hay quen lớn gì với ông hiệu trưởng mà vì số đệ tử lớp Nhứt B của tôi năm rồi đậu vào trường công chiếm kỷ lục từ trước tới nay. Sở dĩ đạt được thành tích như vậy là nhờ tôi không hoặc chỉ áp dụng một phần rất nhỏ những gì học được từ trường Sư Phạm! Tôi dùng một phương pháp riêng do tôi sáng chế. Lúc đầu ông hiệu trưởng già không tin, tôi phải mời ông vô lớp ngồi chung với đám học trò nghe tôi giảng bài. Nhưng chính cái kết quả cuối năm mới chứng thực những điều tôi nói. Và ông hiệu trưởng tự cảm thấy thân với tôi và xưng hô với tôi một điều thầy hai điều thầy chớ không dám gọi bằng anh. Nhưng còn một điều khá lý thú và bí mật là ông hiệu trưởng già còn một cô con gái út tới tuổi cặp kê đang học trung học!

Một hôm lang thang bên ấy lúc ông hiệu trưởng bận đi vòng vòng đâu đó không có mặt ở văn phòng, tôi đang tò mò nhìn những lịch trình công tác, bảng phân công, những ngày đặc biệt phải nhớ... thì một cô gái mặc áo dài xanh da trời bước vô, xem có vẻ lính mới qua dáng điệu học trò của cô. Nếu tôi thiếu can đảm một chút thì có lẽ phải té xỉu! Sau khi lấy lại bình tĩnh, tôi đóng vai thùy mỵ gật đầu chào hỏi:
- Cô mới tới phải hôn?
Cô gái rụt rè trả lời:
- Thưa thầy Hiệu trưởng, tôi được lịnh bổ nhiệm về trường nầy....
Sẵn trớn tôi mạo nhận Hiệu trưởng luôn và không để cô nói hết, tôi cười cướp lời:
- Tôi đã được biết là cô sẽ về đây mà!

Tôi úp mở chớ không dại gì hỏi tên cho bị hố. Và phút giây chờ đợi đã tới: Cô trình sự vụ lệnh cho tôi. Tôi làm bộ địa sơ qua tên tuổi, định hỏi vài câu chuyện xã giao như mình là hiệu trưởng thiệt, nhưng không còn kịp nữa rồi, ông Hiệu trưởng đã trở lại và tôi trao sự vụ lệnh cho ông ta, rồi trước khi chuồn thẳng làm cô giáo mới ngỡ ngàng, tôi giới thiệu nói gỡ gạc:

- Đây thầy Huy, Hiệu trưởng, và cô Hạnh mới về trình diện.

Tôi bần thần trở về lớp, lòng miên man suy nghĩ mà không biết là đám học trò đã làm bài xong từ lúc nào, cứ nhìn ra ngoài cửa. Cô giáo mới sao mặc áo dài xanh da trời của nữ sinh? Mới nhìn thoáng qua biết ngay là cô có bùa hoặc thôi miên! Trước nay tôi không bao giờ tin ba cái chuyện bậy bạ nhảm nhí đó. Không còn tâm trí để chấm bài, tôi bèn đì lũ học trò thêm hai bài toán nữa, còn ra lịnh thừa là đứa nào "xong mang lên nộp và nhớ để úp xuống nghe!" Tức một điều là sao hôm nay học trò thông minh quá: cái gì cũng làm được mà lại làm mau nữa. Nghĩ bao nhiêu đó cũng chưa ngốn hết thì giờ của chúng, tôi bèn hành thêm là bắt ôn bài sử địa sẽ cho bài kiểm.

Đang đi tới đi lui ra cái điều một thầy giáo tận tâm, tự nhiên tôi vụt bỏ chạy ra cửa làm lũ học trò ngơ ngác. Tôi la lớn như ở chỗ không người:

- Cô Hạnh, cô Hạnh!

Cô giáo quay lại cười:

- Chào thầy Hiệu trưởng, em về!

Tự nhiên tôi bối rối, không biết phải phản ứng làm sao đây! Khi tôi hoàn hồn trở lại thì cô giáo đã thong thả từng bước từng bước thầm đi ra tới cột cờ rồi. Và tôi còn đứng đấy nhìn theo cho tới khi bóng cô khuất dần sau hàng rào keo màu đất đỏ phía trước.

Hàng cây phượng vỹ sân trường đã bắt đầu rụng lá theo những cơn gió nhẹ nhường chỗ cho mùa hoa mới nhú. Từ khung cửa các lớp học đều xuất hiện các thầy cô giáo lắm chuyện. Có nghĩa là một biến cố lớn đã xảy ra, sẽ gây xôn xao dư luận hơn cả cú đảo chánh Tổng thống Ngô Đình Diệm một vài năm về trước!

Suốt ngày hôm sau tôi cố ý đi vòng vòng để xem cô giáo mới dạy ở lớp nào mà cũng không thấy. Trưa thứ Bảy trước khi nghỉ cuối tuần tôi bèn gặp thầy Hiệu trưởng để điều tra cho ra lẽ. Mới gặp tôi, ông Hiệu trưởng hỏi ngay:

- Thầy kết cô giáo mới hả?

Tôi cười giả lả xin lỗi ông và phân bua là sẵn cô Hạnh tưởng tôi là hiệu trưởng tôi bèn mạo nhận luôn cho qua chuyện vậy mà. Mới gặp lần đầu có gì mà kết với không kết! Tôi khơi chuyện bằng một câu vô nghĩa:

- Cô dạy lớp nào mà không thấy?
- Lớp nào thì thầy đã biết còn hỏi! Thứ Hai cô Hạnh mới trở lại. Tôi cho cô nghỉ mấy ngày để sắp xếp nơi ăn chốn ở.

Tôi hào hứng ra mặt:
- Tôi volontaire công tác thiện nguyện!

Thầy Hiệu trưởng cười:
- Chắc chưa tới lượt thầy!

Tôi buồn năm phút! Nếu hỏi thêm nữa e rằng bể. Tôi đoán cô giáo mới mới bổ nhiệm về một trường khỉ ho cò gáy nầy thì nhứt định phải qua tay các ma cũ, ý tôi muốn nói là các cô giáo đàn chị! Trường có tất cả mười thầy cô giáo và ông Hiệu trưởng nữa là mười một, chưa kể một người lao công già và một cô thơ ký mới nghỉ hộ sản tháng trước không có người thế vì cả trường chẳng ai biết đánh máy. Số phận thầy Sáu An đã quyết định rồi, ông Hiệu trưởng chắc nay mai vì cũng đã tới tuổi gần đất xa trời. Thầy cô giáo thì thỉnh thoảng có người đi người đến, còn ông Hai lao công không biết đã làm từ lúc nào mà những sư huynh sư tỷ kỳ cựu bảo là lúc họ mới đổi về thì đã thấy có ông ta rồi, đến nỗi ổng có một căn nhà nhỏ và một hàng bánh bán cho học trò ở trong khuôn viên ngôi trường.

Đừng kể các thầy vì là đàn ông thanh niên thì không có gì đặc biệt đáng nói và các cô đáng mẹ đáng dì thuộc về thế hệ phụ huynh, chỉ có ba cô kể cả cô giáo mới là đề tài nóng bỏng được thảo luận sôi nổi trong giới các thầy. Trong đó hai cô cũ vì lớn tuổi hơn tôi cho nên họ coi tôi là đàn em út mà tôi vẫn ấm ức mãi về sau nầy. Vậy chỉ còn lại mỗi một mình cô Hạnh là nổi nhứt hiện nay và là điều tôi quan tâm nhất. Không một cái gì khác kể cả cha mẹ anh chị em làm tôi bận tâm! Nhưng cũng còn mấy thầy nữa độc thân vui tính trạc tuổi tôi. Xem ra thì thầy nào cũng kết cô giáo mới. Đây là một trận chiến đầy cam go và thử thách!

Tuần nầy tôi quyết định ở lại sau khi nhắn tin báo với gia đình là tôi bận công tác không về được. Sao lại có một người con gái mới gặp lần đầu mà như quen từ thời tiền kiếp? Cái nhìn của nàng như xoáy vào tâm can, khiến người xao xuyến? Không phải tương tư mà sao lại trằn trọc khó ngủ? Sáng sớm Chủ Nhật tôi ngồi ở quán cà-phê trước nhà nhìn thế nhơn ngoại mục, nếu nói không có ý định gặp lại người trong mộng thì quả dối lòng. Thị trấn Rạch Kiến nhỏ như cái lòng bàn tay, có bao nhiêu mỹ nhơn tới tuổi cặp kê và bao nhiêu cô giáo trẻ các thầy chẳng những có danh sách mà còn thuộc lòng từng tên.

Người ta đang bàn về một cô giáo mới xuất hiện, sẽ dạy lớp Nhứt C thay thầy Sáu An sắp về hưu. Tôi đồng ý cách người ta tả cô mi nhon ẻo lả trông sạch nước cản lắm, nhưng nói cô thứ dữ thì tôi hoàn toàn phản đối bởi vì trông cô như học trò mới lớn, còn rụt rè e lệ, nhứt là khi cô mặc áo dài xanh làm liên tưởng tới nữ sanh trung học chào cờ ngày Thứ Hai.

Tưởng cũng nên tả sơ về cái quán cà-phê. Thực ra đây không phải là một cái quán cà-phê đúng nghĩa mà là cái sân lót gạch tàu của nhà tôi trọ bên trong hàng rào thiết kế theo lối xưa có lẽ từ thời Pháp. Giữa những cây cột xây là hàng song sắt cũ mới sơn màu dầu hắc, cho nên thật là tiện cho những anh chàng rảnh việc ngồi hàng giờ nhìn ông đi qua bà đi lại. Tôi mua đứt cái bàn ngay góc vì có chỗ dựa; những lúc vắng khách tôi có thể tự nhiên gác chân lên bàn dựa ngửa hút thuốc đọc sách - tự nhiên như người Hà Nội. Người chủ quán không ai khác hơn là con của bà chủ nhà trọ thuộc gia đình vọng tộc sa sút. Và cô bé Giang con của chị chủ quán, thuộc hàng hậu bối đang học lớp Đệ Tứ trường trung học Cần Giuộc, thỉnh thoảng có nhờ thầy giảng bài, nhưng cô chỉ kêu tôi bằng anh chớ không gọi bằng thầy.

Tụi bạn nói là tôi thông minh vì vào thời gian nầy hệ thống ngân hàng chưa phát triển mấy mà tôi lại biết mở một trương mục mỗi tháng trả một lần như xài thẻ tín dụng cho nên chuyện tiền còn hay hết và việc uống cà-phê một ngày bao nhiêu cữ không cần phải lo nghĩ gì cả. Nhưng cũng có lần tôi muốn đứng tim khi nhìn cái bill dầy quá. Các thầy trời đánh vào những ngày cuối tháng hay tìm tôi uống cà-phê, bảo "mầy có trương mục ngân hàng ở đây mà!" Lũ thầy giáo độc thân chúng tôi tới không cần gọi và đi cũng chẳng cần báo cáo. Cô bé teller cứ tự nhiên bưng cà-phê ra rồi ghi vào trương mục của tôi.

Từ hai năm nay chuyện tôi tử thủ tại góc chợ trở thành cái lệ. Bạn bè muốn kiếm tôi thì từ đàng xa có thể đoán biết được là tôi có ở nhà hay không.

Trừ phi ở trọ phía bên kia Tân Trạch, giả dụ như cô Hạnh ở bên nầy nghĩa là từ mặt chợ đổ về hướng bót Long Hòa ra tới ngoài ngã tư Rạch Kiến xuống Chợ Trạm hoặc Cầu Đồn, mà nếu cô đã đi chợ, thì tôi chắc chắn rằng cô không thoát khỏi màn ảnh radar của tôi. Tôi ước tính tình hình là bắt buộc Hạnh phải có liên quan với ít nhứt một trong hai cô giáo trẻ trong buổi ban đầu hướng dẫn cho quen với sanh hoạt địa phương. Và vì những ngày đầu cần sắp xếp nơi ăn chốn ở nên cô phải ở lại chớ không thể nào về quê. Trường hợp cô có thân nhơn ở đây thì đó lại là một chuyện khác.

Thường ngày khi không có mục gì đặc biệt tôi ngồi xoay mặt vào trong để nhìn cô bé teller ngân hàng ngây thơ nhí nhảnh, thỉnh thoảng đấu vài câu tào lao không đầu không đuôi. Trong mắt tôi, cô Giang lúc nào cũng là con nít dù đã thấy lần dây trong áo mỏng. Cuối năm nay cô phải xuống tận thị xã Tân An thi Trung Học Đệ Nhứt Cấp, và nếu đủ tuổi có thể xin đi dạy học hoặc làm thơ ký cho nhà trường hoặc hội đồng xã. Cũng đã thấy mấy người trong số các thầy ở đây và một số cậu trai dòm ngó cô nàng rồi đó. Có lúc tôi gợi ý:
- Em thấy thầy Long thế nào?
Không do dự, cô nói ngay:
- Cũng tốt.
- Cũng tốt là sao?
- Nghĩa là tạm tốt tạm được, chưa số một. Anh Long bình thường thì được nhưng khi uống rượu thì không kềm chế được.
Tôi tối mắt hốt hoảng như thình lình mất mát một cái gì:
- Thầy Long đã làm chuyện gì?
- Nói lảm nhảm.
Nghĩ chắc thầy Long không đến nỗi tệ, tôi yên lòng:
- Chớ không phải...
- Không. Không phải bậy bạ chuyện kia đâu!
Tôi cười ngây thơ:
- Chuyện kia là chuyện gì?
Cô cũng cười:

- Anh đừng giả nai!

Thấy cô em có vẻ không kết thầy Long, tôi chuyển hướng sang một thầy khác:

- Còn thầy Hoàng?

- Cũng same same. Mỗi người một tật. Anh Hoàng thì như con gái không ra vẻ đàn ông.

- Vậy theo em ai mới số một?

Má cô ửng hồng như những sợi nắng ban mai xuyên qua tấm liếp che. Đôi mắt long lanh mơ màng, cô cười không trả lời câu hỏi. Có lúc tôi vô tình nói một cách rất sỗ sàng và vô duyên:

- Sao em còn nhỏ quá vậy?

Cô phản pháo liền:

- Theo anh thì sao mới gọi là lớn?

Với một niềm tự tin, cô nhìn xuống người xong nhìn vào hướng cửa như coi chừng có mẹ ở đây không, cô cười hớn hở:

- Năm nay em cũng mười sáu chớ đâu còn nhỏ nữa!

Tự nhiên tôi buột miệng:

- Vẫn còn là cháu biện lý.

- Là sao?

Tiếng lóng tôi học ở Sài gòn không giải thích cho cô hiểu được. Các thầy nói đụng vào phải gỡ năm bảy cuốn là ít! Vẫn còn thắc mắc, một lát sau cô hỏi nữa:

- Là sao, anh?

Tôi trả lời đại:

- Là còn nhỏ đó mà.

Cô trách:

- Anh thì lúc nào cũng vậy!

Để tránh cặp mắt dò xét và trách móc của Giang, tôi nhìn qua phía bên kia đường. Chợ thưa dần. Các cửa hàng bắt đầu căng tấm bạt che ánh nắng lên cao. Bên trong tiệm thuốc tây thấp thoáng một tà áo lợt. Quả là vóc dáng hơi quen quen. Cô Giang nhạy cảm cũng nhìn sang. Thôi đúng rồi: là nàng! Trước khi tôi kịp bước đi, Giang hỏi:

- Anh quen hả? Cô giáo mới mà!

Tôi trả lời cho qua chuyện:

- Ờ quen.

Không đợi tôi bước vào, cô Hạnh từ trong cửa nói vọng ra:
- Chào thầy Hiệu trưởng.
Tôi cười giả lả:
- Bộ tướng tôi giống Hiệu trưởng lắm sao?
Cô tự nhiên:
- Mới gặp thì thấy gồ ghề, nhưng sau khi ông Hiệu trưởng thiệt bước vô thì...
-... như gà nuốt dây thun phải hôn?
Tôi khai thác:
- Cô biết tôi mạo nhận hôn?
- Lúc đầu thì tôi rất ngạc nhiên sao ông Hiệu trưởng còn nhí quá vậy. Tôi đoán anh chỉ trước tôi vài lớp. Không lẽ mới ra trường mấy năm mà đã thăng quan tiến chức lên tới hiệu trưởng?
Tôi chống chế:
- Biết đâu tuổi trẻ tài cao? Hơn nữa, không chó bắt mèo...

Tôi kịp dừng lại vì biết mình sắp nói bậy. Cô cũng cười xong bảo là cô đã thấy tôi ngồi ở đó hồi chiều hôm qua và từ sáng tới giờ, đợi chờ ai mà có vẻ lo ra. Tôi nghĩ thôi chết rồi: đi trinh sát mà cái kiểu địch thấy ta mà ta không thấy địch thì chỉ có nước đi chầu diêm vương sớm! Tôi hỏi sao cô không gọi thì cô trả lời mập mờ:
- Thôi không dám làm phiền người ta!

Tôi bèn dùng phương pháp lý luận nhập môn để phân tích từ ngữ "người ta" cô dùng. Nếu chỉ Giang thì cô cũng đã có nghe tin đồn bậy bạ nầy kia kia nọ; "người ta" mà là tôi thì sao cô lại thân mật vậy? Tôi cố hiểu méo mó là cá đã cắn câu. Nhưng hóa ra người chị bà con của cô trong nhà thuốc tây đã mật báo tất cả mọi chuyện và cô đã nắm vững tình hình và tương quan lực lượng của địch bạn ở đây. Những kỷ niệm về ngôi trường dạy làm nghề gõ đầu trẻ, những thầy cô mới về, những thầy đi nhập ngũ, những cải cách trong lề lối làm việc, và cả những kỳ cục trong vấn đề phân phát nhu yếu phẩm được kể huyên thiên trong câu chuyện giữa hai người đồng môn; đám con nít vây quanh đứng dòm như chuyện lạ bốn phương. Bà chị họ lâu lâu cũng pha trò vài câu khiến cho bầu không khí thêm thân mật và tự nhiên như quen nhau tự thuở nào. Càng nói chuyện, cô càng tỏ ra là một phụ nữ duyên dáng hoạt bát, và dễ... dễ... yêu! Sau nầy khi tôi hãnh diện và hào hứng kể chuyện rằng cá đã cắn câu thì các thầy nói: "Dễ yêu chớ không phải yêu dễ!"

Còn đúng một tháng nữa là bãi trường, tôi được lịnh tổ chức và làm xướng ngôn viên cho buổi lễ phát phần thưởng cuối năm. Tôi muốn kéo Hạnh vào cuộc để có nhiều cơ hội làm việc chung đặng gần gũi nhau, bèn viết một vở kịch vui ngắn nhờ Hạnh làm đạo diễn tập dợt cho các nghệ sĩ tí hon mới bước vào nghề. Khi tất cả hàng phượng vỹ sân trường nở rộ đều thì đúng là lúc những cuốn lưu bút ngày xanh chuyền tay nhau ghi kỷ niệm học trò trước khi chia tay ai về nhà nấy thì tôi cũng ngập ngừng trao cho nàng một bức thơ tình nắn nót viết từ đêm hôm trước.

Sau buổi lễ phát phần thưởng cũng có nghĩa là ngày chia tay đã tới hình như không mấy ảnh hưởng đến những kẻ vô tình. Nhưng tôi chỉ muốn thời gian ngừng trôi để sống trọn vẹn với những cảm giác sôi nổi nhưng dịu êm của mùa phượng vỹ. Trước khi chia tay Hạnh vẫn vui vẻ hồi âm bằng một bức thơ ngắn gọn trong đó nàng vẫn đùa cái chuyện tôi mạo nhận hiệu trưởng:
"Thưa thầy Hiệu trưởng! Xin hãy giữ mãi một tình bạn đẹp. Hạnh đã có gia đình. Chúc anh một mùa hè trọn vẹn với người ta! Hạnh."
Tôi lững thững trở về nhà trọ thì các thầy hắc ám đã ngồi ở chỗ điểm hẹn chờ tôi tự bao giờ, còn hát chọc quê: "Tôi đưa em sang sông. Chiều xưa mưa rơi âm thầm..." Lườm mấy thầy một cái, tôi đi thẳng vô phòng không cần thấy ai chung quanh.
Chưa kịp cởi giày, tôi chụp bức thơ trên bàn đọc liền. Là bức thư của cô bé teller ngân hàng. Sau khi đọc lại một lần nữa, tôi trở ra với mấy thằng bạn quỷ sứ. Vừa ngồi xuống nhìn trở lại quầy thì cà-phê cũng vừa tới, tôi nhìn bé Giang rồi dõng dạc tuyên cáo với quốc dân đồng bào:
- Có ở tù chung thân cũng được, cứ gì năm bảy năm!

Ngô Sỹ Hân

(trích từ tập truyện ngắn "Một Góc Quê Nhà" sắp do Nhân Ảnh
Phát hành trong tháng 7, 2024)

PHẠM HIỀN MÂY
Luân Hoán – Tình Thời Phơi Phới Thanh Xuân

I/ VÀO ĐỀ

Về nhà thơ Luân Hoán thì chắc khỏi phải giới thiệu phần tiểu sử, phải không các bạn.

Ông nổi tiếng, không chỉ vì làm thơ hay. Nhiều người biết đến ông, còn vì ông là một người làm văn nghệ giỏi, khái tính, thẳng thắn, chỉn chu, đàng hoàng, đâu ra đó, và, rất mực quan tâm đến bạn bè khắp nơi.

Tôi nhớ đâu như, tôi cũng có viết về ông mấy lần. Nhưng lần nào cũng giống như cưỡi ngựa xem hoa, là bởi vì, ông viết thơ nhiều lắm, mà bài nào cũng hay, bài nào cũng thơ rất mực, nên cố kiểu nào thì cố, cũng chỉ là muối bỏ bể so với gia tài thơ đồ sộ của ông.

Thơ Luân Hoán là thơ tình, trước hết là phải khẳng định như vậy cái đã. Tình thì nhiều loại tình lắm, tình yêu quê hương, tình yêu gia đình, tình cảm bạn bè, tình yêu thiên nhiên, và, cả tình yêu dành cho em nữa.

Ông viết nhiều thể loại thơ. Nhưng với riêng tôi, thơ lục bát của ông, vẫn là thể loại giòn giã, dí dỏm, thi vị, tinh tế và khéo léo nhứt của ông.

II/ THƠ TÌNH SÁU TÁM

Thơ viết cho em, thơ làm vì em, chiếm số lượng nhiều nhứt trong thơ của ông.

Và ông cũng huỵch toẹt ra chớ chẳng giấu giếm gì, chuyện ông mượn thơ mỗi ngày, trò chuyện linh tinh, kiểu như phiếm, nhưng thiệt ra là để viết cho em:

yêu em anh biến thơ tình
thành câu chuyện phiếm linh tinh mỗi ngày
từ lông chân đến lông mày
vui tay chẳng ngại múa may vẽ vời
(Già Tay Thơ)

Vì đây là tình của thời phơi phới thanh xuân nên giọng thơ, hơi thơ của ông, phải nói là nghịch ngợm ghê lắm. Nhưng như người ta bảo, đi đêm cũng có ngày gặp ma, nghịch quá là nghịch nên cũng có lúc bị tổ trác chớ chẳng phải không:

đầu đời chạm ngọn thanh xuân
sợi dây lưng rút bỗng dưng cản đường
líu quíu bày tỏ yêu thương
kéo lộn, thắt gút, tai ương bất ngờ
(Khai Mở Xuân Tình)

Sáu tám thì cũng có dăm đường sáu tám. Thơ sáu tám cũ nhưng lại được trình bày theo cách mới. Đó cũng là một trong những sáng tạo của người làm thơ:

sáng ra
luôn ngộ con chim
sửng-cồ gân cổ
ngóng tìm tứ tung
(Hình Như Là Có Nhớ)

Bông lơn, hay đùa giỡn, tất nhiên trong thơ thôi, chính là nhà thơ Luân Hoán. Nhưng nói vậy mà không phải vậy, ông đùa giỡn có nơi có chỗ, chỉ trong phạm vi thơ mình, còn ở đời sống thường, cả trên trang facebook, ông cũng rất giữ ý. Đặc biệt, mười năm qua, từ lúc biết ông tới giờ, tôi chưa từng thấy ông vô trang ai để tán tỉnh hay ghẹo chọc bao giờ.

Thơ ông, ngoài tỏ tình, ngoài tán tụng, nhiều lúc cũng suy tư lắm, cũng triết luận lắm chớ chẳng phải không:

không chừng em viết mươi câu
tiễn người còn thở về đâu cứ về
bao la vũ trụ là quê
cuối cùng hay có cõi mê khác nào?
(Lo Gần)

Khi ngợi ca, khi mô tả về vẻ đẹp của nữ giới, ông hệt như một họa sĩ tài danh. Tay ông thoăn thoắt vẽ, đưa lên đưa xuống vài nhát thôi mà khắc họa ra cả một tấm chân dung hoàn hảo:

vai thon trần ngực trắng ngần
chạm mạch thơ chợt bần thần ngượng tay
hương không trung hương cỏ cây
hương huyền bí lạ bủa vây đất trời
(Ngợi Ca Sắc Nữ - 1)

Nhan sắc người nữ trong thơ ông, có lẽ, còn có phần trội hơn cả Hằng Nga, tiên nữ:

em không thể gọi là xinh
"chim sa cá lặn" thường tình như ai
em là sắc nữ không ngai
tim ta đúng chỗ đựng hài em thơm
(Ngợi Ca Sắc Nữ - 2)

Cách mời mọc tình yêu của ông cũng vậy, cũng khác những thi sĩ khác, táo bạo đấy nhưng nghe vẫn nên thơ, và nhất là, trong tình của ông, không khi nào thiếu vắng sự chân thành trong đó:

người ta mời rượu mời trà
mời điếu thuốc ấm mời cà phê ngon
ta mời em nụ môi hôn
bốn cánh tay khít vòng ôm nồng nàn
(Mời Tình)

Thơ tình thường không phân biệt tuổi tác, phái nam, dầu có tám, chín mươi thì cũng vẫn cứ rất đàn ông tính như thường. Huống hồ gì, đây là những bài thơ ông làm thời phơi phới thanh xuân.

Lời thơ Phân Bì của ông, là lời tị nạnh của giới. Đó là những lời tị nạnh dễ thương. Qua đó, ông phân bua, đàn ông khi tỏ tình, cũng nhiều khó khăn, cản trở lắm, chớ không dễ dàng chi:

con gái liếc tình con trai
môi cười mời gọi ít ai quở gì
tội cho đám trẻ tu mi
trầm trồ, ngó lén bị quy tội liền
(Phân Bì)

Bài Ra Giá của ông cũng vui. Ở đời, chẳng có gì mà không có giá của nó. Nói vui nhưng cũng là nói thiệt. Từ cái chạm tay, chạm môi, hay cái hôn sâu, tất cả đều có điều kiện thỏa thuận. Và ông nói tiếu lâm, tưởng gì khó, chớ nếu tặng bài thơ mà được chạm môi em, thì ông có hàng ngàn bài thơ như thế:

nghe em treo giá
tỉnh người
ta thừa cả đống thơ trời ơi thơm
đổi thơ để ngọt môi hôn
dại gì không gắng thả hồn vào thơ
(Ra Giá)

Ông làm thơ rất khéo. Chữ ông nhiều, như câu chuyện lưu truyền trong dân gian về câu nói của ông Cao Bá Quát ngày xưa: Trong thiên hạ có hai bồ chữ, mình tôi chiếm hai bồ.

Tôi không dám ví Luân Hoán như thế, nhưng người làm đến vài ngàn bài thơ như ông, mà chữ nghĩa cứ rời rợi, mới mẻ, tinh túy, tinh lọc, thì số người được như ông, chắc chỉ đếm được trên một bàn tay:

chỉ có ta, chả có chi
đặt lưng nằm xuống vu vi gió trời

không gian nhòe những sợi hơi
sợi ta đóng góp đang trôi dập dềnh
(Sau Khi Trăng Lặn)

Không chỉ ca ngợi người nữ với sắc đẹp mỹ miều, ông còn ca ngợi cả mùi hương của họ. Hương thơm ư, chuyện đó hẳn dễ. Nhưng hương thơm ở mỗi vùng cơ thể mỗi khác nhau, để tả cho ra được điều đó, thì cần lắm đến sự tài tình riêng của tác giả:

nơi thoang thoảng tỏa hương cau
nơi dai dẳng đậm dài lâu nồng nàn
nơi gây mê thật nhẹ nhàng
nơi đánh thức những cơ quan yêu đời
(Mùi Hương)

Làm thơ mà được như Luân Hoán, người ta gọi là bậc thượng thừa. Mà quả thật như vậy, nói lái hay chơi chữ, là chuyện nhỏ, ngay cả khi đưa tiếng tây, đưa tiếng tàu vào trong thơ, ông cũng nhuyễn nhừ:

"faire l'amour" gốc tình yêu
"thiên kinh địa nghĩa" giáo điều tự nhiên
tâm lành nên tôi rất hiền
có chi trong bụng khai liền cùng thơ
(Thơ Tình Hồng)

III/ THƠ TÌNH NĂM CHỮ, SÁU CHỮ, BẢY CHỮ, TÁM CHỮ

1. Năm Chữ

Khi chuyển qua thể thơ năm chữ, ông bỗng trở nên lí lắc, trẻ trung làm sao. Và không phải là kiểu lí lắc trẻ con đâu nha, mà là một kiểu của nghịch chữ, đùa chữ. Nghịch đùa nhưng không quá trớn, nghịch đùa mà không gây hại hay làm phiền lòng ai. Thế mới siêu. Thế mới tài:

một ví dụ cụ thể
hai động từ rờ sờ
cùng ngữ âm đồng nghĩa
(chạm vào một nơi nào)

có một món quý lạ
dùng từ sờ không hay
dùng rờ mới lột tả
cái sướng của bàn tay
(Rờ Và Sờ)

Thi sĩ có lòng tham không? Tôi nghĩ là có. Cứ dựa vào thơ ông Luân Hoán mà xét ra, thì chữ tham, phải viết in hoa mới vừa với ổng.

Nhưng tham gì mới được chớ. Đời, thiếu chi cái để tham. Tham tài giỏi, tham đẹp trai, bảnh tỏn. Tham làm thơ hay, tham tán gái đổ liền. Tham gái xinh gái đẹp. Và, tất nhiên rồi, tham trái tim đủ chỗ để chứa đủ muôn vạn tình nhơn, đủ muôn vạn tình yêu.

Các bạn không tin tôi ư. Vậy thì các bạn cứ đọc đoạn thơ sau, sẽ rõ:

em chậm chân, đừng lo
tim ta còn rộng chỗ
hãy cứ là nàng thơ
cho ta vào ở đợ

yêu và yêu thế thôi
yêu ra sao tùy ý
ngôn ngữ là chỗ ngồi
nhưng tim ta mái đựng
(Nàng Thơ)

Ông thường dùng phương ngữ Quảng Nam trong thơ của mình. Nhiều thi sĩ cũng hay dùng phương ngữ như ông, nhưng tôi đọc, không hiểu sao rất ngượng, rất ngại. Ấy là vì họ không có tài biến tục ra thanh.

Luân Hoán khác, từ "mắc tịt" được ông sử dụng ngon lành trong thơ. Đọc, không thấy ngại, mà chỉ thấy dễ mến, dễ thương:

nhưng có điều đã nói
"anh yêu em" ngon lành
trước mặt đám con cái
dịp chúng chúc ngày sanh

ôi cái chuyện mắc tịt
xưa dễ thương vô cùng
nay dễ thương hết sức
như bài thơ không cùng
(Mắc Tịt)

Ông viết chuyện yêu đương và đụng chạm thể xác dễ dàng như lấy từ túi ra. Bởi tôi mới nói ông giàu chữ là vậy. Giàu chữ nhưng mà phải có tài à nghen. Chớ giàu chữ mà như thợ sắp chữ, thì người rành đọc thơ, sành đọc thơ, họ nhận ra ngay. Các bài thơ của ông, rất nhiều bài được ông khuấy động vào "chuyện đó" một cách tỉnh bơ, ngon lành, không vấp váp:

nếu em không vừa ý
liền trợn mắt phùng mang
tiện tay cho cái tát
bất thần hiện rõ ràng

thật ra thời mới lớn
ta ngỡ lòng tài tình
tất cả nhờ cặp mắt
còn môi lưỡi làm thinh.
(Tỏ Tình)

2. Bảy Chữ

Như bao thanh niên khác, Luân Hoán cũng có một thời trai trẻ đầy mộng mơ của mình. Chỉ một mái tóc, một bờ vai, một dáng ngồi trên chiếc xe honda dame cũng làm ông bần thần, cũng làm ông ngẩn ngơ, cũng làm ông nghe trái tim như nhói lên một cơn đau vừa chớm:

*ta bỗng mơ hồ thấy thoáng qua
người tình ta đó, chạy honda
bờ vai quen quá, lưng thân quá
ừ đã mê nhau nhưng đã xa*
(Người Lướt Honda Trong Phố Nhỏ)

    Ông luôn tự nhận ông là người đa tình. Tôi không chắc lắm, đây là thơ nhận hay thực sự, ông đang mượn thơ để nói về mình. Nhưng thôi, chuyện đó hậu xét đi.

    Ông có nhiều bài thơ, bày tỏ sự "mê" gái của mình, hay nói đúng hơn, là mê vẻ đẹp của phụ nữ. Mà vẻ đẹp của phụ nữ, theo ông, tuổi nào cũng đẹp, và cũng theo ông, không chỉ sắc, không chỉ hương, mà tính cách, mà tâm tánh, mà lời ăn tiếng nói, sự giỏi giang của người phụ nữ mới là vẻ đẹp vĩnh cửu, vạn người mê:

*nhớ nhớ như mê đôi mắt liếc
mê đường chỉ môi hồng hồng thơm
mê má lụa mềm như giấy quyến
mê vóc dịu dàng nét liễu cong*
(Mê 2)

    Luân Hoán có bài thơ Lú hay quá chừng hay. Ông làm tôi nhớ đến một quán cà phê bên Mỹ có tên này, Lú. Không biết bây giờ, quán cà phê ấy còn không.

    Vì nó chỉ có ba khổ thôi, nên tôi gắng đưa hết vào đây. Bỏ khổ nào tôi cũng thấy tiếc.

    Mê gái đến Lú, chắc chẳng phải chỉ mình nhà thơ Luân Hoán đâu nhỉ:

*nói không mê gái hình như xạo
bởi trong nhi nữ chứa chan tình
càng ngắm càng mê càng kỳ bí
nữ nhân nhan sắc là thần linh*

trước giống đẹp này, đâu thể trách
tôi thời ngơ ngác thuở mười hai
mất hồn một phút đành đi miết
sau lưng thơm phức cánh lưng dài

tôi thuở mười hai, em thấy đó
rõ ràng phơi phới nét con trai
đâu biết u mê lâu quá vậy
đến tuổi này còn lú dài dài
(Lú)

Không phải bài thơ nào của Luân Hoán cũng vui đùa, nghịch ngợm đâu. Có quá chừng bài, đọc, mà buồn thiu, đọc, mà muốn rơi nước mắt.

Thì đấy mới là thi sĩ đích danh. Làm thơ, mà không làm người ta bật cười theo, mà không làm người ta rơi nước mắt theo, mà không làm người ta ngậm ngùi, xót xa, cay đắng theo, thì đó nào phải là nhà thơ:

muốn mừng em nghĩ không ra cách
đạp xe qua ngả phố buồn buồn
vào quán sách, ngồi cà phê quậy muỗng
khói thuốc mơ hồ đậy nỗi tủi thương

chỉ có vậy rồi thôi rồi hết
thơ cùng văn chẳng dấu tích gì
may mắn vậy nên chừ nhớ lại
ngỡ cuộc tình như bụi li ti
(Thơ Tình, Viết Bất Ngờ)

3. Tám Chữ

Theo tôi, bài thơ Cuộc Tình Ở Cố Đô là một bài thơ rất hay của Luân Hoán. Chỉ tiếc là, bài thơ có mười khổ, nên dù hay mấy, tôi cũng không thể đưa hết vào đây. Các bạn nếu thích, có thể tìm đọc ở các tác phẩm thơ của ông.

Những bài thơ tình hay như bài Cuộc Tình Ở Cố Đô, xưa đã hiếm, nay, lại càng khó tìm hơn:

*cuộc tình Huế đã hành tôi bầm dập
nhưng rồi quên, quên miết đến Mậu Thân
khi Huế chết bởi vài người tôi quen biết
nhớ trực em xưa, lòng nặng những bần thần*

*Huế vẫn Huế cho dù còn cục gạch
đất có hương vẫn tiếp tục ngát thơm
em áo trắng môi đắp môi thuở nọ
có còn ngang nhà sát hồ tịnh tâm?*
(Cuộc Tình Ở Cố Đô)

Tôi không biết ông Luân Hoán đã từng bao giờ cầm cọ để vẽ chưa, nhưng thú thực, khi đọc thơ ông, tôi có cảm giác như ông là một họa sĩ vậy đó.

Và đương nhiên rồi, trong bức tranh của ông, luôn là một người nữ. Vẻ đẹp người nữ của ông, cũng không hề giống với bất kỳ lời ngợi ca nào của các thi sĩ mà chúng ta từng đọc.

Mô tả và ngợi ca của ông, không chỉ chân thành mà còn say đắm, không chỉ như mộng mà còn rất say mê:

*ai họa sĩ không vẽ qua thiếu nữ
ai làm thơ không ngợi ca mỹ nhân
tự cảm biết ta đam mê nhiều thứ
bởi nữ nhi là nguồn gốc nguyên nhân*

*mỗi phụ nữ đều là một người mẫu
và mỗi người đều là thơ là tranh
viết chưa đạt, vẽ vời chưa khởi sắc
lỗi ở yêu, trân quý kém chân thành*
(Người Nữ Và Họa Phẩm)

Lại một bài thơ nữa, mà nếu như tôi không đưa vào bài viết này của tôi trọn vẹn, thì tôi cũng giống như người có lỗi với bạn đọc vậy.

Vì sao ư? Vì bài thơ quá hay.

Quá sức hay.

Nội dung thơ không gì lớn lao, nó chỉ là "cảm xúc" thôi. Đúng vậy, tôi đang dùng từ rất chính xác, là cảm xúc, là sự rung động chỉ một thoáng, một thoáng bên đường, thế mà Luân Hoán cũng kéo được người đọc, là tôi, tham dự vào, để rồi ngẩn ngơ theo, bồi hồi theo, và nghe như mình vừa đánh mất một điều gì không rõ.

À, tôi nghe như mình vừa đánh mất một điều mà tôi không sở hữu. Và đây, xin mời các bạn:

mệt, tôi tắt máy xe ngồi lặng lẽ
bên con đường vàng óng nắng hoàng hôn
chợt ngó thấy hai cánh chân bước nhẹ
mắt nương theo lòng xao xuyến bồn chồn

dáng người dạo thon thon lưng dài lắn
vai tóc đầy đổ xuống một nguồn thơ
không thấy kịp mặt mày ngoài chóp mũi
nhưng sắc nhan kiều diễm khó nghi ngờ

thân thể tôi chừng như vô trọng lượng
đang xuyên qua lớp cửa kính âm thầm
hồn lơ lửng như hồn tranh trừu tượng
nhập theo người từ đỉnh tóc xuống chân

sự si dại không khởi từ thương nhớ
đâu kịp yêu để bất giác thất tình
lòng thánh thiện trong veo hương gió thoảng
tôi mất hồn tôi trong giờ khắc hiển linh

vụt khuất mất eo thon vòng mông đẹp
đừng ngờ tôi manh động chút tà tâm
sự chao đảo bất ngờ như gió lốc
bất lực tôi không kịp cả mê thầm

nắng tắt hẳn chiều vẫn còn ánh sáng
tôi nghe tôi đánh mất một điều gì
hạ kính cửa hít đầy không khí loãng
hương ai mồi hồn lấp lánh cổ thi
(Người Qua Đường Chiều Hôm Qua)

Ở trên, tôi mới vừa đặt nghi vấn, liệu, Luân Hoán là một người mê gái thật, hay, ông chỉ mê gái trong thơ thôi, thì xuống dưới đây, đọc tới bài Khai Thật - 2, tôi đã được nghe ông thú nhận, rõ ràng, rành mạch. Không những đã không có một chút giấu giếm gì, không có một chút xảo ngôn gì, mà lại còn rất chân thành và dễ mến nữa chớ.

Để có thể hiểu rõ hơn, có lẽ tôi phải đưa vào đây trọn vẹn bài thơ mà không cắt xén gì cả:

mê và yêu một đời tôi bề bộn
nhưng chung quy chỉ một rưỡi mối tình
một chính thức đang dài ngày bền vững
nửa phần kia vớ vẩn thuở học sinh

thành tích vậy thất tình làm sao được
dẫu nhớ yêu lắm lúc ngỡ điên cuồng
người quen biết hay người nhìn nhân ảnh
chỉ gây buồn chút đỉnh khó bị thương

tôi ma giáo mượn quí danh nhan sắc
cũng chỉ là xảo thuật để làm thơ
may tất cả mỹ nhân đều rộng lượng
làm lơ cho kẻ vọng tưởng tôn thờ

yếu kiến thức cao xa thành giản dị
thơ ăn theo lòng người viết bình dân
nên khoác lác ba hoa thành như thật
hóa ra mình cũng rất có cái tâm

và đùa mãi lâu ngày thành yêu thật
nhưng không sao tôi tập luyện thất tình
em yêu dấu quí danh nào đây nhỉ
ăn cắp câu ai "thú tội trước bình minh".
(Khai Thật - 2)

IV/ Kết:

Mười chín tuổi, Luân Hoán đã có thơ đăng ở những tạp chí lừng danh như: Thời Nay, Phổ Thông, Bách Khoa, Văn Học, Ngàn

Khởi, Văn, Trình Bầy. Ông từng làm trong ban biên tập của Tạp Chí Văn Học, Sài Gòn.

Tính đến năm nay, tám mươi ba tuổi, ông đã có sáu mươi tư năm làm thơ. Nếu tính sáu mươi năm là một đời người, thì thời gian làm thơ của ông đã lớn hơn đời người bốn tuổi rồi đó.

Thật đáng nể!

Người ta thường nói ông Bùi Giáng, ổng ăn, ổng ngủ, ông rong chơi, ổng bụi đời, và cả lúc tỉnh lẫn lúc điên, ổng cũng đều làm thơ. Nghĩa là, thở cũng ra thơ. Và còn thở là còn làm thơ.

Thì ông Luân Hoán cũng khác chi. Y hệt như Bùi Giáng, còn thở là còn làm thơ.

Năm nay, đã sang tuổi tám mươi ba nhưng ông vẫn minh mẫn, và chất lượng thơ, thì không hề hao hụt chút nào, cũng như số lượng thơ, vẫn rào rào như tằm ăn rỗi.

Chỉ có thể thốt ra một từ về ông, khâm phục, thật là khâm phục!

Nể nang và khâm phục lắm tài thơ của ông, nhà thơ Luân Hoán. Một tài thơ, một tài hoa đúng nghĩa, mà không ai có thể lên tiếng phân bì hay tị hiềm, so sánh, bởi vì chính cuộc đời thơ của ông đã là câu trả lời nghiêm chỉnh nhứt, hoàn hảo nhứt, nó dư sức dẹp tan mọi đố kỵ thường tình của người đời, nếu có.

Hôm sinh nhật vừa mới đây của ông, 10.01.2024, tôi đã có một bài viết tặng ông. Chưa đầy nửa năm, tôi lại viết thêm bài LUÂN HOÁN - TÌNH THỜI PHƠI PHỚI THANH XUÂN.

Anh Luân Hoán và anh Khánh Trường, hai người anh vô cùng quý mến của tôi, cũng là hai nhà thơ mà tôi viết về, nhiều nhứt.

Tôi không ngại viết, nhứt là với những người mà tôi yêu mến trong đời. Nên muốn nhắn với anh Luân Hoán thế này, Mây chỉ mong anh khỏe, anh hoài khỏe, và mỗi lần kỷ niệm gì đó, Mây lại được tiếp tục viết về anh, như từng đã.

Anh Luân Hoán nghen!

Sài Gòn 22.05.2024
Phạm Hiền Mây

CAO NGUYÊN
Mưa Hát Tên Em

mưa hát tên em
trong đó đây

trong đây trong đó
tiếng mưa say

mưa đâu không thấy!
em không thấy!

anh kiếm tìm mưa!
đâu đó đây? ∎

TRƯƠNG XUÂN MẪN
Tiếng Dế Kêu

Tiếng dế thức tôi dậy đêm khuya
Rả rích như cơn mưa rời rạc
Tiếng dế kêu không là điệu nhạc
Như kinh buồn, chạnh nhớ tuổi thơ

Sao tôi giựt mình nghe tiếng dế
Niệm khúc tuổi thơ bỗng quay về
Đuổi chim, bắt còng ven sông, biển
Hái trái ăn nằm giữa thiên nhiên

Con dế mèn xinh xinh bé nhỏ
Kéo tôi qua sông suối hụt hơi
Con đường xông cứt trâu, mùi rạ
Qua cánh đồng nắng cháy đầu, da

Tiếng dế kêu luồng trong cỏ dại
Lạc lối về hay chẳng lối ra
Có lúc lủi thủi chui vào tối
Co ro len lén ngước nhìn đời

Đêm nằm vùi trong cơn đói khát
Giấu cô đơn đến lúc sương tan
Dế nằm mơ giữa rừng mơ ước
Lại ẩn mình trong kiếp lang thang

Thấp thoáng đâu đây tiếng khóc bé thơ
Hay tôi thèm câu hát mẹ ầu ơ
Từng quãng âm nhảy bật trong lồng ngực
Tiếng dế kêu sao nước mắt rưng mờ

Con dế mèn nghiêng râu cọ cánh
Bay qua tuổi thơ không ánh bình minh
Con dế bay về chân trời góc biển
Tìm chút yên bình- chẳng phải bình yên

Dế là tôi- có khi tôi là dế
Sao mà phận đời quá đỗi giống nhau
Tiếng dế kêu tự nhiên hồn bấn loạn
Tôi nghe lòng lấm tấm những hạt đau ∎

HỒ CHÍ BỬU
Cho Tình – Cho Đời & Cho Ta

1.
Ta tỉnh lại sau cơn say quá đỗi
Nỗi nhọc nhằn còn lại có bấy nhiêu
Chia tay nhau từ khi em hờn dỗi
Ta cảm ơn trời đất vốn chơi liều

Đêm luý tuý cho đã đời thế sự
Ta cởi đồ đứng tắm dưới mưa đêm
Thật hạnh phúc và đê mê thật dữ
Cảm ơn ta trong cơn rượu say mềm

Đêm chưa hẳn màu đen như ta nghĩ
Thực thực hư hư ai biết đâu ngờ
Mãi ngu dốt tưởng mình là thi sĩ
Nên đi cầu mà cũng ráng làm thơ

Quá buồn nôn trước cái trò chữ nghĩa
Kẻ hứng người tung trông thật tức cười
Ôi ngưỡng mộ với mấy con trâu đỉa
Giữa rừng già mà gởi thói đười ươi.

2.
Ta yêu em nên đâu cần chữ nghĩa
Lẫm liệt – uy nghi – kiêu bạc - hồn nhiên
Ôm trọn gói một
sát na mầu nhiệm
Hai tiếng yêu người ngang cả thiêng liêng

Nắng huyễn mộng – cô liêu và ly biệt
Đêm hình thành từ một buổi chiều phai
Ta hụp lặn dưới dòng sông chảy xiết
Hạnh phúc rơi trôi dạt suốt sông dài

Đêm cổ tự loé lên vầng trăng khuyết
Em bên rèm dạo khúc Hậu đình hoa
Quá lãng mạn nên trở thành hủy diệt
Em yêu ơi- hoa trắng rụng sân nhà

Ta chay lạt để đời mình bớt tục
Em muộn màng mang tiếng hát ru ta
Sao chối bỏ trước trái tim sùng sục
Lửa yêu đương âm ỉ cháy thịt da

3.
Đừng đạo đức tưởng mình là cao cả
Là ngôi sao đang loé sáng soi đời
Vẻ nghiêm túc của dòng người danh giá
Che không tròn mấy con khỉ ló đuôi

Sàn giao dịch giống như sàn chứng khoán
Công ty cổ phần hay hữu hạn như nhau
Thôi ngôn ngữ đã đến hồi tháo khoán
Ta trở về ru lại giấc chiêm bao

Điểm bứt phá thản nhiên mà ngoạn mục
Ta cù lần nên đứng vỗ tay chơi
Em ngớ ngẩn hỏi ta rằng tri thức
Được bao nhiêu mà dám tự xưng đời ?

Trong sáng thế và em ngu ngơ thế
Ta nhủ rằng mai mốt sẽ yêu thêm
Phật đã phán: tự sinh thì tự diệt
Em yêu ơi – trăng sáng rụng bên thềm !..

4.
Em thục nữ giùm ta thêm chút nữa
Dữ dằn chi – đàn ông thích ngọt ngào

Đừng chợt nghĩ mình cao hơn thiên hạ
Khinh người nầy chửi người khác tào lao

Bản lĩnh hay không lăn ra đời sẽ biết
Vốn sống có khi đổi bằng cái chết đó em
Bản ngã bản thể vẫn không bằng bản mặt
Dày và lỳ là chưa chắc như nem !

Kiến thức là nằm trong khung vốn sống
Tri thức nằm trong bản thể trời cho
Kiến thức tri thức hợp nhau thành ngu thức
Cũng như em mỗi tháng nhảy cò cò...

Sẽ có ngày em không còn nhảy nữa
Khô khan hơn và cay độc nhiều hơn
Lúc đó đâu còn chỗ nào để dựa
Là đến hồi tóc gió thôi mơn...

5.
Bị sốc tình rồi nhập vào phật pháp
Cũng tốt thôi vì hướng thiện cho đời
Đừng tưởng ngộ rồi cứ ngồi ngáp ngáp
Coi trên đời chỉ có một mình thôi

Ta vốn muốn vị tha cho em đó
Thiền ở đâu thì cũng vậy thôi mà
Mây theo mây và gió về hướng gió
Chuyện trăm năm, em đâu phải không già

Thôi tạm biệt em yêu thời mở cửa
Ta trở về đi bán vé số rong
Biết đâu có ngày trời mưa – ta ôm vé
Chiều xổ ra trúng được mấy tỷ đồng

Tiền nhiều quá chắc đi làm từ thiện
Có lên chùa thì cũng gặp em thôi
Quay đầu là bờ - tri tâm hơn tri diện
Quanh quẩn sân đời vẫn một cuộc chơi... ∎

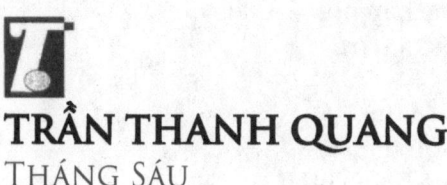

TRẦN THANH QUANG
Tháng Sáu

Tháng sáu về ta nhặt cành hoa phượng
thắm một trời nỗi nhớ bạn bè xa
thắm một trời thương thầy cô độ lượng
bâng khuâng nào ai hái hộ giùm ta

Bâng khuâng nào ai hái hộ giùm ta
chút nhung nhớ vương vương trên mái tóc
chút kỷ niệm đã làm ta bật khóc
con đường về tháng sáu nhạt nhoà mưa

Con đường về tháng sáu nhạt nhoà mưa
có giữ lại chân ai chiều trưa nắng
có giữ lại ô-mai tà áo trắng
thì giữ giùm ta tháng sáu rất nhiều mưa

Thì giữ giùm ta tháng sáu rất nhiều mưa
nơi ai đó giấu nụ cười e thẹn
nơi kia đó mùa thi đang hò hẹn
tháng sáu về - lá rụng - một lần đưa ∎

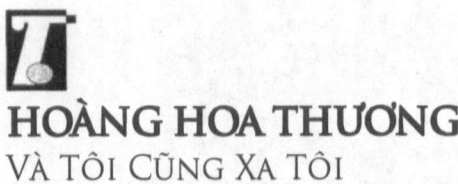

HOÀNG HOA THƯƠNG
VÀ TÔI CŨNG XA TÔI

Tôi nhủ lòng tiếc nuối
Hạnh phúc không đâm chồi
Xin một ngày hấp hối
Như mây đã xa trời

Và tôi cũng xa tôi
Có bao giờ em hiểu
Ngày cũng có buổi chiều
Như hoàng hôn nắng thiếu

Tình nào không chết yểu
Tôi thèm một lời yêu
Như loài chim không hót
Một đời không vị ngọt

Đau chi giòng lệ sót
Mắt môi quen vàng vọt
Buồn này tôi nhận nốt
Về cho nhau âm thừa

Hồn như những năm xưa
Trong nghĩa trang lần lữa
Lòng tôi là cơn mưa
Ngập cuộc tình héo úa

Tôi sống đời ai cũ
Mà hồn như lá thu
Tim nào đã bụi mù
Nụ cười như nắng lú

Hạnh phúc tôi phù du ■

Viết từ Phố Bolsa, California

NGUYỄN VĂN ĐIỀU
RÁC VÀ HOA

rác làm phân bón cho cây tươi tốt
cây cho hoa để làm đẹp cho đời
khi héo tàn thì hoa kia thành rác
rác là hoa, hoa là rác người ơi !

khi ta ở, ta chẳng từ đâu đến
khi ta về, ta cũng chẳng về đâu
cuộc sống này xiết bao điều kỳ diệu
rồi tóc xanh tóc trắng cũng gần nhau

hoa khoe sắc cho trần gian nhìn ngắm
cho hương thơm làm ngây ngất con người
rồi một lúc hoa tàn cho ta rác
rác và hoa là hai mặt cuộc đời !

hoa là rác, rác là hoa bạn ạ
đủ cho ta thanh thản bước theo đời
khi ngồi lại giữa chập chùng nhân thế
ta cùng người bày tiếp những cuộc chơi ■

ĐẶNG HIỀN
Những Lời Dối Ngọt

Em là bờ môi không biết nói dối
Là nỗi thầm kín tôi
Là lời ru rớt nhẹ vào tim
Là dịu dàng và tế nhị

Em lịch sự như bài thu muộn
Khi buổi sáng thức dậy trời đầy sương
Anh ơi thu về rồi đó anh
Có biết em đã yêu anh đến chừng nào

Em là sự giả vờ tôi
Hối hả yêu thương như thời gian còn rất ít
Tóc nhuộm tình xanh
Níu màu thanh xuân

Rồi một ngày
Em là ngạc nhiên tôi
Không còn yêu để mà yêu nữa
Là sống những chuỗi ngày cô độc

Chán những câu thơ bay bổng
Hão huyền và long lanh
Không đọc nổi những bài thơ không thật
Đêm mệt quá với những lời dối ngọt

Những câu thơ như những câu hát
Cắt ngang thịt da em
Là những bài thơ của anh
Mà em không bao giờ đọc

Bài thơ không biết nói dối
Một khi không có gì là thật
Em tìm đến những bài thơ
Như chúng mình chưa hề quen nhau... ∎

DAN HOÀNG
Gói Tình Trong Sách

Nếu đời anh là một cuốn sách,
Thử hỏi em muốn đọc trang nào?
Xin cứ nói những điều thành thật,
Đừng ngại ngùng sợ mất lòng nhau.

Sách ngàn trang sẽ còn tiếp tục,
Bìa bóng bẩy có lúc cũng nhàu.
Trang thứ nhất nhiều lần gẫy góc,
Vì nhiều người đã lật qua mau.

Cứ thảnh thơi em ngồi mà đọc,
Xem thật lâu buồn khóc vui cười.
Chương cuộc đời anh chắc khó nhọc,
Đọc kỹ rồi sợ em kém tươi?

Tìm những điều chôn vùi giấu kỹ,
Có đôi khi em lại bất ngờ?
Đời người chẳng có ai cố ý,
Nhất là chuyện tình cảm ngày thơ?

Gặp những trang có phần đục bỏ,
Em đừng cố tìm ra trắng đen.
Bởi cố hiểu những điều không rõ,
Chẳng làm cho em hạnh phúc thêm?

Buổi chiều êm em nằm ôm sách,
Lấy kê đầu mơ chuyện viễn vông?
Những lúc vô ý làm sách rách,
Sẽ khiến cho anh rất đau lòng!

Sách nhiều chồng có khi tái bản,
Có khi in thêm tập tiếp theo.
Anh bảo đảm em đọc không chán,
Bận rộn đừng bỏ sách chèo kheo.

Đời anh nghèo chỉ có cuốn sách,
Chữ ngàn trang chồng chất từng tờ.
Em nhấn nha đọc lời chân thật,
Sẽ ôm lòng hết cả ý thơ ∎

Phố biển, 06/03/24

NGUYỄN VĂN GIA
Trò Chuyện Với Hoàng Hôn

Đôi lúc buồn
thường trò chuyện với hoàng hôn
Với trăng sao đất trời
với giun với dế...
Thử cố hỏi cho ra
cái mất cái còn
cái tụ cái tan
của tình yêu
và của mây của gió
Thì hỏi là hỏi cho vui...
chứ dư biết rằng
đất trời vốn dĩ vô ngôn
Hoa trong gương -
đã có lần lòng ai say khướt
Trăng dưới sông kia -
vẫn đẫm ướt một chữ tình
Tìm một chỗ rất riêng
để cất giữ trái tim mình
Như câu thơ buồn

còn nằm im trong trang sách
Rồi thôi...
rồi thôi
mốt mai rồi quên hết ■

TRÚC LAN
Tự Thán

Tuổi sắp bát tuần, ngẫm được gì?
Được – thua, vinh – nhục vẫn vô tri*
Bao lần tai nạn, Trời che chở
Mấy lượt phong ba, Phật độ trì

Trận bút chen vai chưa mệt mỏi
Trường văn góp mặt dám so bì
Lập ngôn chí nguyện cho tròn kiếp
Danh để mà chi, lợi để chi!** ■

Sau Tết Giáp Thìn 2024

*Vô tri: không biết gì. Socrates (khoảng 470/469-399 TCN), một triết gia người Hy Lạp cổ đại, có nói: *"Tôi chỉ biết một điều, đó là không biết gì cả!"*. Câu nói nổi tiếng từ 2500 năm trước của nhà hiền **triết phương Tây** vẫn có sức nặng trong triết thuyết giáo dục hiện đại: chúng ta thường bắt đầu như là nhà giáo điều, và - nếu mọi việc trôi chảy - thường sẽ kết thúc như là nhà hoài nghi.

**Mượn ý trong bài "Đời là vô thường" của nhà Phật.

TRẦN QUÝ TRUNG
Mỗi Ngày Một Bài Thơ

Sống một mình trong căn nhà vắng lạnh
Mỗi một ngày tôi làm một bài thơ
Tả cảnh thiên nhiên, núi, biển, sông, hồ
Và những kỳ công của người chiến sĩ

Của miền Nam nước Việt thuở xa xưa
Chiến thắng Pleime, Bình Giả, Đức Cơ
Kontum kiêu hùng, Cổ thành Quảng Trị
An Lộc lừng danh với Biệt Cách Dù

Tôi cũng nói về cuộc đời dâu biển
Và những niềm cảm xúc lúc hoàng hôn
Của lịch sử bốn ngàn năm nòi giống Tiên Rồng
Những anh thư hào kiệt của quê hương

Là Việt Nam tôi mãi mãi yêu thương ∎

VINH HỒ
NGƯỜI ĐẸP SÀI GÒN

Nàng đến thăm tù đêm ba mươi
Can đảm theo chồng vào lán trại
Đêm huyền thoại ngàn năm nhớ mãi
Suối tóc thề man dại biết dường nào?

Nàng mời tôi chén trà B'Lao
Nhâm nhi miếng mứt gừng ngọt lự
Tết! bỗng nhớ một trời quá khứ
Ngày đầu Xuân câu chúc tiếng chào

Nàng hát giọng nức nở nghẹn ngào
Như lâu lắm chưa từng được hát
Làm sống lại một thời gió cát
Nơi tiền đồn quạnh quẽ trăng treo

"Không bao giờ quên" hát tặng người yêu
Nghe nàng hát mà tim nhỏ lệ
Ở giữa ngục tù đoạ đày dâu bể
Nàng làm hồi sinh hai chữ Nhạc Vàng

Người đẹp Sài Gòn quá đỗi huy hoàng!
Nàng hiện hữu đêm tù thành cõi mộng
Nàng ban cho tôi bi hùng, sức sống
"Chân cứng đá mềm" chờ đợi mùa Xuân ∎

NGUYỄN NGUYÊN PHƯỢNG
Triệu Từ Truyền, Hành Trình Thơ – Hành Trình Khát Vọng Nhân Văn

1. Cầm tập văn trên tay, *"Dòng thơ giữa đôi bờ tri thức và tâm thức"* dậy lên trong tôi nhiều xúc cảm khó tả. *Một thoáng đời mà đã hơn bốn mươi năm.* Một buổi chiều bức bối, ngột ngạt ở một xóm nghèo Phú Nhuận - Sài Gòn năm 69 của thế kỉ trước trên chiếc đi-văng sờn gỗ trong căn nhà của gia đình thuê lại, anh đọc tôi nghe mấy bài thơ trong tập *"Đêm lên cơn dài"* với bút danh *Triệu Cung Tinh*. Tôi trở thành bạn thơ của anh từ buổi chiều đó. Do thời cuộc và sinh kế cũng như khoảng cách địa lý, chúng tôi ít gặp lại nhau. Nhưng qua thông tin bè bạn, cho dù ở cương vị lãnh đạo cấp quận thuộc thành phố nhất là từ khi về lại với *cõi đi về* (**Trịnh Công Sơn**) anh vẫn làm thơ, cho in nhiều tập thơ với bút danh mới *Triệu Từ Truyền*. Thật là tuyệt, hóa ra anh vẫn nồng nàn hết mực với *người tình thơ*, tiếp tục *sáng tạo và làm mới thơ ca của mình.*

Anh đã chọn Thơ hay Thơ đã chọn anh? Một đời làm thơ và tập Bình Luận về thơ anh, *Triệu Cung Tinh – Triệu Từ Truyền* đã có lời đáp. Nhà văn Ngô Thị Kim Cúc cũng đã nói về anh như thế *"...hai lần nhập cuộc chơi đã chọn..."* kiên định bằng bản lĩnh của một tài năng đẫm *"khí chất lãng mạng."* (**Nhập cuộc với chính mình**, báo Tuổi trẻ 3/5/1994). Còn nhà thơ Đoàn Vị Thượng khi viết *Lời tựa* cho *Tuyển* thơ song ngữ *(Nxb Trẻ - 2010)* của anh khi trích một đoạn cuối ở bài *"Cát Tiên ca"*, đã viết: *"Ứng vào anh, con đường thơ của Triệu Từ Truyền cũng: Bắt đầu sinh sôi và kết thúc cũng sinh sôi? Người thơ này không có tuổi"*.

Tất nhiên ta cũng hiểu được đây không phải là tính đếm tháng năm đời người sinh hạ trong cõi nhân gian mà muốn nói đến *con đường thơ – hành trình thơ* của Triệu Từ Truyền, *hành trình tâm thức* suốt dọc một đời thơ của anh. Tính đến nay đang băng đến ngưỡng "thất thập" (sinh tháng 4/1947), Triệu Từ Truyền đã gởi đến bạn đọc **11 tác phẩm**, gồm thơ, tản văn – tiểu luận, truyện dài và nhiều bài viết mang đậm thế cách, tư tưởng khó nhầm lẫn với những cây bút khác trên các báo viết, báo mạng có uy tín trong và ngoài nước. Đó là chưa kể hoạt động sôi nổi làm báo, chủ biên nhiều tạp chí văn học, thơ ca…của anh.

2. Đánh giá sự nghiệp văn học của một tác gia, các nhà nghiên cứu, phê bình văn học thường nói đến *số lượng* cùng *tư tưởng, thông điệp* tác phẩm mà người sáng tác cống hiến cho đời, cho nhân loại. Văn xuôi có đến hàng chục, vài mươi, vài trăm tác phẩm. Thơ có đến hàng trăm đến hàng nghìn bài, tập thơ đếm từ 2, 3 con số trở lên…Làm sao mà không thán phục. Bởi đó *tim chảy, óc vắt đến kiệt cùng* của tài năng sáng tạo, những người tự nguyện làm *nô lệ-tự do* (chữ dùng của nhà văn Ma Văn Kháng) cho văn học. Nhưng luật "kiểm định" nghiệt ngã của *Thời Gian và Bạn Đọc-Công Chúng Văn Học* nhất là Bạn Đọc, người đồng sáng tạo với tác giả lại đòi hỏi *tinh thể văn chương* lắng sâu lâu dài trong con tim, tâm tưởng của họ. Và khi ấy mới thực sự tỏa sáng những *Mặt Trời,* những *Tùng Bách* vĩnh cửu xanh tươi. Điều đó cho thấy thước đo " chất lượng" sản phẩm văn học nghiêm ngặt nhất vẫn là *"quý hồ tinh bất quý hồ đa"*. Trong chiều hướng ấy ta hãy đến với *Tập bình luận* về 6 tập thơ, số lượng khiêm tốn nếu không nói là ít ỏi của **Triệu Cung Tinh – Triệu Từ Truyền**.

3. Tìm hiểu về cuộc đời của nhà thơ Triệu Cung Tinh – Triệu Từ Truyền những người yêu thơ anh và các cây bút phê bình văn học đều có chung một nhìn nhận: *"li kì"* và *dám bứt phá* trong đời và cả trong thơ. Triệu Từ Truyền tên khai sinh là Triệu Công Tinh Trung, sinh ngày 9/4/1947, Sa Đéc Đồng Tháp. Anh làm thơ và tham gia hoạt động cách mạng ở độ tuổi còn rất trẻ, 15, 16 tuổi. Hai lần (năm 1966 và 1971) trải qua chốn địa ngục trần gian, nhà tù Côn Đảo. Năm 1975, hòa bình lập lại đang làm việc ở cương vị lãnh đạo cấp quận chưa tròn mười năm (1975 - 1983) thì anh đột ngột "dứt áo quan trường" để phiêu bồng với thơ, sống chết với thơ!

Nói cuộc đời anh "li kì" có vẻ như mang màu sắc trinh thám mà phải nói sát hợp hơn là "dữ dội' như nhà văn Phùng Quán viết về "tuổi thơ dữ dội" của mình. Từ lúc chào đời, tuổi thơ anh đã nếm trải gian nan. Ấn tượng khó phôi phai trong tâm trí, tình cảm là chiếc xuồng tam bản dập dềnh trên sông nước. Bởi ba mẹ anh đều là nhà giáo, tham gia kháng chiến chống Pháp ở miền Tây Nam Bộ chở theo. Bao bọc tâm hồn trẻ thơ anh là những vần thơ yêu nước, yêu người của *Phan Văn Trị, Tản Đà, Xuân Diệu ...*và nhất là *"không khí anh hùng ca, sống trong khói bom, đạn pháo và chết chóc ở bưng biền cho đến khi Hiệp định Genève được ký kết".* (**Trả lời phỏng vấn báo Vietnamnet ngày 21/3/2009)** Sự tàn khốc của chiến tranh phi nghĩa, ám ảnh anh ghê gớm, hằn sâu *thành nhận thức, thành ý thức tự nguyện* đến với Cách mạng, với phong trào đấu tranh của HS, SV Sài Gòn, Gia Định ngay khi còn học lớp đệ Tam, đệ Nhị (lớp 10, lớp 11 bây giờ). Tất nhiên trong anh có dòng chảy dạt dào của truyền thống một dân tộc anh hùng, của mẹ cha yêu nước, kháng chiến nên đã đặt tên anh theo một câu thơ cổ *"tinh trung báo quốc".* Anh mang tuổi thanh xuân hiến nguyện cho Cách mạng hòa vào cuộc đấu tranh sục sôi của tuổi trẻ đô thị giữa những dòng kẽm gai, ma trắc, lựu đạn cay... Anh trải qua những tháng năm đen tối đọa đày trong nhà ngục Chí Hòa, Tân Hiệp...6 năm "bầu bạn" *với "Hạt trắng hộp sọ bãi Hàng dương Côn đảo"* **(Sài Gòn – tôi**, *Triệu Từ Truyền).* Song hành trên bước đường làm Cách mạng anh vẫn sáng tác thơ ca, vẫn in thơ, vẫn làm báo. Vì nhiệm vụ được giao cũng có, nhưng thẳm sâu ở anh là tình yêu Thơ ca, niềm đam mê sáng tạo văn học, khát khao đổi mới văn học. Có đến *hai con người* trong anh chăng? Khi hồi tưởng về cái thời anh và bạn *"trúng bùa của thi ca"* anh cũng từng nói: *"...Không hiểu sao* trong tôi chưa bao giờ xung khắc giữa đam mê văn học và hoạt động cách mạng...".(**Tiếc nhớ Nguyễn Tôn Nhan** – *Triệu Từ Truyền*). Nhưng *Nguyễn Tôn Nhan, tức Trần Hồng Nhan được đề cập trên, bạn tri âm của anh và cũng là người đồng sáng lập nhóm Bộ Lạc Mới năm 1966 lại viết: "...Triệu Cung Tinh sớm có những hoạt động cách mạng từ những ngày còn học Trung học. Anh luôn băn khoăn về số phận của đất nước lúc ấy đầy tràn những bóng lính Mỹ. Có lẽ từ lòng yêu thơ, yêu cái đẹp mà càng ngày Triệu Cung Tinh càng tiến đến gần cách mạng giải phóng dân tộc chăng?* (**Chút kỷ niệm thơ với Triệu Cung Tinh** - Sài gòn 7/1991). Yêu Cái Đẹp, yêu Thơ, tôi cho rằng từ mẩu tâm tình của Nguyễn Tôn Nhan giúp chúng ta có một nhìn nhận đầy đủ về anh, *Tư Truyền* – bí danh thời hoạt động máu lửa *"...làm cách mạng luôn là nhiệt huyết tuổi thanh xuân..."* trong lòng địch cùng đồng đội *"...chống quân phiệt đòi dân chủ, thiết lập chính quyền dân sự và đòi quân đội Hoa Kỳ rút quân..."* (*Bài phỏng vấn đã dẫn*) khỏi miền Nam giành lại Hòa bình, Độc Lập, Tự do cho Dân Tộc. Anh yêu và chiến đấu vì *Tự Do* cho con người trong đó có hàng triệu, hàng triệu đồng bào nghèo khổ của mình, *Hòa Bình* cho dãi đất chữ S mến yêu là *khí trời, tinh túy của Cái Đẹp* mà nhân loại trên hành tinh này đều muốn thụ hưởng. Tôi cho rằng đó là *cảm thức nhân văn đã được đắp nền ở anh, một chủ thể sáng tạo ngày càng vững chắc trên bước đường kiên định thực hiện hành vi sáng tạo xã hội, hành vi dữ dội* (**Những chữ qua cầu tâm linh** - Triệu Từ Truyền) trong đời mình: làm cách mạng, chiến đấu vì *Cái Đẹp - Tự Do, Hòa Bình*.

4. Năm 1966, anh và những người bạn đã đưa ra tuyên ngôn trong bài "Ý thức Thơ Bộ Lạc Mới" khá sớm lúc 19 tuổi: *"Thơ là những ngôn-ngữ-cử-động, chứ không phải như ngôn từ xuất phát từ triệu cửa miệng hàng ngày. Ngôn-ngữ-cử-động có thể chất chứa ý nghĩa hoặc tự nó xuất hiện ý nghĩa trong tâm trí con người...".* Trên hành trình cầm bút của mình, anh nhọc nhằn kiên trì sáng tạo thơ ca, làm mới thơ ca chứ không chỉ *phát sáng* nhất thời. Nhà thơ Cung Tích Biền, một trong những cây bút tiếng tăm của Văn học niền Nam trước 1975 từng đọc thơ anh viết từ năm 18 tuổi đã vui mừng, sau ba mươi năm chờ đợi đã tìm thấy nơi anh *"một dòng thơ khác"* : *"...Triệu Từ Truyền đã ý thức* vươn tới, luôn khắc khoải làm mới để triệt để từ bỏ mình, tự hủy để hóa thân cùng chữ nghĩa..." (***Tình trí, thực mộng một cách hồn nhiên thổn thức***). Và tất nhiên ở anh còn có cả *một chủ kiến trong công việc sáng tác văn học, đặc biệt là sáng tác thơ ca*. Bằng vốn tri thức phong phú, một chặng đời dài *sống hết mình và cũng viết hết mình* **(Từ Kế Tường)** anh nghiền ngẫm, vận dụng có chủ đích kiến thức triết học Đông Phương, Tây Phương, kiến thức Vật lý học đương đại trình bày **chủ kiến về mối tương tác giữa năng lượng tâm linh và sáng tạo thơ ca** qua 21 bài viết trong tập Tản văn và tiểu luận **Những chữ qua cầu tâm linh** trong mười bảy năm ròng (1991 – 2008). Tiếp nhận, đồng thuận kể cả phản biện những kinh nghiệm có tính hệ thống này (có thể xem là quan niệm sáng tác được chăng?) ở giới cầm bút, các nhà nghiên cứu văn học, hoạt động lý luận văn học nước nhà...xem ra anh và chúng ta phải còn kiên lòng chờ đợi. Nhưng dù sao đây là nỗ lực *tâm huyết* đáng trân trọng.

5. Tập văn này với nhiều góc nhìn khác nhau. Những *con mắt xanh* của những người *yêu thơ anh*, những nhà phê bình văn học, những thi hữu đã thành danh hoặc có vị thế trên văn đàn Việt. Trong đó không ít người cầm bút đã từng đồng hành qua những thác ghềnh cuộc đời, cùng hít thở " *bầu khí quyển văn nghệ Sài Gòn trong trẻo và hấp dẫn*" (**Tiếc nhớ Nguyễn Tôn Nhan** – Triệu Từ Truyền) đắm say sáng tạo và yêu thích những bài thơ đầu tiên mấy mươi năm trước của anh cho đến *những dòng năng lượng tâm linh* (Sách đã dẫn - Triệu Từ Truyền) chảy thành những câu, chữ - những *linh tự* trong những bài thơ, tập thơ mới nhất hôm nay. Mỗi *con mắt xanh* là một góc nhìn đồng điệu tri âm. Còn tôi chỉ là một bạn thơ gắn bó với anh bằng mối *duyên tình văn chương* bất chợt, chỉ nói thêm đôi điều:

- Ở buổi đầu làm thơ, xúc cảm thơ ở anh đã manh nha *một khát vọng nhân văn* như trong bài "Quê hương" anh viết năm 15 tuổi. "...Chiều chiến chinh ngủ trong lòng/ màu than nhuộm đỏ mấy dòng nước xưa/ mộ con đất lấp chưa vừa/ nhà hiu quạnh dọn cơm thừa ấm thiu/ người em mắt rã trong chiều/ người du mục dựng vẹo xiêu mái lều..."

Cảm thức ấy càng lắng sâu, không thôi day dứt trong tập thơ "**Đêm lên cơn dài**". Đương thời, Như Trị người giữ vườn thơ của tuần báo "Văn Nghệ Tiền Phong" Sài Gòn, số 217 tháng 9 năm 1963 đã nhận ra **nỗi ám** đó: "..*Những vần thơ chua xót, gợi sầu, thể hiện được tất cả những băn khoăn của tuổi trẻ giữa thế giới u ám ngày nay*". Ở một người viết khác, nhà thơ Từ Kế Tường (bộ ba chủ lực của nhóm Bộ Lạc Mới) năm 1966 với cái tên Cung Như Thức đã viết một bài giới thiệu "*nồng nhiệt, trang trọng*" trên tờ Nghệ Thuật Sài Gòn, đáng chú ý là đoạn viết về *tờ bìa tập thơ* thôi cũng gợi ra nhiều điều. "*Tập thơ ra đời trong thiếu hụt chạy bén gót nằm tràn lan để rồi tỉnh bơ khi ra mắt với cái bìa vội vàng của Trần Hồng Nhan, một gương mặt bầu dục hai cánh tay xương xấu với những giọt nước mắt. Bao nhiêu đó có đủ để nói một cái gì đó không? Hiển nhiên là không...*". **(Về một tập thơ bị bỏ quên – Đêm lên cơn dài của Triệu Cung Tinh).** Cũng phải nói đến Nguyễn Lệ

Tuân trên Tuần báo *Hồn Trẻ - Sài Gòn* năm 1967 đã nhiệt tình đồng cảm với tiếng thơ anh khi đọc các bài thơ "*hai tôi*", *tâm trạng*", *nước mắt*": "*...Tôi nằm xuống và lắng nghe hơi thở trong lòng đất: - nước mắt vẫn chảy đều thành suối, thành sông, thành biển cả. Tôi hình dung Triệu Cung Tinh đi ngược dòng nước lũ qua thi phẩm **Đêm lên cơn dài** – một sự thật bi thảm được thể hiện trong thơ tiếng nói ước vọng của tuổi trẻ một phần đất tang thương*". Và ở cuối bài viết: "*...Tập thơ **Đêm lên cơn dài** mang hành trang vì đã thắp sáng dồn nén trong bóng tối...*".

Những dòng cảm xúc của những tác giả của thời *xa xưa*, những người cùng độ tuổi 18, 20 đang sống ở giai đoạn *phần đất tang thương* – miền Nam đang ngập tràn bóng tối là những cảm nhận chân thực về thơ anh. Tiếng thơ anh là tiếng thơ *tranh đấu* trải dài trong tập **Đêm lên cơn dài**, nhất là thi phẩm **Bài thơ bắt đầu** được viết nên bởi một thanh niên đang nhiệt huyết dấn mình trong lửa đỏ đấu tranh cách mạng với cách thể hiện rất riêng, rất mới.

- Nhưng phải chăng nên tìm đến *căn cơ tâm thức* của chủ thể sáng tạo, đó là *cảm thức nhân văn* bên cạnh *tinh thần tranh đấu* trong thơ Triệu Từ Truyền thời ấy. Bởi ở bài thơ *Bé thơ Sơn Mỹ*, bài thơ viết về cuộc thảm sát hàng trăm đồng bào ta do một trung đội lính Mỹ gây ra ngày 16/3/1968 tại làng Sơn Mỹ, Quảng Ngãi, ký tên **Lê Dân** đăng trên tuyển tập thơ *"Ta đã lớn lên bên này Châu Á"* (***Triệu Từ Truyền, người viết bài thơ Sơn Mỹ*** *- Nhà báo Lê Văn Nuôi*). Uất nghẹn hờn căm và thúc giục kêu gọi hành động, mà phải *hành động ngay* là lẽ đương nhiên: *"Sơn Mỹ, vết thương đau nhức từng giây/ Ta không đợi một giờ hay chiều tiếp/ Phải hành động ngay mới còn cứu kịp/ Những mẹ già, em nhỏ phút giây này"*. Tuy vậy vẫn khác rõ với *kiểu giọng thơ khẩu hiệu* mà ở đây ẩn chứa *nỗi đau đớn trước những mầm sinh linh bị hủy diệt* bên cạnh những *xác mẹ, xác bà*. Tội ác và bản chất phi nghĩa bị phơi bày đến tận cùng qua một loạt hình ảnh chạm đáy *tình người* cả những người Mỹ *tiến bộ* lúc đó trên đất nước có tượng đài Nữ thần Tự do sừng sững cũng phải lên tiếng nói! (một năm sau, bài *"Bé thơ Sơn Mỹ"* đã được dịch ra tiếng Anh với tựa *"Child of My Lai"* đăng trong tuyển tập thơ *"We Promise one another"* (Chúng tôi cùng ước nguyện), được xuất bản tại Mỹ bởi The Indochina Mobile Education Project- Wasshington, D.C.-1971) (*Bđd – nhà báo Lê Văn Nuôi)*

"...Bé sinh ra như mới được trổ mầm/ Nhờ nhựa sống của thân cây dân tộc/ Bé nào biết ông cha là rễ gốc/ Nào có hay bà mẹ là nhựa đường/...Bé có ngờ đâu mấy chục triệu người thương/ Chúng giết bé như diệt mầm cổ thụ...".

"...Lời vĩnh biệt, nhưng không là lời sau hết/ Vì các bé sẽ sinh nhiều nữa, nhiều hơn/ Sẽ lớn lên như Phù Đổng để trả ơn/ Cho cả dân tộc không sờn lòng nuôi bé/ Như cổ thụ muôn đời sừng sững thế/ Những mầm xanh sẽ trổ rậm trên cành..."

Trở lại với tập thơ **Đêm lên cơn dài**, nhiều tác giả trong tập bình luận gặp nhau ở điểm chung chọn, trích dẫn những bài thơ mà anh bày tỏ những ưu tư đầy dằn vặt về thân phận tuổi trẻ *"bị lưu đày trên chính quê hương mình"* (***Thơ và sự lương thiện*** – Nguyễn Miên Thảo), đang *tồn tại một kiếp người tang thương, không mùa xuân, không mặt trời, hiện tại, tương lai bị đánh cắp...* (bài thơ cho hôm nay, người và thành phố, xứ nóng, chưa tới, tâm trạng, nghĩ tới em, hai tôi, khóc, nước mắt, từ 1, 2, 3...). Cảm thức nhân văn, khát vọng nhân văn là dòng cảm xúc chủ đạo của tập thơ, ngay cả khi anh thể hiện chủ đề tình ái, tình yêu. (chia xa, em sang năm, tỏ tình, dòng tóc, khu vườn, mưa, hoang mang...)

...tôi không muốn gieo điêu tàn sỏi đá
nên nỗi buồn tuyệt vọng đã sinh sôi
thành mặc cảm giữa lòng đời man trá
chỉ tình yêu còn biết thở trong tôi... **(khu vườn)**

...khuất em trong mắt đuối mềm
hay tình yêu rụng đầy thềm hoang vu
cánh hoa máu giữa mịt mù
anh xuôi thân thế hoài u tủi hờn **(hoang mang)**

...anh đấu tranh giữa giọt sáng trong mây
thì xương máu thì em thành con nước
đất mềm dẻo mọc tóc rừng xanh mướt
phải không em mưa nắng của miền nam **(tỏ tình)**

và còn nhiều nữa...

- Năm 2011, trong hồi ức về bài *"Bài thơ bắt đầu"* mà anh tặng năm 1969, *một kỷ niệm nhỏ, đẹp và khó quên*, tôi có nhận xét về thơ của anh, *"...Thơ phải đến với đời bằng một diện mạo mới, lắng sâu giá trị nhân văn trong tứ thơ, trong từng con chữ sản sinh từ hồn thơ ray rứt, đau đáu với đời không thôi". (Triệu Từ Truyền và Bài thơ bắt đầu, Nguyễn Nguyên Phượng)*. Cảm nhận này chắc hẳn chưa bao quát *con người thơ*, một tư duy sáng tạo thơ chưa bao giờ thôi tiến về phía mời gọi của nghệ thuật thi ca. Hay nói về anh một cách chí tình như "cô gái Huế", bạn thơ đồng niên thời được gởi tặng tạp chí Bộ Lạc Mới năm 1965, *"..thơ là hơi thở của anh, không có thơ Truyền chết. Thơ đã bức tử anh để cho anh một cuộc sống khác đầy hân hoan, thống khổ trong hạnh phúc. Nếu không có thơ, không mê đắm thơ, anh phải đi con đường khác không lối quay về..."* (Bđd- Nguyễn Miên Thảo). Và tôi cũng rất thích cách dùng chữ của nhà thơ Đoàn Vị Thượng khi lấy điều sở nguyện *bi tráng* của Boris Pasternak để nói về *hành trình thơ của anh*, **Triệu Từ Truyền**, "Làm thơ đến tận cùng đâu phải chuyện chơi"(Bđd). Định vị từ tập **Đêm lên cơn dài** (1965) anh gởi đến người yêu thơ các thi phẩm **Bên dòng Măng thít** (1986), **Dật dờ trong sương** (1990), **Mảnh vỡ hồn Nhiên** (1994), **Va chạm hư không (1999)**, hai **tập tuyển thơ song ngữ** (2001 và 2010) *và mới đây là Lục bát Triệu*

Từ Truyền. Nếu tính từ năm 1962, sáng tác bài thơ *"Quê hương"*, anh đã trải đời, đắm hồn vào cõi huyền hoặc thi ca 50 năm!

50 năm cho cuộc hành trình lịch sử và thơ - hành trình ứa lệ máu *khát vọng nhân văn.* 50 năm và giờ anh đang *"trước đèn"*ở Thụ triết *trang hay* đang lang bạt *dọc đường gió bụi phù sinh ?* Nhưng chắc hẳn một điều rằng những *"hồng cầu thơ"* vẫn lặng thầm sinh nở từng giây, từng khắc trong tâm thức anh." *Bằng tài năng và liên tục sáng tạo ngôn ngữ bằng tâm thức, bằng chính nghiệp thơ của mỗi người được dòng năng lượng tâm linh chuyển tải..."*(Sđd - Triệu Từ Truyền), anh vẫn *"chiến đấu"* vì Chủ Nghĩa Nhân Văn mang hồn cốt triết minh triết phương Đông cho nền Văn học Việt Nam.

6. Tập bình luận **Triệu Từ Truyền giữa đôi bờ tri thức và tâm thức** đầy đặn với 30 bài viết của những cây bút *có tầm và có tâm gần xa các vùng miền đất nước,* yêu mến soi rọi từ *nhiều phía tri thức, nhiều chiều thấu cảm* về 50 năm - *hành trình thơ* Triệu Cung Tinh – Triệu Từ Truyền.

Còn tôi chỉ là một người bạn thơ, yêu thích thơ anh từ 40 năm về trước và giờ đây, muốn là *"con mắt xanh"* khi đến với thơ anh, một đời thơ luôn bỏng cháy khát vọng *đổi mới thơ mình và truyền lửa đổi mới Thi ca.* "*...Thơ là luôn lập kỷ lục mới, là tinh thể kim cương, thơ còn tỏa sương sớm bao quanh độc giả. Hơi sương ấy có thấm vào da thịt nhiều ít là tùy lớp áo dày mỏng của khách thăm vườn thơ"* (Sđd - Triệu Từ Truyền).

Chỉ mong tôi và nhiều, có thêm nhiều *khách thăm vườn thơ thấm vào tâm hồn hơi sương đồng điệu* theo cách nói khá lý thú của anh về mối quan hệ tri âm giữa Bạn Đọc và Thơ Ca. Mong là được như vậy...

Nguyễn Nguyên Phượng
TT Gia Ray – TP.HCM, đầu năm 2013
Viết lại, Xuân Lộc tháng 6/2024

LÊ HỨA HUYỀN TRÂN
Đôi Chim Câu

    Ngày Thiên dẫn Vân về ra mắt là cũng nhằm vào ngày Tết non ba bốn năm về trước. Phải nói là từ khi thông báo có vợ trên phố rồi sẽ dẫn vợ về ra mắt nhân dịp Tết thì lúc nào chòm xóm cũng mong chờ mặt cô dâu phố sẽ như thế nào. Không biết có đi xe hơi về đỗ xịch nơi cổng làng không, cũng không biết có váy vóc điệu đà không. Và thậm chí tôi còn nghe bên chòm xóm nói với người trong nhà:

- Về ra mắt nhà chồng ngày Tết chắc cũng phải chuẩn bị khối quà ngon trên đấy.

    Tôi là cậu của Thiên, mặc dù thế chỉ chênh nhau độ một hai tuổi nên chúng tôi thường có chuyện gì cũng nói cả cho nhau. Khi nhìn thấy sự chờ mong cô dâu nhỏ trong nhà cũng là lúc tôi hiểu được áp lực đang đè nặng lên vai Thiên mà cậu chàng dường như cũng đã biết trước sẽ như vậy.

    Chiếc xe đò đỗ lại nơi gốc đa đầu làng, để những người con xa quê bắt đầu tản ra khắp làng tìm về chốn đậu. Tôi cũng nhác thấy bóng Thiên và cô vợ nhỏ tay xách chiếc ba lô nhỏ vừa xuống xe vội gọi với:

- Thiên, cậu đây. Đằng này !

    Thiên bật cười ngay vì cậu cháu cũng lâu rồi mới gặp, Thi thoảng tôi cũng có lên phố lấy hàng và cũng đôi lần ghé nhà trọ Thiên nhưng cũng họa hoằn vài tháng một lần. Cái cách mà Thiên đỡ lấy tay Vân xuống xe, rồi bước chân sải vừa nhanh vừa chậm như đang đợi Vân khiến tôi hiểu Thiên vừa nôn chạy lại phía tay vừa như lại sợ vợ không theo kịp. Vân trong khá nhỏ bé so với Thiên, có lẽ chỉ vừa tới vai Thiên, bận một bộ quần áo đơn giản như hòa cùng các bộ đồ của các cô gái ở quê: áo sơ mi trắng và quần tây, chỉ bận khi có dịp trọng đại.

- Con lên được không Vân? Thiên, đỡ Vân lên cộ.

Tôi đánh cộ bò ra đón vợ chồng thằng cháu. Lúc tôi đi còn bị người nhà ngăn cản vì họ vẫn còn ôm mộng hão huyền về "dâu thành phố". Tôi cũng không nói gì, không phải vì tôi có ý giấu mà vì tôi muốn để chính Thiên tự nói ra. Chiếc cộ bò lầm lũi đi vào ngõ nhỏ, thì các anh chị tôi và cả ba má đều đã đứng đầy từ thềm ra tới sân, mặt họ có chút thất vọng trước nàng dâu bình dị. Thiên dường như cũng đoán được, nó nhẹ nhàng đỡ vợ xuống rồi giới thiệu ngay khi tất cả vào nhà:

- Thưa ngoại, thưa ba má, thưa dì cậu. Đây là Vân, vợ con. Tụi con gặp nhau khi làm công nhân trên phố.

Đầy đủ nhưng cũng đủ để mọi người dè chừng trong cách đối xử. Vân khá phải phép nhưng vì khác kỳ vọng nên mọi hành động đều dường như không được chấp nhận. Thậm chí ngay cả khi Vân mở lời thưa về quà Tết là con gà biếu ngoại cũng đã bị ngoại nói:

- Cảm ơn cô, sao cô không để lại trên phố cho vợ chồng anh chị ăn. Quê thiếu gì gà.

Thiên gặp Vân khi cả hai cùng làm ở công ty may. Rồi yêu nhau suốt hai năm trước khi quyết định cưới. Năm thầy coi tuổi cưới cũng là suốt hai năm dịch, hai vợ chồng không làm lễ được nên cũng đi đăng kí kết hôn rồi làm cái mâm cúng coi như vợ chồng và cứ ở trên phố, mãi hai năm sau cưới mới về quê ra mắt họ hàng được. Ba má tôi cũng không phải khó, chỉ là ông bà thương cháu quá và vì Thiên là thằng cháu duy nhất trong nhà nên khi để nó lên phố cũng là mong nó sẽ lấy được người vợ ít ra đỡ đần kinh tế hộ nó. Nhưng dường như biết được hết nên Vân cũng không cả buồn, cô đã từng nói với tôi:

- Mọi người làm vậy vì thương anh Thiên thì con không chạnh. Vì thương anh Thiên thì rồi cũng sẽ thương con. Con đợi được.

Những năm sau, vì cuộc sống trên phố trở nên khó khăn, hai vợ chồng có ý về quê. Nhưng Thiên vì thương vợ lại ngại gia đình mình nên cứ cố bám trụ trên phố, chẳng may ít lâu sau, nghe được điện ông ốm nặng, cả gia đình khuyên Thiên về họa ở với ông thêm thời gian trước khi gần đất xa trời. Lúc này, Thiên vẫn chờ đợi quyết định từ Vân nhưng ngay khi nghe tin, Vân đã không do dự nói ngay:" Mình về quê với ông đi anh." Hai vợ chồng về dưới quê, ở trong căn nhà nhỏ ba má để lại cho Thiên từ bấy, Thiên làm cơ khí còn Vân ở nhà chăm mảnh ruộng nhỏ với khu vườn, được trổ trái lại đem ra chợ bán làm kế sinh nhai. Tôi sau đó lại chuyển lên phố vì tình chất công việc nên cũng ít về quê, lòng vẫn không thôi lo cho cặp vợ chồng trẻ.

Tết năm ấy, tôi lại về, cũng đã bằng hai năm tôi xa quê. Đón tôi tại cổng làng là đứa cháu dâu "thành phố" thuần thục đánh cộ bò cùng chị tôi ra đón. Vừa nom thấy chị và cháu, lại sợ cháu bị quở không tinh ý đón cậu nên tôi đưa vội cái cặp:

- Cháu mang này cho cậu trèo lên cộ.

Đã bị chị tôi quát ngay:

- Cái Vân không phải mang, cặp nó nó mang. Lên phố ít năm mà về sai con dâu chị rồi hả?

Tôi hơi ngỡ ngàng nhưng cũng hơi hiểu ra, về đến nhà đã thấy Thiên đang đỡ ông tôi viết đôi câu liễn, vừa thấy bóng tôi, thay vì hỏi thăm con lâu ngày mới về thì bố đã gọi với:

- Cháu về rồi đấy à? Ông vừa viết xong đôi câu đối, cháu xem thế nào?

Tôi nhìn gia đình nhỏ, nhìn Vân rồi cả nhìn cái nháy mắt tinh nghịch của Thiên. Dường như đôi chim câu nhỏ ấy cảm hóa được gia đình tôi mất rồi.

Lê Hứa Huyền Trân

VÕ NHẬT THỦ
Ngày Giỗ Của Ba Tôi

-Ba con vẫn còn mất tích mà!

Đó là cái lý của mẹ mỗi khi chị em tôi tính chuyện lập bàn thờ cho ba. Mẹ vẫn hy vọng một ngày nào đó ba sẽ đột ngột quay về.

Lần cuối cùng ba về là tết năm Ất Mão nhưng chỉ ở nhà được mỗi ngày Mồng Một là ba phải về đơn vị vì tình hình chiến sự ngày đó nóng lắm. Sau tết, tin từ các mặt trận ngày một xấu. Tây nguyên thất thủ, Quảng Trị đánh lớn rồi thất thủ, quân VNCH rút về Huế rồi co cụm tại Đà Nẵng. Tiếp đến là tin mất Tam Kỳ, Nha Trang, cuối cùng là trận cầm cự đẫm máu Xuân Lộc rồi miền nam thất thủ hoàn toàn.

Từng ấy ngày diễn ra chiến sự, mẹ tôi đứng ngồi không yên. Không đêm nào bà trọn giấc, cứ thấp thỏm lo cho ba tôi giữa làn tên mũi đạn.

Tin Sài Gòn giải phóng qua radio, mẹ tôi thở phào:

-Vậy là hoà bình rồi! Hết đánh nhau rồi! Ba con sẽ sớm trở về thôi.

Bà hy vọng sẽ một đêm có tiếng gõ cửa đánh thức để bà được ôm ba tôi khi ông đột ngột xuất hiện. Rồi tiếng gõ đợi chờ cũng đến. Đêm đó nghe tiếng gõ, mẹ bật dậy sung sướng: "Ba con về!". Bà ào ra mở cửa. Bà và hai chị em tôi sững người. Không phải ba mà là ba người cách mạng. Một người mặc đồ dân sự, hai người còn lại mặc đồ bà ba mang súng.

Mẹ tôi mời họ ngồi. Người cán bộ dân sự từ tốn:

- Tôi đến hỏi tin tức anh nhà. Đã hơn một tháng vẫn chưa thấy anh ấy lên trình diện chính quyền cách mạng.

Lúc đầu mẹ tôi nghe sợ nhưng nghe người cán bộ nói mẹ cũng an lòng, bà đáp:

- Tôi cũng mong anh ấy về hoặc tin tức về anh nhưng đến nay vẫn chưa thấy. Khi nào ảnh về tôi sẽ bảo ảnh nhanh lên trình diện. Gia đình cũng mong các anh giúp đỡ, nếu có tin tức gì về chồng tôi xin báo cho gia đình tôi biết.

Họ đi ra, để lại niềm hy vọng cho mẹ tôi hết tính bằng ngày, chuyển qua tháng rồi tính bằng năm. Ba tôi vẫn biền biệt.

Những ngày sau đó là những ngày khốn khổ. Gia đình tôi là gia đình nguỵ quân. Mẹ tôi xoay xở đủ thứ để lo cho ba miệng ăn. Của cải rồi vật dụng trong nhà từ dây chuyền, hoa tai sau đến quạt máy, bàn là... cái gì bán được mẹ cũng bán để lo cho cuộc sống khốn khó của ba miệng ăn.

Chị em tôi đi học lại nhưng ba năm sau chị phải ở nhà cùng mẹ bươn chải, bán bánh, bán xôi ở bến xe để có tiền lo cho cái ăn cái mặc và để nuôi tôi đi học. Khổ quá, dù cật lực cũng không đủ ăn, chị tôi xin đi công nhân đường sắt. Mẹ tôi thương con rướm nước mắt nhưng không còn đường nào khác. Tôi cũng muốn nghỉ học để đi kiếm việc làm nhưng mẹ nhất quyết không cho. Mẹ buồn buồn: "Chị con nghỉ học giữa chừng mẹ đau lòng lắm rồi, con mà nghỉ nữa, ba về mẹ ăn nói với ba sao đây!"

Mẹ tôi vẫn hy vọng. Khắp trại cải tạo từ nam ra bắc, ai bà biết có người thân cải tạo cũng nhờ hỏi tin tức về ba tôi. Bà vẫn đợi chờ, không có tin trong nước, bà mong tin từ nước ngoài. Biết đâu ba tôi đã được định cư ở một quốc gia nào đó.

Tôi tốt nghiệp cấp 3, định nộp đơn thi vào đại học nhưng đơn tôi đã bị gạt khi chưa kịp đến "vòng gửi xe" vì lời nhận xét trong lý lịch:

Cha: Đại uý, sĩ quan ác ôn nguỵ.

Tôi chán nản không thiết gì với tương lai giờ chỉ lo tìm việc gì kiếm được tiền giúp mẹ.

Nghe ý định mở quán sửa xe đạp, mẹ tôi ủng hộ. Bà chắt bóp đồng tiền kiếm được và vay mượn thêm mua cho tôi bộ đồ nghề. Nhà tôi mặt phố nên tôi làm quán sửa xe ngay tại nhà.

Từ sửa xe đạp tôi mày mò tìm hiểu rồi sửa được xe máy honda. Tuy không khá mấy nhưng cũng có được đồng tiền giúp mẹ. Năm năm sau chị tôi lấy chồng xa, mẹ tôi cũng yếu dần vì gánh xôi trên vai mẹ. Một hôm mẹ về bảo tôi:

- Con nè! Mẹ nghe ngoài bến xe họ nói là từ nay thi đại học họ bỏ xét lý lịch. Hay là con nộp đơn thi thử.

Tôi cười buồn:

- Năm năm rồi, chữ thầy đã trả cho thầy, còn nhớ chi đâu mà thi hả mẹ!.

Mẹ vẫn động viên:

- Con từng là học sinh giỏi nhất trường mà! Con thử ôn lại hay đi học thêm, mẹ dành dụm được ít tiền chắc cũng đủ cho con học.

Tôi tìm hiểu và đúng như mẹ nói. Trong công cuộc "mở cửa" nhà nước đã bước đầu "mở trói", bớt phân biệt thái độ chính trị, trước hết là cho thành phần con em gia đình dính líu đến chế độ cũ được học đại học.

Tôi bỏ ra ba tháng ôn luyện kiến thức cơ bản, vốn gần như quên sạch. Sau đó bằng đồng tiền tích cóp ít ỏi, tôi lùng mua các cuốn sách luyện thi đại học. Tiền mẹ cho, tôi xin ghi tên học mấy khoá luyện thi đại học cấp tốc.

Đúng vậy, lần này làm lý lịch, phần chứng nhận của phường chỉ ghi: Lý lịch khai đúng như hồ sơ tại địa phương. Tôi nộp hồ sơ thi vào đại học kinh tế.

Tôi đậu đại học. Mẹ tôi mừng phát khóc khi tôi đọc điểm thi trên giấy báo khá cao để khoe mẹ.

Tôi vào trường đại học trong điều kiện cực kỳ khốn khó. Chị tôi không đủ sức lo cho gia đình chị thì làm sao có thể giúp tôi. Đôi vai mẹ cũng không còn sức nuôi tôi trên gánh xôi đi - về của mẹ. Tôi chống chọi với miếng ăn nơi thành phố đã khó huống gì việc học. May mà trong cái khó ló cái khôn. Trường đại học có một khoảnh đất hẹp, cỏ mọc giáp đường. Tôi lên ban giám hiệu trình bày hoàn cảnh, xin được đặt tạm cái lều chỗ đó để làm quán sửa xe. Thông cảm hoàn cảnh của tôi, nhà trường đồng ý. Vậy là tôi đã có cần câu cơm. Một buổi đi học, một buổi tôi thay bộ đồ, làm anh thợ sửa xe bên cái quán tềnh toàng với cái tên rất gợi: "Quán sửa xe Sinh viên". Tôi sửa chủ yếu xe đạp cho sinh viên. Giá cả cũng rất "sinh viên" vì ai cũng nghèo mà!

Qua gần 4 năm tôi bám trụ "cần câu cơm" để học và để mơ về tương lai của mình. Có lẽ ở trường tôi là sinh viên nổi tiếng với 3 cái nhất: Sinh viên già nhất, nghèo nhất và... giỏi nhất khoá. Giữa học kỳ 1 năm cuối, trường có buổi hội thảo về thị trường Châu Âu. Diễn giả là một tiến sĩ người Thuỵ Sĩ, Dr Moolie Hoods. Sinh viên tham dự phần lớn do tính hiếu kỳ vì ngày đó khái niệm "kinh tế thị trường" còn lạ lẫm lắm, có lẽ trừ tôi ra. Từ khi đọc được cuốn Economics: An Introductory Analysis của nhà kinh tế học người Mỹ, Paul Samuelson, tôi hiểu rằng kiến thức kinh tế học được ở nhà trường chỉ là hạt cát, nhiều khi những điều học từ giáo trình xem ra rất phản quy luật. Do vậy được tham gia dự thính buổi hội thảo với tôi là cơ hội quý giá nhất để hiểu biết thêm về nền kinh tế châu Âu tư bản.

Tôi chăm chú nghe ngài Hoods giới thiệu về kinh tế châu Âu trong giai đoạn tiền hợp nhất thành EU và tương lai sắp tới mà cứ há hốc mồm. Tôi không cần nghe qua phiên dịch, thậm chí người phiên dịch trong nhiều ngữ cảnh dịch rất tệ. Tiếng Anh với tôi cũng không khó khăn gì vì từ hồi 5 tuổi, ba tôi đã gửi tôi vào trường của hội Việt - Mỹ nên sau 7 năm, tiếng Anh đã trở thành ngôn ngữ thứ hai của tôi rồi. Thời gian gần đây tôi thích tìm đọc các sách báo bằng tiếng Anh và nghe đài nước ngoài nên vốn liếng Anh ngữ của tôi ngày được nâng cao.

Sau bài giới thiệu về nền kinh tế châu Âu, ngài Hoods khuyến khích sinh viên đặt câu hỏi để ông trao đổi, trả lời. Chỉ một vài sinh viên đứng lên dè dặt đặt câu hỏi mà kiến thức chủ yếu không vượt qua được những gì tiếp thu tại giảng đường.

Vẻ thất vọng thoáng hiện trên khuôn mặt ngài Hoods. Đợi không còn ai hỏi nữa, tôi đứng dậy đặt câu hỏi bằng tiếng Anh. Mắt ông sáng lên đầy thú vị vì chỉ có tôi là sinh viên trao đổi trực tiếp bằng tiếng Anh với ông.

Diễn đàn trở nên hấp dẫn vì cuộc trao đổi và tranh luận bằng tiếng Anh chỉ có tôi và ngài Hoods. Sinh viên chủ yếu ngồi nghe chứ phần lớn không hiểu hết chúng tôi tranh luận về đề tài, nội dung gì, chỉ biết rằng họ rất ngưỡng mộ mỗi khi tôi đối đáp bằng tiếng Anh và được ngài Hoods gật đầu kèm với nụ cười.

Buổi chiều, khi tôi còn loay hoay trong bộ đồ dính đầy dầu mỡ để sửa xe thì bỗng nghe tiếng gọi: "Hi!". Tôi ngẩng lên thì ngài Hoods tay cầm máy ảnh vừa nháy tôi một pô. Tôi đứng dậy chào, đưa tay bắt nhưng sực nhớ tay mình đang nhem nhuốc, định rụt về thì ngài đã bắt tay tôi lắc mạnh, cười tươi thân thiện: "No problem! you're good!". Tôi lấy chiếc ghế đòn, phủi bụi mời ông ngồi. Ông đưa máy ảnh chụp "gara" tôi thêm vài kiểu nữa rồi ngồi xuống ghế. Cứ tưởng sau buổi hội thảo khi sáng ông đã đi rồi. Ông bảo đoàn ông còn buổi chiều làm việc với nhà trường về việc tài trợ học bổng tương lai. Người phụ trách đoàn ông đang làm việc với ban giám hiệu, ông tranh thủ dạo chơi quanh trường chụp mấy kiểu ảnh làm kỷ niệm và không ngờ gặp tôi nơi đây. Ông hỏi tôi về gia đình, về tài chính học tập. Tôi kể sơ về hoàn cảnh của mình và cười chỉ bộ đồ nghề sửa xe bảo là "nhà tài trợ tài chính" cho tôi suốt 4 năm đại học. Ông cười, trong nụ cười chứa đầy thông cảm. Cuối buổi ông hỏi tôi là có khi nào nghĩ đến du học nước ngoài không? Tôi lắc đầu bảo là tôi sống được để học là nhờ cái "gara" này thì lấy tiền đâu mà ra nước ngoài. Chỉ mong học xong có được việc làm là mừng lắm rồi. Ông chia tay tôi bằng nụ cười với ngón tay "number one" cùng với một lời khen: "good!"

Một tháng sau, một người bạn học báo là tôi có thư từ nước ngoài. Tôi mừng phát run, chạy lên văn phòng khoa. Cứ nghĩ là ba tôi ở một nơi nào đó gửi về. Nhưng khi nhận thư, xem lại là thư ngài Hoods gửi cho tôi. Tôi đọc thư. Dr Hoods kể rằng đã đọc qua học bạ của tôi, về nước ông đã trao đổi với viện công nghệ danh tiếng của Thuy Sĩ là ETH Zurich và xin cho tôi được 1 suất học bổng toàn phần để làm luận án Master sau khi tôi tốt nghiệp đại học. Kèm theo thư là các tài liệu giới thiệu về trường ETH Zurich cùng các mẫu đơn và bản hướng dẫn về hồ sơ xin học bổng.

Dù không phải thư của ba nhưng tôi mừng khôn xiết. Úp lá thư ngài Hoods vào ngực tôi nhắm mắt cho cơn mơ vượt khỏi dải đất hình chữ S bay đến tận trời Âu.

Tôi tốt nghiệp với tấm bằng loại giỏi. Theo hướng dẫn, tôi làm đơn và gửi cho viện ETH Zurich rồi chờ đợi. Một tháng, hai tháng tôi đợi thư trả lời từ Thuỵ Sĩ nhưng đến tháng thứ ba thì hy vọng trong tôi tắt lịm. Tôi lại quay về thực tại là mơ ước được một chân nhân viên quèn ở bất kỳ công ty nào để có việc làm.

Trong cơn tuyệt vọng thì ngài Hoods như từ trên trời rơi xuống. Ngài quay lại Việt Nam tìm tôi vì tin chắc có chuyện không hay nào đó xảy ra với tôi vì ngài đã liên hệ với viện ETH Zuúich. Họ báo rằng đã gửi thư chấp nhận đến 2 lần nhưng không thấy tôi liên hệ lại. Khoá học mới đã học 1 tháng nhưng không có tên tôi nên ông quyết định sang tìm tôi. Khi biết tôi chưa nhận được bất cứ thư nào, ông đã hiểu ra. Ông cầm tay tôi động viên: "Đừng từ bỏ hy vọng, anh bạn trẻ! Tôi sẽ làm hết sức mình".

Ông chia tay tôi bay ra làm việc và nhờ đại sứ quán Thuỵ Sĩ tại Hà Nội can thiệp. Chưa đến một tuần, hai thư chấp nhận của viện ETH Zurich gửi các tháng trước đã đến được với tôi.

Nửa tháng sau tôi từ giã mẹ và chị, bay qua châu Âu bằng vé máy bay do ngài Hoods tài trợ.

Năm sau, tôi đã xong luận án Master rồi được luôn học bổng toàn phần để lấy bằng tiến sĩ về kinh tế tại viện ETH Zurich danh giá. Thời gian học tập tôi luôn được sự giúp đỡ chân tình của Dr Hoods. Ông là ân nhân, là bạn và là đối tác của tôi sau này. Ngày nhận bằng tiến sĩ, tôi không có mẹ bên cạnh để tri ân nhưng tôi được hân hạnh có ngài Hoods thay mẹ trong buổi vinh dự trao bằng. Ngài rất tự hào về tôi. Hôm sau, một tờ báo Thuỵ Sĩ với tít: From a bicycle repair student to a doctor of the prestigious university.(Từ một sinh viên sửa xe đạp đến tiến sĩ của một đại học danh tiếng)

Bài báo với hình tôi ngồi sửa xe mà Dr Hoods chụp năm xưa cùng với hình ảnh tôi tươi cười nhận bằng tiến sĩ hôm qua chiếm hẳn một trang báo. Thì ra bài là của Dr Hoods viết về tôi.

Từ bài báo này, cùng với lời giới thiệu của Dr Hoods mà Viện Nghiên cứu chiến lược kinh tế Đông Nam Á Thuỵ Sĩ (gọi tắt là IESSAS) mời tôi về làm việc.

Một năm sau, IESSAS mở văn phòng đại diện tại Việt Nam ngay trên thành phố quê tôi,. Tôi được cơ hội trở về với quê hương cùng mẹ, cùng chị.

Tôi trở thành cầu nối giữa Việt Nam - Thuỵ Sĩ về quan hệ kinh tế. Các nhà đầu tư Thuỵ Sĩ qua giới thiệu của tôi đã đầu tư rất nhiều dự án tại Việt Nam đặc biệt là tại thành phố nơi tôi sống. Trường đại học kinh tế nơi tôi từng học, qua mối quan hệ với Dr Hoods tôi đã tìm được nhiều suất học bổng sau đại học cho các khoá sinh viên sau này.

Trên Facebook cá nhân, tôi đặt ảnh ba tôi làm avatar và hình nền là ảnh tôi ngồi sửa xe năm xưa mà Dr Hoods chụp tặng tôi. Thỉnh thoảng mở facebook, tôi lại được nhìn ba tôi cười. Nhìn chân dung thời trai trẻ trong bộ quân phục lính dù mà tôi thầm ngưỡng mộ. Cám ơn ba, cuộc đời này con luôn tự hào được là con trai của ba. Tôi nhìn hình nền để được nhắc nhớ rằng: Dù hôm nay tôi có là tiến sĩ danh giá thì quá khứ năm xưa, tôi đã từng là cậu sinh viên sửa xe đạp để tự nuôi mình.

Một đêm, nghe messenger báo tin nhắn, tôi tỉnh thức, nhìn màn hình điện thoại, có ai đó nhắn cho tôi:
-Xin chào!

Tôi nhắn lại: "Xin chào!"

Nhìn nick name là John Le, tôi đoán là một Việt kiều. Người đó nhắn tiếp:

-Xin lỗi, cháu có phải là con trai của đại uý Giang, Hoàng Thanh Giang, không?

Tôi bật dậy, tim đập dồn. Tôi nhìn avatar của người đang chat. Đó là người đàn ông ở tuổi 70 trong quân phục lính dù, mũ đỏ giống quân phục ba tôi. Đối đáp:

-Dạ, đúng rồi, con là con trai của ba Giang. Bác biết ba con à?

-Bác là trung uý Tá, Lê Văn Tá là đại đội phó của ba con.

Tôi mừng rơn mà tim đập thình thịch.
-Vậy bác có biết tin tức gì về ba con không?
Bác không đáp mà hỏi lại: - Vậy từ đó đến nay con không có tin tức gì về ba à?
-Dạ không, con và mẹ không biết ba còn hay mất.
Một lát lâu bác nhắn lại: - Ba con mất rồi!

Dẫu biết câu trả lời sẽ không chút hy vọng nhưng lời chat của bác làm tôi không khỏi bàng hoàng.
-Ba con mất ở đâu? Khi nào? Bác biết không?
-Ba con mất trên cầu Sài Gòn vào buổi sáng 30/4/1975.

Rồi bác kể: Sáng hôm đó đại đội ba tôi chỉ còn hơn 10 người. Vì bị truy kích nên phải rút về cố thủ trên cầu Sài Gòn. Cuộc giao tranh ác liệt vẫn chưa dừng lại. Quân số và súng đạn không thể đối chọi với quân giải phóng. Phải rút tiếp thôi! Ba tôi cùng hai đồng đội bò lên phía trước thu hút hoả lực địch để toán còn lại phía sau có cơ hội thoát lui. Khi trung uý Tá cùng các chiến hữu về được bên trong cầu Sài Gòn thì hoả lực đã nổ tung khiến thân xác ba tôi cùng hai chiến hữu của ông bị hất tung lên rồi rớt xuống sông. Khi trung uý Tá rút về đến ngã tư Hàng Xanh thì trên loa truyền thanh, Dương Văn Minh đã tuyên bố đầu hàng và yêu cầu các lực lượng quân đội VNCH bỏ súng.

Tôi ngồi úp mặt vào lòng hai bàn tay. Tưởng tượng lại phút giây chiến đấu không cân sức nhưng bi hùng của ba tôi năm ấy trên cầu Sài Gòn mà nước mắt giàn giụa. Bình tâm lại tôi gọi điện thoại cho mẹ. Mẹ tôi nghe máy khi nghe tôi báo là đã có tin tức của ba. Câu đầu tiên mẹ hỏi là "ba con giờ đâu rồi?" Tôi ngậm ngùi kể lại nội dung vừa chat với bác Tá. Mẹ tôi im lặng nghe tôi kể, khi tôi nghe mẹ nấc lên trong điện thoại là mẹ tắt máy.

Ngày hôm sau mẹ điện thoại bảo là tôi đưa mẹ vào cầu Sài Gòn được không? Tôi bảo được. Chiều hôm sau, theo chuyến bay, mẹ, chị và tôi vào Tân Sơn Nhất rồi đón taxi đến cầu Sài Gòn.

Chúng tôi đi bộ dọc theo thành cầu mà mường tượng trận đánh cuối cùng năm xưa. Cầu Sài Gòn người xe như mắc cửi. Dưới cầu, sông

Sài Gòn lượn lờ mang những mảng lục bình trôi về biển. Trong dòng nước bao la ấy, thân xác, thịt da ba tôi cùng với bao người của hai chiến tuyến và những người dân vô tội năm xưa, bao năm nay đã bị rửa trôi về cùng biển mặn. Chiến tranh đã lùi xa nhưng nỗi đau vẫn còn ở lại với bao người trong đó có gia đình tôi. Mẹ thẫn thờ nhìn những mảng lục bình trôi xuôi như cố tìm dáng hình ba tôi trong ấy.

Qua đến bên kia cầu, tìm được nơi, tôi thắp bó hương rồi trao nửa bó cho mẹ, nửa còn lại chị em tôi chia ra cắm xung quanh. Mẹ tôi quỳ hướng về sông, lâm râm khấn. Chắc trên trời ba tôi đã hiểu nỗi đau trong lời khấn của mẹ. Bà đã đi gần nửa thế kỷ trong thân phận người vọng phu. Mẹ tôi cắm phần hương trên mô cát gần đó để mặc cho làn khói bay xa. Tôi mong sao làn khói kia cuốn bớt nỗi đau trong lòng mẹ. Hương tàn hơn nửa, tôi bảo mẹ:

-Thôi mình về đi mẹ.

Mẹ không quay lại, giọng buồn buồn:

-Hãy để hương cháy thêm lát nữa đi con.

Hai chị em tôi lặng im, chắp tay đứng sau lưng mẹ, cứ để mẹ thì thầm từ tận đáy lòng với ba tôi trong cõi hư vô. Nén hương cháy hết, tắt hẳn, mẹ mới quay lại gật đầu: - Mình về thôi các con!

Vậy là gia đình tôi chọn 30/4 là ngày giỗ ba tôi. Hôm nay là ngày giỗ đầu tiên của ba. Gia đình cũng vừa nhận được tin vui là bác Tá, chiến hữu của ba cũng về dự giỗ. Bác bảo rằng đây là lần về Việt Nam đầu tiên kể từ ngày bác định cư ở Mỹ. Trước khi đáp chuyến bay tiếp theo về thăm gia đình tôi, bác sẽ đến cầu Sài Gòn thắp hương tưởng niệm ba tôi cùng đồng đội bỏ mình ngày đó. Hy vọng cuộc tương phùng này, qua bác, gia đình tôi sẽ biết thật nhiều về đời binh nghiệp của ba, đặc biệt là trong những ngày cuối của cuộc chiến.

Sáng nay tôi dậy sớm, sửa sang và dâng hoa bàn thờ ba trước khi đi dự buổi lễ kỷ niệm ngày "Giải phóng miền nam, thống nhất đất nước" do Uỷ ban nhân dân thành phố mời. Vì tính chất trong quan hệ đối ngoại giữa cơ quan đại diện viện nghiên cứu với cấp chính quyền sở tại mà tôi không thể không dự.

Buổi lễ diễn ra hết sức hoành tráng. Trước khi vị chủ tịch đọc diễn văn là các màn trình diễn múa vui văn nghệ. Các bài ca đi cùng các vũ điệu tái hiện những giây phút hào hùng của ngày chiến thắng năm xưa.

Vị chủ tịch lên đọc diễn văn kỷ niệm ngày chiến thắng. Các điệp khúc "Mỹ cút, nguỵ nhào", "Chiến thắng vinh quang dưới sự lãnh đạo tài tình của Đảng" gần nửa thế kỷ được lặp lại trong giọng đọc đầy tự hào của vị chủ tịch. Trước khi kết thúc buổi lễ, dàn đồng ca lên sân khấu hát vang bài "Như có Bác Hồ trong ngày vui đại thắng". Tôi quay lại, chỉ có quan khách ngoại giao nước ngoài, kể cả tôi là còn ngồi. Hầu hết hội trường đều đứng dậy hát theo trong nhịp vỗ tay tự hào.
Khi người dẫn chương trình tuyên bố bế mạc, tôi đứng dậy. Vị chủ tịch thành phố tiến đến tươi cười bắt tay tôi. Ông cám ơn tôi vì đã tham dự cùng với lời mời trân trọng:

-Hôm nay là kỷ niệm ngày chiến thắng, Uỷ ban có tổ chức buổi tiệc trưa long trọng, xin mời anh đến dự.Tôi cười đáp lại: - Rất cám ơn lời mời của anh nhưng trưa nay tôi không thể.

-Anh bận việc gì à? Vị chủ tịch hỏi lại, tôi rời bàn tay ông còn đang nắm chặt, trả lời:

- Hôm nay là ngày giỗ ba tôi.

Võ Nhật Thủ
Vo Thai Phung Nguyen Kim Nguyet
Viết Tại Khánh Lưu

em lên chùa Tỉnh Hội
lễ Phật xin lộc không
nhớ bái giùm ba vái
cho ta nhẹ trong lòng
hãy ngửi giùm chiếc chiếu
em đang quì dâng hương
có hơi hám linh hiển
đậm đà chất quê hương...

NGUYỄN CHÂU
Mong Manh

Thà đừng hẹn. Một lần lỡ, trái tim khô dần máu. Chiến dịch bất ngờ, chiều nay anh không về.

Em sẽ đến đó, bên gốc cây sần sùi, nơi anh đã từng tựa lưng mơ màng, điếu thuốc lóe đỏ liên tục cũng không đánh lừa thời gian của sự mong chờ.

Em, cô bé nữ sinh Trưng Vương. Hàng me rợp bóng mát trên đường Nguyễn Bỉnh Khiêm bừng sáng. Tiếng guốc khua vang rộn rã, em vẫn nổi bật qua đôi mắt anh dõi tìm, không lẫn vào đâu được. Nụ cười e thẹn, em nép mình vào ngực anh tin cậy.

....

Kho đạn Thành Tuy Hạ nổ liên hồi, không khí chiến tranh đã tràn vào thành phố, cổng trường đã khép vậy là không còn những lần hò hẹn, không còn rong chơi Con gái tuổi mười bảy thơ ngây, lơ ngơ giữa cuộc đời giông bão.

......

Anh lê lết với một chân bị gãy ngang đùi. Cầu Saigon bỗng rộng thênh thang nhưng đông nghẹt người hối hả, không ai quay lại nhìn anh. Vết thương băng bó tạm thời rỉ máu.

Ngôi nhà ven đường cửa mở toang, con chó nhìn anh gầm gừ. Con chó lùi dần, quay đầu chạy ra cửa sau khi anh lết vào.

Anh nhìn ổ bánh mì trong túi nylon treo trên cao, cái đói cồn cào trỗi dậy. Anh gượng, quá tầm tay với, miếng ăn như thách đố, cơn khát khiến mồm anh khô khốc. Anh nhìn quanh, chiếc hũ sành sau nhà như thôi miên anh. Anh chống hai tay cùng một chân lành tiến dần về nơi sẽ cho anh những giọt nước cam lồ. Anh ghì miệng hũ về phía mình, đáy hũ khô queo. Anh tức giận đẩy chiếc hũ lăn lông lốc, chạm vào gốc cây phượng vỡ tan tành. Những hoa phượng đỏ thắm rụng rơi tan tác.

Nhờ cơn khát, máu không còn ứa, máu đã khô cứng. Anh ngáp dài và thiếp đi không mộng mị.

Sàigon đã bắt đầu mùa mưa, cơn mưa đầu mùa kèm theo giông, sét ì ùng hay tiếng bom, đại bác anh không rõ đã làm dịu lòng anh, qua cơn khát đắng lòng nhưng cái đói vẫn cồn cào.

....

Em giật mình, mồ hôi ướt đẫm chiếc gối thêu hoa với đôi bồ câu trắng, em mơ thấy người anh đầy máu, chỗ em hay tựa đầu trên ngực anh lạnh ngắt. Anh ở nơi nào? không ai biết người thân mình ở nơi nào. Như chảo dầu đang sôi, chỗ nào cũng có thể chết.

Em ngồi bó gối, đường phố chộn rộn. Dưới bến phà vọng về tiếng súng liên thanh, khu vực nhà em điện đường tắt ngấm, buổi giao thời trắng đen chập choạng. Anh nơi đâu trong cảnh hỗn độn này?

......

Anh ngước nhìn, khu chung cư tối om, nhà em ở đó. Chỉ cần vài bước nhảy thôi, anh sẽ đứng trước cửa nhà em. Mắt em hân hoan, môi em hé nụ, anh ôm em vào lòng, hạnh phúc sẽ tràn dâng.

"Với tay cao hết sức mình
Níu cao nguyên xuống để nhìn thấy em"
(thơ Nguyễn Dương Quang)

....

Nhưng bây giờ....

Ánh trăng lấp ló sau vòm lá. Chung cư thường ngày vốn náo nhiệt nay vắng lặng rợn người. Khung cảnh đìu hiu, có lẽ gia đình em đã đi rồi

Anh tựa lưng vào bức tường cạnh chân cầu thang. Vết thương đã sưng tấy, nhức nhối. Anh mơ hồ nghe có tiếng khóc rấm rứt và bước chân vội vã. Anh ngước nhìn, chờ đợi, em như thiên thần tung đôi cánh, hiển hiện như thần linh. Linh cảm nào dẫn dắt em đến cùng anh? Đôi môi trắng bệch, gượng nở nụ cười trong vòng tay ôm, nhạt nhoà nước mắt.

Đêm về sáng. Một góc thành phố sáng rực vọng về tiếng đì đùng. Máy bay ném bom rít lên hung hãn, xé ngang bầu trời, rồi lảo đảo chúi dần về bên kia sông. Không một bóng dù.

Em vẫn tựa đầu vào ngực anh, tiếng đập rộn ràng của con tim nồng cháy yêu đương nhưng đã không còn thổn thức. Vòng tay anh buông lơi, đôi mắt thiết tha, đắm đuối mờ dần, rm lung linh hư ảo. Anh đã đi rồi...

Anh xa em vào giờ phút cuối cùng của cuộc chiến hơn hai mươi năm, tương tàn cốt nhục. "Dù anh trở về trên đôi nạng gỗ/ Dù anh trở về bằng chiếc xe lăn..." (Cho người vào cuộc chiến – Phan Trần) với em vẫn là hạnh phúc vô bờ. Em chưa vu quy nhưng đã là goá phụ. Em chưa tròn mười tám.

Em không biết gốc tích của anh, em không biết quê hương, cha mẹ anh ở nơi nào. Giọng miền Trung của anh đã phai dần theo tháng ngày lang bạt phương Nam,. Những lần hò hẹn chỉ đủ thời gian cho vòng tay quấn quýt, lời thỏ thẻ yêu đương.

Em mang theo hình bóng anh về miền sông nước miền Tây. Lòng bàn tay thơ dại đã chai sần theo nhịp chèo tất tả mưu sinh. Em nhập đoàn xuôi về chợ nổi Cái Răng, Cần Thơ. Trên ghe chất đầy các loại trái cây nổi tiếng của vùng đất phương Nam, những trái sầu riêng Cái Mơn cào xước tay, khi em vụng về.

Ánh bình minh vừa ửng sáng phương Đông cũng là lúc chợ nổi nhộn nhịp, những chiếc xuồng bán hàng rong luồn lách theo các mạn ghe. Hương phù sa ngan ngát, dìu dịu trong không gian quyện vào nét chân chất thật thà của người dân Nam bộ. Khi hoàng hôn tím dần cũng là lúc chợ nổi lên đèn. Những ánh đèn soi bóng lung linh đủ sắc màu trên sông như hoa đăng ngày hội.

Gia đình em về định cư vùng Thốt Nốt, Cần Thơ. Những cánh cò theo ánh chiều tà bay về làm trĩu nghiêng cành bằng lăng hoa tím ngát.

Những dải sương mờ còn lẩn khuất đợi bình minh cũng là lúc đàn cò chao lượn trên bầu trời, vang động cả không gian...

Trong lòng em vẫn đau đáu một nỗi niềm.

Thời gian lặng lẽ trôi, em cùng gia đình định cư ở nước ngoài nhưng em vẫn nhớ ngày này, năm này, ngày anh rời xa em. Em chưa thể tìm về thăm lại chỗ anh nằm.

Dòng sông Sàigon ôm ấp trìu mến chở che linh hồn anh hiu hắt đợi chờ. Thân xác anh đã rã tan và lênh đênh theo ngọn sóng dập dềnh của dòng triều cường cùng gốc si già.

Một ngày, người ta ngạc nhiên thấy người nữ tu đứng lặng im nhìn về bên kia sông. Những tòa nhà sang trọng, cao ngất đã xóa sạch không còn dấu vết những rặng dừa nước xanh ngút ngàn của làng An Phú ngày nào.

Bờ kè bên này bán đảo Thanh Đa hình thành khu vui chơi, công viên rợp bóng mát, nhạc nước tưng bừng.

Không ai biết nơi người nữ tu đứng lặng yên, tay lần chuỗi hạt mân côi đã từng thảng thốt tiễn đưa một linh hồn ngậm ngùi vĩnh biệt. Khi vừa tàn cuộc chiến.

Nguyễn Châu

sách tác giả ký tặng
là món quà tinh thần
sách người mua gởi tặng
có thêm mùi kim đồng
sách được tặng tặng lại
có thêm một tấm lòng
* luânhoán

NGUYỄN THỤ
KHÁT

Cô Tơ ngồi tựa lưng vào gốc dừa cháy ngọn cách vòi nước công cộng khoảng vài mét, tay cầm nón lá quạt liên tục mà mồ hôi vẫn ướt đẫm lưng áo. Quãng đời dài bốn mươi bảy năm của cô chưa có năm nào hạn, mặn khắc nghiệt như năm nay.

Mùa hạn đến sớm, kéo dài hàng tháng trời và khốc liệt hơn năm trước gấp bội. Kênh rạch phơi mình trơ đáy, những con mương khô cạn nứt nẻ, từng mảng đất cong vênh bạc phếch nằm kề nhau chịu trận dưới trời nắng lửa.

Ruộng đồng cũng cùng chung số phận trong hạn hán bủa vây. Độ mặn bất thường xâm lấn, ngấm sâu vào đất đồng, những nhánh lúa mới trổ đòng đã cháy lá, nguy cơ mất mùa đang đe dọa từng ngày. Người nông dân nóng ruột bơm liều nước mặn vào đồng hy vọng cứu được cây lúa nhưng càng làm lúa chết nhanh hơn vì nhiễm độc. Rễ lúa thối đen, chết dần chết mòn trong ngấn nước mặn đắng dưới gốc đang bị nung nóng bởi nắng hạn. Bao tiền của, công sức coi như đổ sông đổ biển, vốn liếng tiêu tan trong nỗi xót xa cùng cực của người nông dân.

Trong sân vườn cây trái chết khô, hoa màu vàng úa quắt queo. Chuồng trại bẩn thỉu hôi hám vì không có nước dội rửa, bầy gà khô mỏ lơ láo đi rong tìm nước, cổ họng tóp teo kêu lên những tiếng "coóc coóc" nghe đến não lòng...

Ngoài cống ngăn mặn, một bên nước mặn đầy kênh, một bên cạn khô dòng nước ngọt, cứ thế đã bao ngày. Độ mặn càng lúc càng tăng không biết đến khi nào dừng lại để có thể dẫn nước về cứu lúa, cứu cây trái, hoa màu...

Tất cả những cảnh tượng đó đang từng ngày, từng giờ đốt cháy tâm can người dân Láng Lộc.

Nước mắt rơi xuống những cánh đồng cũng đã cạn, chỉ còn những ánh nhìn trũng sâu, hanh vàng, tấm lưng đen sạm và mái đầu khét nắng. Họ ngồi bó gối bên bờ ruộng khô hay ở đầu hàng ba nín gió, bất lực ngước nhìn bầu trời lồng lộng nắng.

Cô Tơ che tay ngang trán nhìn ra xa về phía cầu Kênh Một. Con đường duy nhất để những chuyến xe thiện nguyện chở nước cứu trợ từ các nơi đổ về đã bị đứt đoạn cả tuần nay, cơn khát nước ngọt của người dân càng thêm bỏng cháy.

Như những cây cầu nông thôn khác vốn nhỏ hẹp gầy còm, cầu Kênh Một giờ nghiêng ngả chênh vênh như vắt qua một cõi không rực lửa.

Nguồn nước cạn kiệt đã gây sụt lún, sạt lở ven kênh, móng cầu đã đổ sụp do đất ở hai đầu cầu vỡ toang vì nắng hạn, mọi phương tiện di chuyển đều phải đi xuống lòng kênh. Đường sá lại càng ngoằn ngoèo cách trở, gây khó cho mấy chiếc xe chở nước vốn tránh dằn xóc sợ làm đổ những giọt nước từ phương xa mang đến cho người dân đã xếp hàng chờ suốt ngày đêm. Giữa cơn khát cháy, cả người cho lẫn người nhận đều chắt chiu từng giọt nước quý giá, ngọt mát nghĩa tình.

Có cụ già ở đầu bên kia Kênh Một đã hai ngày không có nước nấu cơm. Cụ vừa khóc nghẹn vừa chắp tay "A Di Đà Phật", "Nam Mô Quan Thế Âm Bồ Tát" đến chục lần khi nước được mang đến tận ngôi nhà xiêu vẹo, mái lá khô cong như rang trong chảo nắng. Nước mắt người già cô quạnh giữa thiên tai làm quặn thắt cả cõi lòng.

Cô Tơ vừa nghĩ ngợi mông lung vừa ngóng thằng Tấn- con trai út của cô ra *thay ca* mà đến giờ cũng chưa thấy bóng! Vừa tốt nghiệp ĐH, chỉ mới vài lần bị từ chối khi xin việc đã nản, lại vin vào việc quê nhà lâm cảnh thiên tai, nó tất tả về quê để phụ với cô chăm sóc bà nội già trên bảy mươi tuổi đã bị lẫn hơn năm nay. Và quan trọng nhất- là để an ủi, sẻ chia, cùng mẹ thăm nuôi, động viên người cha đang vướng vòng lao lý do chống đối chính quyền địa phương trong vụ lấp kênh cũ đào kênh mới từ mùa hạn 2019-2020- việc mà nó chưa làm được vì phải đảm bảo kết quả học tập năm cuối theo lời căn dặn của cha.

♡♡♡

Hôm nay trời vẫn nóng như thiêu đốt, nhiệt độ trên góc điện thoại của chú Tám Dõng vẫn ở mức 38°C, còn bên ngoài chắc phải trên 40°C! Như thế cũng chưa thấm tháp gì so với một số nơi khác mức nhiệt ngoài trời đã tăng dần lên tới 45-50, thậm chí 57°C!

Hạn hán kéo dài làm mọi người gần như kiệt quệ từ tinh thần đến thể chất. Ít nghe lời bông đùa, đốp chát của đám thanh niên, tiếng cười dòn rụm của mấy đứa con gái chưa chồng cũng im bặt. Lâu lâu chỉ còn nghe tiếng mấy bà *mẹ chồng thiên hạ* cằn nhằn, gắt gỏng, than trời trách đất thậm chí chửi vung thiên địa vì cái vụ thiếu nước sinh hoạt kéo dài!

Ngoài vòi nước công cộng ra, hơn chục cây nước máy đã được lắp đặt trong địa bàn từ nguồn tài trợ của các nhà từ thiện nhưng lực nước quá yếu, nước không chảy hoặc chỉ chảy ri rỉ, đục ngầu, mằn mặn, chỉ đỡ hơn nước biển một chút.

Ở đây hầu như nhà nào cũng có hồ xi-măng hoặc thùng phuy, lu, khạp chứa nước mưa nhưng dè sẻn mấy rồi cũng đến giọt cuối cùng, dù chỉ dám dùng để uống và nấu ăn. Họ đã phải đứng trong thau để tắm rồi lấy nước đó giặt đồ hoặc tưới cây. Nhiều nhà đã dừng hẳn việc tắm giặt, quần áo mặc mấy ngày liên tiếp thay ra đem phơi nắng cho bớt hôi rồi mặc lại, trẻ con và người lớn thi nhau nổi sảy, sinh ghẻ, ngứa ngáy đến không ngủ được.

Hạn, mặn đang xảy ra ở nhiều nơi, nước sạch từ nguồn dự trữ và các nhà hảo tâm thì không thể đủ. Nước đổi từ ghe bầu hoặc xe bồn của tư nhân mới đầu từ 75- 150 ngàn đồng/m3 đã choáng váng, giờ nghe đâu có nơi lên đến 400-450 ngàn đồng/m3(?), kêu trời không thấu!

Còn biết bao chuyện khổ cực trần ai, dở cười dở khóc xoay quanh chuyện thiếu nước sinh hoạt, tưới tiêu ở vùng khô hạn và xâm nhập mặn thường xuyên.

Chú Tám Dõng đi tới đi lui, nghe đi nghe lại mười hai câu phụng hoàng, hết dây đào rồi đến dây kép trên mấy cái *vê-lốc* mà vẫn chưa đến lượt mình hứng nước! Chú nhìn dãy can nhựa xếp hàng tư dài ngút mắt mà thở dài ngao ngán. Nếu trong số hộ dân đứng ngồi lom khom đợi nước kia không có bóng dáng cô Tơ chắc nỗi chán chường trong lòng chú còn nhiều hơn gấp bội.

Cô Tơ là mối tình đầu thơ dại của chú- cái thuở vùng đất Láng Lộc này chưa mọc lên cây nước nào. Mùa khô cũng ngập nắng, gió biển thổi rát mặt làm sạm cả làn da con gái. Chung quanh toàn ruộng muối trắng lóa, từng ô vuông vắn được bao bọc bởi những con đê gầy mòn thấm đẫm mồ hôi, nắng khét và muối biển. Dòng nước mặn chát từ biển khơi được dẫn vô ruộng, phơi mình cho đến khi kết tinh thành muối. Nước biển càng mặn, nắng càng nhiều thì hạt muối càng chất lượng, to chắc, lóng lánh như hạt kim cương.

Hai mùa mưa nắng thuận hòa, hạn, mặn cực đoan ít khi xảy ra hoặc nếu có cũng trong khả năng chịu đựng của con người.

Trong nắng gió nồng nàn của vùng quê ven biển, mối tình dịu mát của chú như con lạch nhỏ âm thầm chảy qua cửa sông rồi đổ ra biển lớn mất tăm.

Cô Tơ đi lấy chồng khi mới mười bảy tuổi, vào cái ngày Láng Lộc bất chợt đổ cơn mưa đầu mùa xuống những đống muối trắng phau chưa kịp đậy bạt, tan chảy như cõi lòng của chú Tám- lúc đó còn là chàng trai hai mươi tuổi.

Đành phải làm lại thôi, biển còn thì muối còn. Đời diêm dân vốn đã gian nan cơ cực, chút tình si tan vỡ cho thêm vị đắng cay thì có sá gì!

Nhưng từ đó chú Tám chợt hiểu- thì ra trong nước mắt cũng có muối, cũng mặn chát trên môi, tái tê đầu lưỡi (như khi buồn cắn hạt muối do chính mình làm ra với biết bao vất vả mà phải bán với giá rẻ mạt cầm bằng như cho không!).

Một khối tình tinh khiết vun cao trên đồng muối, mưa qua một bận, tất cả trả về cho biển- còn vị mặn thì đọng lại đến suốt đời.

Mấy năm nay, sau khi chồng cô Tơ bị bắt giam không có ngày xét xử, chú Tám Dõng cũng đã năm lần bảy lượt cùng thằng con trai lớn của cô bỏ công ăn việc làm từ BD về lo đơn từ, khiếu nại khắp các cửa mà cũng chẳng ăn thua.

Rồi chuyện Tám Dõng đứng ra kêu gọi giúp những hộ neo đơn đào ao trữ nước- trong đó có nhà cô Tơ. Chuyện thay phiên đưa đi, rước về khi bà Sáu, mẹ chồng cô đau ốm phải vào trạm xá... Ai cũng tưởng chắc phải có gì giữa họ, thật ra chỉ do tấm lòng trượng nghĩa- với ai cũng vậy- và thương cảm cho người anh em đang *nhất nhật tại tù thiên thu tại ngoại,* tuyệt nhiên không có chút gì vẩn đục.

Chỉ mong sau này chồng vợ đoàn viên đừng vì những điều đó mà mất đi tình làng nghĩa xóm.

Có một con sông vô hình, đôi khi cũng rộng tựa biển khơi- bây giờ trong cơn hạn dữ lại giống như sa mạc mênh mông- luôn ở giữa ngăn cách hai người.

Chú cứ ở xa xa, âm thầm dõi theo cô Tơ như thế. Lặng lẽ bước đi phía sau cô một đỗi, qua ngõ hẹp, vũng lầy hay cầu ván cheo leo. Cho đến giờ ở tuổi *ngũ thập tri thiên mệnh,* có lẽ người mà chú đắc tội nhiều nhất chính là bản thân chú. Một thân một mình trong ngôi nhà thờ tự, làm bạn với bầy chim bồ câu tự do sinh sôi, chúng đông tới nỗi ngụ cư trên khắp các bậu cửa sổ và đóng đô ngay cả trên trần nhà! Hay chính nỗi cô đơn đó mới là điều mang hạnh phúc đến cho chú? Có lẽ khi vung tay quăng từng nắm thóc vàng óng cho lũ chim câu, chú không nghĩ tới cánh đồng trơ vơ đầy gốc rạ trong lòng mình mà nghĩ tới hạnh phúc no đầy từ điều mà chú đã cho đi.

Tiếng đàn độc tấu khúc phụng hoàng từ chiếc điện thoại trong túi đã im từ lâu. Chú Tám lại nhìn hàng can nhựa dài thăm thẳm, nghe lác đác đâu đó tiếng thở than, tiếng ủi an, tiếng bông đùa...

Giữa tình người còn bao la, nước sẽ được rót về cho từng hộ dân trong xóm, ấp- chỉ có cô Tơ mãi vẫn là cơn khát muôn đời trong tim chú.

♡♡♡

Tiếng thằng Tấn bỗng vang lên hốt hoảng làm mọi người nhất loạt quay về phía nó:

-Má ơi! Bà nội có ra đây không?

Cô Tơ đứng phắt dậy, thảng thốt:

-Mày ở nhà canh chừng, sao nội đi đâu lại không biết?

-Nội kêu khát, con đi vô bếp chắt được nửa ly nước cho nội, sẵn lượm mấy cái trứng gà, trở ra thì không thấy nội đâu nữa!

Sau một hồi lâu đổ xô tìm kiếm, hai mẹ con cô Tơ và một nhóm người, trong đó có chú Tám Dõng đứng lặng trên bờ kênh giữa buổi chiều xế bóng. Nắng vẫn còn gay gắt chiếu xuống hai bên bờ lau cỏ héo khô, trời không một chút gió- bà Sáu đang ngồi giữa lòng kênh nứt nẻ, hai bàn tay vốc không khí từ dưới kênh lên rửa mặt. Bà cứ nhẹ nhàng, khoan thai, vẻ mặt vô cùng thư thái như cô gái trẻ đang ngắm mình dưới làn nước trong, cười khúc khích khi thấy gương mặt mình bỗng lung linh, xao động rồi vỡ tan khi vốc nước lên rửa mặt. Hai bàn tay xương xẩu, cằn cỗi, có lúc dừng lại giây lâu trên đôi môi khô nẻ của bà.

Cách bà Sáu vài bước chân là chiếc ghe tam bản cũ của chú Tám Dõng. Chú vẫn thường neo đậu bên bờ kênh từ hồi còn chở muối đến tận những xóm làng xa xôi của miền nước ngọt. Nơi đó có những hộ gia đình sản xuất nhỏ lẻ các loại mắm từ bạt ngàn tôm cá khi mùa lũ về. Bây giờ nguồn cá tôm cũng cạn kiệt, từ lâu những chuyến đi *mặn mà* của chú đã không còn cần thiết nữa! Chú không nhớ chiếc tam bản neo lờ lửng trên dòng kênh này đã bao lâu, đã mắc cạn ở đó từ bao giờ, đã qua bao mùa khô hạn mà những đường xảm, trét kỹ lưỡng trước kia bị hở nứt nhiều chỗ, hai bên thân ghe mốc cời như gỗ mục.

Thằng Tấn vừa cõng bà nội từ dưới lòng kênh khô đi lên vừa nói với chú Tám:

- Chiếc tam bản này sửa chữa lại đi chở nước được nè chú Tám! Chú cháu mình mua dầu chai *lấp vô* rồi tìm nguồn nước chở về giúp bà con đi chú!

Cô Tơ và mọi người chờ câu trả lời nhưng không nghe chú Tám Dõng nói gì. Tuy nhiên họ biết- ai chứ Tám Dõng sẽ nhanh chóng thực hiện lời đề nghị của thằng Tấn vì rất hợp tình hợp lý trong thời điểm này. Có lẽ chú sẽ kêu gọi vài ba người nữa để công việc được kịp thời và hiệu quả hơn. Nhiều người trong số họ rất sẵn sàng cho việc đó.

Hạn, mặn chắc chỉ kéo dài đến cuối tháng, cùng lắm là sang đầu tháng sau. Mùa mưa rồi cũng sẽ đến dù có muộn hơn so với mọi năm. Sau những giọt nước ngọt lành được sẻ chia trong cơn khát cháy rồi sẽ có những đám mưa từ trời, nước lại về trên kênh rạch, ruộng vườn, làm dịu mát quê nghèo. Cây lúa sẽ hồi sinh bằng cách này hay cách khác, hoa trái sẽ lại đâm chồi và người dân Láng Lộc sẽ tìm ra cách thích nghi với mọi hoàn cảnh.

Nguyễn Thy
Một ngày về chốn thiên tai
Mùa nắng hạn 2024

khi nhớ nhung em, thứ nhất là:
ngồi không quanh quẩn nghĩ bao la
thứ hai: tưởng tượng trong hồn có
một gốc cây khô chợt nở hoa

luânhoán

thai tuan

VŨ KHẮC TĨNH
MIỀN ĐẤT HỨA

Ngoài trời đang mưa, những cơn mưa nặng hạt và gió thổi vù vù qua mái nhà, qua những hàng cây cúi đầu bạt về một phía. Trời đất chìm trong cơn mưa mù mịt.. Sa Huỳnh lại nhớ đến một bức phù điêu tạc trên đá. Người đàn ông quàng tay ôm người đàn bà một cách dịu dàng, cam chịu đến nỗi ta có cảm giác như mưa nắng sương gió đã tác động vào mà gần như gắn chặt vào nhau không thể tách rời ra được.

Tôi ngồi trong một quán nước giải khát khuất trong con hẻm sâu của thị trấn, nhìn bầu trời trong veo sau cơn mưa bất chợt, kéo dài hơn một tiếng đồng hồ, nhìn con đường nhựa đã cũ ẩm ướt nước mưa như đen sẩm lại. Từ đầu con hẻm đến cuối con hẻm cụt không thấy một bóng người, một cánh chim bay, chỉ nghe mùi nhựa hắt lên nồng nồng bay thoáng qua trong gió.

Tôi đứng dậy và đưa tay ra hứng những giọt mưa còn đọng lại trên mái hiên rơi xuống sau cơn gió nhẹ thổi qua. Đột nhiên tôi thấy buổi chiều hẩm hiu. Một nỗi buồn hẩm hiu nào đó vừa xâm chiếm một con vật đang đứng bình yên gặm cỏ, bất chợt ngẩng đầu lên không thấy gì nhưng đánh hơi trong không khí xung quanh, biết rằng mình bị vướng vào lùm xùm, không có lối thoát.

Tôi muốn kêu lên một tiếng, biết rằng làm như vậy sẽ làm nhẹ bớt những nỗi niềm, nhưng tôi còn phân vân không dám manh động sợ làm hỏng một buổi chiều vàng vọt trong thị trấn miền quê hoang dã.

Con hẻm chỉ còn là những vệt nắng rơi vung vãi trên những khóm cây thấp lè tè, cúi đầu ướt sũng mưa, mây thì sà xuống thấp trên những ngôi nhà cao chót vót chon von. Tôi ngồi nhìn qua khoảng không gian chật hẹp của con hẻm dài nhưng cụt ngủn, tim tôi phập phồng im trôi.

Những cơn mưa nhè nhẹ bất chợt có thể cho ta tận hưởng giây phút rối rắm, phức tạp cùng với một khoái cảm lạ lùng biết bao. Tất cả những cảm thụ, những hồi ức bổng nổi lên trong tâm thức, bạn bè dần dần tan. đàn xẻ nghé, những nụ cười rồi cũng lần hồi tàn phai, những hy vọng tiềm tàng sớm muộn gì cũng gãy cánh như những con bướm đêm, giờ chỉ còn lại con sâu, và con sâu đó đã lột xác bò vào những chiếc lá xanh non tơ tìm một miếng ăn ngon miệng và đang làm ruỗng nát chiếc lá ra.

Hình ảnh Sa Huỳnh ngày nào trong một thoáng ở cái thị trấn miền quê hoang dã từ từ hiện ra qua màn mưa nhoà và đất ẩm ướt. Tôi cũng tự lấy lại một chút tự tin, lấy cây bút bi hí hoáy trên mảnh giấy và bắt đầu làm cái công việc ghi chép lại đầy ngẫu hứng, là trò chuyện qua sự mô phỏng hơn là tiếp cận với Sa Huỳnh nhằm xé toạc tấm lưới mỏng manh của mưa để có thể nhìn thấy được con đường một khoảng không gian gợi mở hơn là chìm trong mù mịt hoang vu.

Chào Sa Huỳnh yêu thơ, đam mê thơ

Tôi đang viết cho Sa Huỳnh có một không hai từ một miền quê, không phải ở Sài Gòn đâu nhé, nơi mà định mệnh em và tôi chỉ biết rong ruổi qua từng ngõ phố con đường trong sự lạc quan về số phận đời người.

Và tôi nay để có sự chuẩn bị tư thế sẵn sàng ở lại nơi này cùng em đi đến tận cùng ngõ ngách vùng quê yêu dấu này, tôi đóng vai một con người dám làm dám chịu mọi hành tung bất đắc dĩ xảy ra trong mọi tình huống, tức là ghi chép lại những mảng tối sáng hầu tái hiện lại một cách sinh động về em. Nếu trò chơi viết lách vô thưởng vô phạt một cách ngẫu hứng của tôi thành công, tôi sẽ nói không phải là một trò chơi dễ dàng chút nào, mà sẽ có một lời tuyên bố rằng tôi có thể đứng ra làm một quyết định trong phạm vi hạn hẹp đúng với khả năng lập luận sở trường sở đoản, là làm thay đổi mọi ràng buộc các cớ dẫn đến mọi tình huống trớ trêu nếu có.

Chắc em còn nhớ đến ngày ra đi không kèn không trống, trốn chạy khỏi thị trấn, em đã từng gọi tôi là nhà thơ. Trong sự hốt hoảng tột cùng của lí trí mà em còn thốt lên được sự quí trọng một người làm thơ như tôi, đến giờ tôi vẫn không biết được nên vui hay buồn. Tôi tự hỏi như vậy.

Bởi vì tôi không mấy tin vào tài năng của tôi, lúc thế này lúc thế nọ không đồng nhất. Mọi sự ngẫu nhiên không nắm bắt hay sờ mó được, mà phải bằng sự cảm xúc tung hứng làm nên sự mầu nhiệm. Vậy mà, đến nỗi tôi có dự định dần dần từ bỏ việc viết lách và làm thơ trong một thời gian, đến khi nào cảm thấy mọi việc hứng thú trở lại cũng không muộn, theo như tôi biết thơ văn là vô bờ bến, và sẽ làm một cuộc dấn thân mạnh mẽ trong hành động.

Những niềm vui của tôi ở đây thật là lớn lao vì cuộc sống rất đơn giản và xuất phát từ những niềm đam mê có yếu tố quyết định vĩnh cửu trong sự sàng lọc qua thời gian, ánh nắng gió mùa, không khí trong lành, sông núi ruộng đồng và những bữa ăn đạm bạc nhưng rất ngon miệng. Tôi đến tôi đi theo một lộ trình của một con người cần cù biết tường tận mọi trở ngại khó khăn, mọi va vấp, nên cuộc trò chuyện chóng vánh thực hiện với người bản xứ thuộc lòng địa hình. Thỉnh thoảng khi ngôn từ không đủ diễn tả, tôi làm một động tác nhún vai và đi dạo lòng vòng không đủ nữa, tôi huýt sáo giữa mênh mông trời đất để động viên tinh thần cho thoải mái, phấn chấn trong lòng.

Có lúc hứng lên huýt sáo một bản sonat của Schubert khúc Chiều tà, thế là ta cảm thấy hao hụt và biết đến các sáng tác trong âm nhạc của Franz Schubert mang tính biểu diễn, Serenade là những bản nhạc được biểu diễn trong những buổi chiều tà, giai điệu thường được cất lên dưới những khung cửa sổ dành riêng cho người tình hoặc bạn bè. Thói quen ấy bắt đầu vào thời kỳ Phục Hưng cho đến ngày nay vẫn còn tồn tại ở một số nơi trên đất Châu Âu.

Dư vị ngọt ngào dù có nắn nót đi mấy cũng bị mã hoá theo thời gian, và cảm xúc chợt nhận ra đời mình thật là vô vị, khốn khổ, không xứng đáng với kẻ từng được tung hô và từng trải nghiệm cung cách sống.

Tim mình, hơi thở mình cứ chao qua chao lại, có lúc hụt hơi như con thoi của người dệt củi. Nó nói đến thời gian tôi đang sống, theo chân dong ruổi của Sa Huỳnh tôi tin rằng mọi việc mọi nhu cầu sẽ êm xuôi. Bởi lẽ, điều này Sa Huỳnh cũng thừa biết tầm vóc của con người không phải lúc nào cũng tuân theo một qui tắc nhất định.

Tâm hồn con người luôn biến hoá theo thời gian, sự tĩnh lặng, cô liêu trong sự hạn định có chuẩn mực.

Nhìn từ cái tâm trạng của mình lúc này đây, con người hiện ra trước mặt mình không như một cái gì đó hồn nhiên, mà trái lại tựa như những mắc xích liên đới nhau trong sự tha hoá của thời gian, như những con thần lằn đứt đuôi nhưng vẫn nhởn nhơ sống trong bầu khí quyển, và trong khoảng thời gian nào đó sẽ mọc đuôi trở lại trong sự bão hoà của chất khí acit carbonic, và dĩ nhiên sẽ có một sự hoài nghi về loại động vật này, đứt đuôi chỉ là tình thế bắt buộc tạm thời trong một tai nạn, và dày đặc những lời ta thán, dày đặc cây cỏ mục nát từ đó hình thành ra tạo vật. Một mớ hỗn độn phi lí, không còn thấu hiểu nổi. Những khái niệm trừu tượng mơ hồ không có thực mà một số người đó ưa thích những khái niệm siêu hình trong nghệ thuật phản ảnh một tâm trạng, một trào lưu văn hoá, một mảng văn học có tầm cỡ từng làm quyến rũ biết bao người trong xã hội trong đó có Sa Huỳnh, có tôi và hằng hằng con người mang ơn Thượng đế.

Nói đến giá trị thì ở đâu cũng có giá trị như nhau, dưới hơi thở dốc hết toàn lực của sự huỷ diệt. Tôi cảm thấy mình đã ngoi lên để thốt ra những ngôn từ và âm tiết đầy ấn tượng, đôi khi thậm chí không thành ngôn từ, mà chỉ là những tiếng "ú ớ" một tiếng "ôi thôi" một tiếng "ừ" rất đỗi ngờ nghệch, hay là giả bộ ngờ nghệch không biết gì, có đủ trăm ngàn cách nói không trúng trật vào đâu hết. Sau đó làm cho chúng ta mất hứng thú và bị tiêu diệt một cách trơn tru, và ngay cả những ý niệm sâu xa nhất, nếu được đem ra mổ xẻ cũng để lộ ra bản chất là không làm gì những con búp bê nhồi cảm và giấu trong cảm là một cái lò xo bằng thép đã hoen rỉ nhưng rất cứng có thể đàn hồi lên xuống.

Sa Huỳnh hiểu mình, tôi hiểu mình và những con người xung quanh có sự tương tác nhau cũng tự hiểu mình để thấu rõ hơn những suy nghĩ bâng quơ tưởng đâu dữ dội ấy không hề làm cho tôi nao núng, mà trái lại chúng còn là một thứ bùi nhùi bằng rơm rạ không thể thiếu để nhen nhóm lên ngọn lửa sưởi ấm bên trong tâm hồn cô quạnh của bất cứ một ai trong chúng ta, nếu nhận ra được nguồn cơn điên loạn không cảm hoá được, và tôi đã thấy cũng như trong nháy mắt đã giao hảo với Sa Huỳnh cùng một tâm trạng với người đàn ông nào đó trong xóm làng diễn ra vô hình vui vẻ và đồng bóng, từ nay trở đi tôi có thể, Sa Huỳnh hay một anh bạn của tôi có thể sắm vai diễn một cách trơn tru bóng bẩy trên trái đất cho trọn vẹn, nghĩa là mạch lạc đồng bộ và không tỏ ra thất vọng và nản chí. Một khi thấy mình cũng cộng tác trong tác phẩm mà mình là người đang diễn xuất trên sân khấu ở một làng quê xa xôi hẻo lánh. Một thị trấn ngút ngàn đồi núi bao bọc.

Chính nhờ thế mà khi lướt nhìn qua một vở bi hài kịch hay một câu chuyện nào đó qua sân khấu của vũ trụ, tôi có thể thấy Sa Huỳnh ở trên một ngọn đồi đang bóng bẩy với thời gian, một trò chơi để hai đầu ngón tay trỏ và ngón tay cái khít lại rồi bật tung ra.

Những ngọn đồi thoai thoải chạy dài qua những thung lũng khói sương mù mịt, như trên thung lũng ở trên Di Linh - Lâm Đồng không khác gì nhau, rất đẹp. Nếu anh là một người ở đâu mới đến sẽ cảm nhận được điều tôi vừa nói là đúng. Thị trấn của những thung lũng sương mù mà thiên nhiên đã ban tặng.

Những bản tính với lòng kiêu hãnh, dị hờm có khi nghịch ngợm, rồi cũng có một ngày nào đó hoan hỉ vì những con người có máu mặt của sự huỷ diệt nhiều vô kể mà không thể một sớm một chiều đánh bại, bởi như thế chủ đích của tôi cũng na ná như Sa Huỳnh trong muôn hình vạn trạng, có cuộc sống hầu như vô vọng, sẽ sớm trở thành anh hùng rởm và tâm hồn biết đâu đã đạt được một tầm nhìn vĩ đại bi tráng hơn những gì ta tưởng.

Chắc chắn Sa Huỳnh phải coi cuộc đời Sa Huỳnh đang sống là một cuộc đời hạnh phúc bên người thân yêu và gia đình, có khi va vấp vào những rối rắm nhưng không sao, đời mà hơi đâu. Một câu nói bất chợt trên đầu môi chót lưỡi, coi nó là thế, nó ắt là thế. Hiện thực bất biến. Tôi không muốn mất hứng. Nếu ta cùng đi, cùng nhắm mắt, ghé mũi ngửi, thở dài rồi bắt tay nhau trong cái cười sảng khoái. Đời là thế ư!

Sa Huỳnh lâu nay cũng khớp với cái hạnh phúc nửa vời là làm sao cho vừa tầm vóc với chính mình, và tầm vóc của Sa Huỳnh bây giờ, lớn hơn tầm vóc của một ai đó sống trong thế gian này còn đầy những bất trắc và rủi ro. Dù sao những quan điểm còn trái ngược nhau.

Còn về phần tôi, tôi thường hay quên, tôi tự gièm pha, tự lạc lối, lòng tin của tôi cũng rơi rớt đâu đó dọc đường, cũng là một bất tín cạp lần vào nhau. Đôi khi tôi cảm thấy muốn làm một cuộc đổi chát riêng tư, đổi cả cuộc đời lấy những phút giây sống ngắn ngủi. Nhưng tôi luôn nắm chắc tay lái, tôi chẳng bao giờ quên điều đó, ngay cả trong những phút giây ngọt ngào nhất của kiếp nhân sinh này, tôi cũng không bao giờ lãng quên đánh mất cái đích đã nhắm hầu vươn tới.

Tôi còn nhớ cái ngày cùng với Sa Huỳnh đi xuyên qua một ngọn đồi để về lại con dốc thoai thoải chạy xuôi về xóm làng. Sa Huỳnh bỗng dung đi một hướng khác, tôi vội vã đi một hướng khác, nơi một thị trấn nhỏ chỉ mất ba mươi phút đi bộ. Sa Huỳnh lúc này đi đến khu vườn đầy cây trái ngọt đong đưa, ở gần khu dưỡng lão. Tại đó có những ngôi đình xưa cổ và những cây cổ thụ cao ngất ngưởng, đây đó những cây chuối lùn mới trồng, những cây sưa bông màu vàng, từng bầy ong sẽ bay đến bu vào những bông hoa nở rộ, những bông hoa run rẩy đón chúng hút nhuỵ hoa của mình.

Sa Huỳnh ngắm nhìn và dạo bước, tôi dạo bước ngây ngất lặng lẽ như trong một giấc mơ. Bỗng nhiên ở một góc khuất trong con đường quanh co, hiện ra một nhóm nhỏ học trò và cô giáo vừa đi vừa nói chuyện và hát nghêu ngao bản nhạc "Lối về xóm nhỏ" Sa Huỳnh cũng bắt chước hát theo dăm câu.." Về thôn xưa ta hát khúc hoan ca...." Sa Huỳnh đi lướt qua mà cũng không còn nhớ có bao nhiêu em học sinh. Sa Huỳnh chỉ nhớ cô giáo trẻ, thân hình mảnh mai gợi cảm, tóc đen tuyền xoã ngang vai, mặc chiếc áo dài xanh da trời..

Với sự mạnh bạo thường có trong mơ. Sa Huỳnh ghi lại và nói trong cảm xúc "Cô giáo và nhóm học trò nhỏ" rất đẹp và dễ thương lắm, Sa Huỳnh nói cười luôn miệng trên con đường về. Thú vị, rất thú vị. Thế rồi hối hả vì quá ít ỏi thì giờ, để nói về cuộc đời này, về nhân tình thế thái, về nhân sinh quan, về triết lý một quan niệm chung của con người.

Sa Huỳnh không thể nào quên nổi hân hoan và sầu muộn của một kiếp người. Sa Huỳnh và nhóm nhỏ học sinh, cô giáo không quen đó cũng trở thành bạn cố tri, thành người bạn cũ sau này, họ đã mang trách nhiệm đối với tâm hồn nhân cách và thể xác quả cảm chân thực trong cái nhìn đằm thắm của cô giáo trẻ. Sa Huỳnh vội vội vàng vàng chỉ vì mấy phút sau ấy Sa Huỳnh sẽ lìa xa cô giáo và nhóm học sinh kia mãi mãi. Trong không khí, Sa Huỳnh ngửi thấy sự say đắm và cái lìa xa dần đi vào ngõ cụt.

Xe đến xe đi bóp còi inh ỏi. Tôi giật mình như tỉnh mộng. Tôi cúi đầu chào hai cô gái mới quen. Làm sao tôi có thể quên được cái hồn nhiên với nụ cười chúm chím trên môi, qua cuộc trò chuyện trong chốc lát tôi mới biết được hai cô gái sinh đôi đó là em ruột của Sa Huỳnh trong thị trấn này.

Chú làm gì ở đây, thị trấn này quanh năm sương khói mờ mịt có gì đáng để tham quan, đây đó núi đồi và mấy quán cà phê, những cái ấy là gì nhỉ? Chẳng có nghĩa gì hết.

Tôi nhìn hai cô gái, dò xét phản ứng trên nét mặt:

Chú đến đây theo đôi chân mách bảo khám phá nơi đồi núi bí ẩn này, mà hai cô còn đi học nên không biết được. Tuy nhiên, theo chú không thể nói vô nghĩa được, chúng ta vẫn thấy thị trấn thơ mộng đấy chứ.

Hai cô gái cảm thấy không mấy hứng thú trong câu chuyện này nữa, có lẽ không thấu hiểu hết mọi chuyện trên trời dưới đất này để nói. Câu chuyện gác lại nửa chừng...

Nhưng tại sao tôi lại thích ghi chép lại những điều này và sẽ cho hai cô gái biết. Để cho hai cô gái thấy mà không quên một giây phút nào mà chúng ta vô tình lại gặp nhau ở nơi này, và cũng để có dịp tung hứng cái lơ ngơ trong thói quen cố hữu tốt xấu, cái hào nhoáng bên ngoài của một vùng quê yên tĩnh.

Giờ đây, khi tôi không còn ở trước khu đồi thấp được san ủi tạo thành mô đất rộng lớn, trên đó là những ngôi nhà gỗ bán cà phê, ở xa nhìn lên rất đẹp. Do đó có tìm mỏi mắt cũng không còn thấy Sa Huỳnh, khi tôi không sợ tỏ ra uỷ mị và lố bịch. Tôi có thể nói với hai cô gái đó rằng: "Tôi rất quí mến hai cô vô cùng"

Tôi đã ghi chép lại tỉ mỉ, và đã viết xong sau đó. Tôi đã nói chuyện qua cách tiếp cận bằng ngôn ngữ và âm tiết với Sa Huỳnh, nhóm học trò nhỏ, cô giáo và hai cô gái em ruột của Sa Huỳnh, tôi cảm thấy nhẹ nhõm, nhưng không hình dung được nhẹ nhõm như thế nào.

Tôi vẫy tay gọi một ông đứng tuổi sồn sồn đang đẩy chiếc xe bán trái cây bên vệ đường, núp bóng dưới cái ô dù may bằng vải xoè to, ông ta đang thử mô hình buôn bán trái cây lâu năm của ông ta có đem lại sự giàu có không, hay chỉ ổn định được cuộc sống lắm nhiêu khê này.

Lại đây, thưa ông tôi gọi?

Ông ta niềm nở chào, nhưng không vội vã trả lời

Nói đến cuộc sống là rắc rối, rối ren, phức tạp. Chỉ có chết mới hết được rắc rối, sống thì còn kéo dài dây dưa trong vòng lẩn quẩn cơm áo gạo tiền.

Ông ta cân xong rổ trái cây cho khách, rồi nói tiếp:

Chú mày có hiểu từ sống nghĩa là gì không?

Tôi hiểu nhưng vẫn không nói gì. Tôi biết ông ta nói có lý, tôi biết vậy, nhưng tôi không thốt ra được lời nào. Cuộc đời tôi đã đi chệch hướng và sự giao tiếp của tôi với mọi người chung quanh giờ đây đã trở thành một cuộc độc thoại đơn thuần. Tôi đã xuống cấp đến mức như ngôi nhà bỏ hoang không có người ở, nếu phải chọn giữa việc phải lòng một người đàn bà nào đó và đọc một quyển sách nói về tình yêu, về thơ ca, chắc tôi sẽ chọn cuốn sách nói về thơ ca, như Sa Huỳnh đã từng nói thế.

Ông ta là một người ưa nói chuyện, nhưng sự hiểu biết có chừng mực tôi đoán như vậy.

Đừng có logic máy móc quá không hay lắm đâu chú em ạ, cứ gọi là chú em đi, vì chú còn trẻ nhỏ tuổi hơn ông anh này này, cái chắc.

Ông ta nói toàn chuyện trên trời dưới đất, ngổn ngang chuyện tào lao thiên đế, chẳng ăn nhập vào đâu hết, toàn là chuyện mang hơi hướng triết lý suông như cối xay cùn. Ông ta lượm lặt được ở đâu đó nói đi nói lại đâm ra sáo mòn, nhưng ông ta nói quen miệng rồi, nghe cũng được không nghe cũng được. Tôi nghe một cách miễn cưỡng.

Ông ta như chợt nhớ ra trong đống kỷ niệm đổ nát những lời nói đầy khôn ngoan.

Khi rơi vào tình thế rủi ro, không may, chú em đừng lạy chúa toàn năng hay nghe lời mấy thầy tu nói làm gì, chẳng có một thiên đường nào khác để đi lên đâu.

Ông ta cười một cách sảng khoái. Đột ngột dừng lại không nói thêm một lời nào nữa, hít một hơi sâu vào lồng ngực rồi thở ra một hơi dài.

Ông ta nhìn thẳng vào mắt tôi

Thế nào? Ông ta hỏi

Và khắc khoải chứ!

Ta nói chừng đó đủ rồi. Biết chi nói nấy, cũng có ngày ta im hơi lặng tiếng, không thèm nói với ai một lời nào, cạy răng ta cũng không nói.

Tôi chào ông ta, rảo bước đi thật nhanh

Ông ta cười cười, đẩy chiếc xe trái cây đi chỗ khác bán, miệng nói lẩm nhẩm điều chi đó không nghe rõ.

Ngày ngắn dần, trời mau tối và mỗi ngày về cuối chiều, lòng người trở nên bứt rứt không yên. Mội nỗi bàng hoàng ban sơ chụp lấy chúng tôi, nỗi bàng hoàng của cha ông ta xưa khi thấy mặt trời mỗi ngày tắt nắng sớm hơn những tháng mùa đông. Hẳn cha ông tỏ ra tuyệt vọng nhưng không sao.

Dù sao nơi đây cũng là miền đất hứa mà Sa Huỳnh trở về lại sinh sống đầy ắp những kỷ niệm khó quên.

Vũ Khắc Tĩnh

cũng muốn chạy theo tiếng vỗ tay
hồn ươm tình nở nụ thơ đầy
luống lòng em bón hương thanh sắc
bất tử hay thơm được mấy ngày ?

luânhoán

dinh cuong

NGUYÊN CẨN
TỘI TỔ TÔNG

Buổi chiều xuống dần. Quán bắt đầu có những người khách mới bước vào. Họ đến lưu trú ở khách sạn hay chỉ đến dùng bữa tối vì Phương Nam là một khách sạn và cũng là nhà hàng quen thuộc của khách phương xa khi đến Cà Mau dù không còn là hàng "top" thì cũng vẫn có hạng hơn những nơi khác. Đạt trầm ngâm. Bây giờ ngồi đây ăn, hay ra ngoài phố kiếm chỗ nào la cà, lai rai tới khuya rồi về. Mai phải ghé nhà máy thủy sản hỏi thăm cha đang làm việc ở đó. Sao ổng lại khóa máy, hổng nghe gì hết trơn vậy trời! Rồi đau yếu làm sao? Đạt muốn dành cho cha sự ngạc nhiên vì ổng đi hoài, theo các công trình, nhưng chủ yếu ông thích lang thang các tỉnh miền Tây nhiều hơn, dù ông từ ngoài Bắc vào nhưng nghe nói về các tỉnh miền Bắc nhận công trình là không muốn đi. Ổng nói: "Mình ở trong Nam quen thủy thổ rồi, mọi thứ đều dễ chịu, kể cả lòng người, ra ngoài đó đối phó với chúng nó ranh ma quỷ quyệt, mệt lắm!" Đạt đã có lần theo ông xuống Sóc Trăng lắp đặt thiết bị cho mấy nhà máy ở đó. Ông nhận thầu phụ trách hệ thống kệ và có khi cả băng chuyền cấp đông cho mấy nhà máy. Thu nhập khá tốt nên ông cũng hào sảng mỗi khi gặp Đạt là hỏi: "Mày còn tiền không?" Rồi dúi vào tay chàng một xấp tiền. Lúc sau này sức khỏe ông cũng sa sút chắc vì thù tạc nhiều, chén chú chén anh cả đêm nên gan thận suy hết rồi, có lần phải nhập viện. Đạt cản hoài nhưng ông chỉ nói: "Tao vui chút chút với anh em thôi. Thà chết trong sung sướng còn hơn sống mà kiêng khem đủ thứ mày ơi!". Ổng hút mỗi ngày cả gói thuốc Camel …

Lần này ông lắp dây chuyền IQF (hệ thống cấp đông nhanh cho sản phẩm rời - Individual Quick Freezing) cho Camimex. Ngoài năng khiếu kỹ thuật, ông hào hoa, chơi kèn saxophone và cả harmonica trong những buổi chiều rảnh rỗi. Ông thổi những bài nhạc Đạt rất thích như bài Hạ Trắng, Biển Nhớ, Besame Mucho, My heart will go on, Silhouette … Và đặc biệt ông rất mê hoa, đặc biệt mai tứ quý. Đạt cũng không hiểu sao ông lại lấy mẹ mình, một người ngoài nết dịu dàng ra thì hết sức thực tế, không hề mơ mộng, câu hỏi mỗi ngày bà hỏi là: "Mai con muốn ăn gì? Mẹ đi chợ sớm mua cho?". Và bà cần mẫn như một con ong, không chút lãng mạn. Bà chỉ thích một số bài Boléro như Sầu tím thiệp hồng, Đôi mắt người xưa. Có khi ông cũng chìu ý bà thổi vài bài boléro cho bà vui như Phố đêm, Tà áo cưới, "Hoa nở về đêm" đây là bài mà mỗi lần nghe Đạt thấy bà xúc động, rươm rướm. Chắc bà cũng có chút kỷ niệm xa xưa nào đó, có khi bà lẩm nhẩm hát theo: *"Một người tìm vui mãi tận trời nào/Giá lạnh hồn đau/Một người chợt nghe/Gió giữa mênh mông rót vào trong lòng/Và một mình tôi chép dòng tâm tình/Tặng người chưa biết một lần/Vì trong phút ấy tôi tìm mình thì thầm/Giờ đã gặp được một nụ hoa nở về đêm…"*.

Đường vào công ty hai bên đầy những người buôn bán nhỏ, họ bán cho công nhân từ quần áo cũ mới cho đến xô thau, con cá miếng thịt bó rau cả một cái chợ chồm hổm trên đường đi. Ghé Văn phòng Công ty, Đạt nói tôi muốn gặp ông Thành đang giám sát công trình lắp máy ở đây. Họ nói anh hỏi chị Phương, Trưởng phòng xuất nhập khẩu. Đạt ghé gặp chị Phương, một thiếu phụ khoảng 40, cặp mắt tinh anh, người thon thả. Chị nói: "Ông Thành hả, nghe nói con ổng đau, xin nghỉ bữa nay?" Đạt bàng hoàng: "Chị nói sao? Tôi là con ổng đây nè, 32 tuổi rồi, đau yếu gì đâu?". Chị Phương ôn tồn: "Tui có biết gì đâu? Em của anh thì sao?" Đạt gằn giọng: "Đứa em gái tui cũng mạnh khù, nó lấy chồng rồi, nó ở Sài Gòn mà?".

Chị Phương nhìn Thành dò xét, giây lát chị nói: "Anh ghé nhà ổng đi, nghe nói ổng ở đường Phan Đình Giót, gần đường Nguyễn Văn Bảy đó." Đạt khựng người: "Có địa chỉ không chị? Chứ cái đường dài ngoẵng biết ổng ở đâu?" "Sao anh không điện thoại ổng đi?" Lúc đó có mấy thợ hàn đi vào, chị Phương nói: "Nè mấy em chỉ anh này nhà ông Thành đi?" Có một anh nhìn Thành giây lát rồi nói: "Ổng ở số 345/12 Phan Đình Giót." Đạt cúi chào chị Phương, ngỏ lời cảm ơn và vội vã bước đi. Anh gọi taxi đến căn nhà ông Thành đang ở. Đó là một căn nhà cấp 3, hai tầng, có một khoảnh sân vườn. Đúng là nhà cha mình rồi. Trước nhà là những chậu mai tứ quý. Những cây mai có hai tầng cánh, hoa nở đến hai lần, năm cánh màu vàng rực rỡ. Ông Thành giảng giải cây mai tứ quý mang ý nghĩa may mắn, hạnh phúc, tượng trưng cho sự đoàn viên. Bông hoa mai tứ quý có màu vàng đậm, khi tàn có màu đỏ thẫm, đây đều là hai màu sắc được mọi người yêu thích bởi trong phong thuỷ màu vàng tượng trưng cho kim tiền, sự sung túc, thịnh vượng và màu đỏ tượng trưng cho may mắn. Trồng một cây mai tứ quý trong sân vườn sẽ giúp cho gia chủ đón năng lượng tích cực, cuộc sống sung túc, tài lộc đầy nhà.

Đạt gõ cửa, lát sau có một đứa nhỏ khoảng 7, 8 tuổi thò đầu ra: "Chú tìm ai?" Đạt nói: "Ông Thành có đây không cháu?" Thằng bé rụt rè lắc đầu. Thành hỏi lại lần hai. Nó nhỏ nhẹ nói: "Ba đi rồi!" "Ba nào?" Đạt hỏi: "Có ông Thành ở đây không? Ông Lê Công Thành?". Thằng bé lắc đầu: "Đi rồi!" Đạt không nén được sự tò mò: "Má cháu đâu?" Lúc bấy giờ có tiếng phụ nữ trong nhà vọng ra: "Ai dậy con? Dô nhà đi!" Thằng bé nói: "Chú này hỏi ba nè!" Có bước chân lê theo tiếng dép bước ra. Một người phụ nữ trạc ngoài 40, trông gọn gàng, gương mặt dễ mến. Cô ấy hỏi: "Cậu tìm ai?". "Dạ, tui hỏi ông Thành có ở đây không?" Người phụ nữ thoáng giật mình: "Cậu là gì của ổng?" Đạt đáp: "Dạ tui là cháu gọi ổng bằng bác." Người phụ nữ xởi lởi: "Dậy hả, ổng đi vắng rồi. Chắc mai mốt mới dìa. Ổng lên Cần Thơ mua thêm thiết bị gì đó." Đạt hỏi vói thêm: "Vậy xin hỏi dì là gì của ổng?". Cô ta ngập ngừng rồi nói lí nhí: "Tui là vợ sau của ổng. Vợ cả chết lâu rồi!" Đạt nghe choáng váng: "Ủa nghe nói con ổng bệnh. Đứa nào vậy chị?" "À, thằng lớn, thằng hồi nãy nói chuyện với cậu là thằng nhỏ." "Vậy cháu lớn mấy tuổi vậy dì?". "Nó 13 tuổi rồi." "Tên gì chị?". "Nó tên Công, thằng nhỏ tên Nhân, mời cậu vô nhà uống nước?" Đạt nghe một nỗi chán chường dâng lên trong lòng. Anh bước vào, ngồi ngắm kỹ căn nhà. Hình cha mình và người đàn bà với hai đứa nhỏ treo trên vách. Thằng nhỏ có một số nét hao hao giống cha mình nhưng thằng lớn đang nằm thiêm thiếp trên ván thì y chang, cũng cái cằm chẻ, mặt vuông, lông mày rậm, sóng mũi cao. Nhìn bề ngoài thì thế thôi, chắc gì con ổng? Ổng cũng lụm khụm mà bà này đang hồi xuân, nghi lắm!. "Xin lỗi, dì tên gì ạ?". "Tui hả, tui tên Thơm" "Dì lấy ông Thành lâu chưa?" "Tụi tui lấy nhau hơn 15 năm rồi." (Vậy mà, Thành lầm bầm, mẹ con mình chẳng biết gì hết!) Cô Thơm nói tiếp: "Hồi trước ổng cũng xuống Cà Mau làm dự án gì đó cho Công Ty Cái Đôi Vàm, tui là công nhân nhà máy tình cờ gặp ổng rồi sống với nhau tới giờ! Nhưng mà ổng đi công tác hoài à. Ổng làm công trình mà!".

Chàng xin phép ra về để hôm khác ghé thăm sau. Chàng lẩn thẩn nghĩ ôi ông Thành ơi, ông ăn chi trái cấm vậy!. Ông bị loài rắn dục vọng dụ dỗ ông rồi! Chàng nhớ có lần đức Cha giảng: "Trong các loài thú đồng mà Thiên Chúa đã tạo nên, rắn là loài quỷ quyệt hơn cả. Rắn nói với người nữ: "Ông bà chắc chắn sẽ không chết đâu! Vì Thiên Chúa biết rằng khi nào ông bà ăn trái cây đó, thì mắt mở ra và ông bà sẽ giống Thiên Chúa, biết điều thiện và điều ác". Người nữ thấy trái của cây đó trông vừa ngon vừa đẹp mắt thì cả tin mà hái xuống rồi ăn, và đưa cho chồng cùng ăn. Mắt của hai người mở ra và nhận thức được sự trần truồng của mình, họ kết lá và đóng khố che thân. ..... Thiên Chúa hỏi: "Ai đã chỉ cho ngươi biết mình trần truồng? Có phải ngươi đã ăn trái cây mà Ta cấm đó không?" Adam thưa: "Người nữ mà Chúa đã để gần bên tôi cho tôi trái cây đó và tôi đã ăn rồi". Thiên Chúa hỏi người nữ. Người nữ thưa: "Con rắn đã lừa dối tôi và tôi đã ăn rồi".

Ngài phán với người nữ: "Ta sẽ gia tăng nhiều nỗi nhọc nhằn khi ngươi mang thai, và thêm nhiều đau đớn mỗi khi ngươi sinh đẻ. Tuy nhiên, ngươi vẫn ước muốn sống bên chồng, và chồng sẽ cai trị ngươi".

Sau đó, Ngài phán với Adam: "Vì ngươi đã nghe theo lời vợ, ăn trái cây mà Ta đã cấm, nên đất đai sẽ vì ngươi mà bị nguyền rủa. Ngươi phải khổ nhọc suốt đời mới có miếng ăn từ đất sinh ra. Đất sẽ sinh gai góc và cây tật lê, và ngươi sẽ ăn rau cỏ ngoài đồng ruộng. Ngươi phải làm đổ mồ hôi trán mới có miếng ăn, cho đến ngày ngươi trở về đất, là nơi ngươi từ đó mà ra. Vì ngươi là cát bụi, ngươi sẽ trở về với cát bụi".

Vì Eva đã xúi giục Adam ăn trái cấm, một số giáo phụ thời kỳ đầu coi bà và mọi phụ nữ sau này là những người mang *"tội tổ tông"*, và đặc biệt chịu trách nhiệm về Sự sa ngã. "Ngươi là cổng vào của quỷ" Ông Thành ơi, Ông Adam ăn nhầm trái cấm từ bao giờ vì cái bà Eva mà anh vừa gặp là Dì Thơm.

Chàng nhớ cha mình thường xuyên đi đây đi đó, đâu ngờ ông có gia đình riêng dưới này. Mẹ mình biết thì sao đây trời Đạt băn khoăn quá đỗi. Trước khi xuống đây Đạt đã lên kế hoạch thăm thú những nơi đẹp của Cà Mau ngoài những tán rừng, những đầm tôm, ruộng lúa cùng các vườn cây ăn trái, sân chim tự nhiên, với nhiều loại chim quý hiếm... Chàng tính thuê thuyền ra Hòn Khoai, Hòn Chuối, Hòn Đá Bạc, ... là những nơi còn giữ được vẻ đẹp nguyên thủy của tự nhiên, hay may mắn hơn dự lễ hội truyền thống như lễ hội nghinh Ông, vía Bà, đua ghe ngo... mang đậm bản sắc văn hoá của ba dân tộc anh em Kinh – Hoa – Khmer. Về Cà Mau nghe kể chuyện Bác Ba Phi, đơn ca tài tử, đi thuyền trên sông nước, thưởng thức những món ăn đặc sản của rừng, của biển... Hay đến Năm Căn là nơi chàng ao ước ghé thăm. Nhưng chàng không còn muốn đi đâu nữa!.

Giờ đây chàng chỉ muốn biết cha trả lời cho mẹ con mình về căn nhà cấp ba và hai đứa nhỏ này. Chàng điện về cho mẹ nhưng không nói gì và cho bà biết chưa gặp cha vì ông đi Cần Thơ rồi, chờ mấy bữa...

Chàng bỗng nảy ra một ý nghĩ, có thể là kỳ quặc nhưng hợp lý. Ngày hôm sau chàng quay trở lại căn nhà trên đường Phan Đình Giót. Gõ cửa, không có ai, chắc thằng nhỏ đi học, còn dì Thơm ra chợ chăng? Chàng sờ đầu thằng bé lớn, khá nóng, nó đang sốt ...Không nói gì, chàng lấy trong túi ra một cái kéo, cắt một nhúm tóc thằng nhỏ bỏ bao nilon mang sẵn. Hành động khá bất nhẫn, nhưng cần thiết cho một kế hoạch. Bỏ nhúm tóc vào túi chàng thấy nó cựa quậy, kêu khát nước. Chàng với chai nước đầu giường, rót cho nó uống. Nó thều thào: "Em mệt quá!" Chàng thấy tội nghiệp. Nó cũng chỉ là một đứa trẻ vô tội ra đời vì những người lớn ăn trái cấm. Chàng nghe tiếng mở cửa. Dì Thơm đi chợ về. Bà cũng vui khi gặp chàng "Cậu tới chơi hả?" Chàng nhẹ nhàng: "Em nó sốt cao. Dì nên đưa nó đi bác sĩ." Một cảm xúc lẫn lộn vừa giận vừa thương trong tâm hồn chàng thật khó diễn tả. Vừa muốn ghét thằng nhỏ ngoài giá thú của cha mẹ mình, vừa thấy ở nó một đứa bé tội nghiệp! Dì Thơm xuống bếp nấu cơm. Bà nói vọng lên: "Cậu ở lại ăn cơm nhen.".

Đúng lúc đó ông Thành về. Ông bàng hoàng khi nhìn thấy Đạt: "Ủa, Đạt sao mầy ở đây?" Đạt nhếch mép: "Lẽ ra con phải hỏi sao cha lại ở đây?" Ông Thành ngượng ngùng: "Ừ, thì chuyện tao với dì mày cũng lâu rồi!" Ôi cái gã Adam léo mép sao mà đáng ghét!: "Vậy là bấy lâu nay cha lừa dối mẹ con tui." Ông Thành xuống giọng, nói như năn nỉ: "Mày nói nhỏ thôi, coi chừng bả nghe." Đạt gằn giọng: "Cha sợ hả, vậy sao cha lại làm bậy!" Ông Thành nói: "Thôi sáng mai ra quán cà phê đầu đường Phan Đình Giót cha con nói chuyện." Thành nói nhỏ: "Lát ăn cơm coi như như bác cháu nhen cha!" Ổng gật đầu, cặp mắt tỏ vẻ làm ơn.

Trưa hôm sau, gặp nhau trong quán cà phê, buổi nói chuyện giữa cha con ngắt quãng vì cơn mưa bất chợt. Trời mù mịt tối sầm. Nước từ bốn phương quần tụ lại cuốn trôi bao rác rến. Gió lốc từng hồi qua mái tôn run lên bần bật. Ông Thành kể vào một ngày mưa gió như hôm nay khi đi công tác tại Cái Đôi Vàm, ông đang giám sát một công trình thì bỗng nhiên ngã gục. Ông bị cái mà dân gian gọi là "trúng gió", đúng hơn là đột quỵ vì sau một ngày đứng trong cái nóng hầm hập của nhà kho, thi công mấy hàng kệ, ông ra ngoài hứng chút nước mưa cho mát thì xây xẩm ngã xuống. Trong số công nhân ở kho có vài người là phụ nữ. Có một cô cũng khá xinh gái, quen gọi là chị Ba Thơm, quê ở Thanh Đạm hồi trước, bây giờ là Khóm 8, chạy ra đỡ ông lên, đánh gió và đưa về nhà trọ. Đêm ấy, cô ấy ghé phòng ông, nấu cháo và săn sóc ông vì cô cũng cảm mến ông cai hiền lành, ít có rầy la anh em, lại thổi kèn harmonica hay ác chiến! Vài ngày sau ông hồi phục. Một đêm cô ấy ghé lại hỏi thăm và cũng lại bị "phong tỏa đường về" vì một cơn mưa mù trời thối đất như hôm nay, cô ấy phải ngồi nán lại và trong phòng chỉ còn đôi nam nữ và "con rắn dục vọng ngọ nguậy" thức giấc, ông đã nắm tay cô hỏi: "Em cho qua hỏi có chồng chưa?" Sau cái lắc đầu là ánh mắt gợi tình và ông đã không dằn được. Con rắn trong lòng đã khiến Adam phạm tội ăn trái cấm khi ông hôn lên môi cô và ngấu nghiến thân xác người con gái đang run rẩy vì lần đầu biết đàn ông. Ông say mê cô từ đêm ấy và chuyện gì sau đó diễn ra tuần tự khi ông nói dối gạt vợ từ lâu, cô có bầu và ông phải trở thành một gã đàn ông có trách nhiệm dù có lần ông đã đề nghị cô phá thai nhưng cô kiên quyết chối từ. Cô nói: "Em muốn có một đứa con, dù không chồng cũng được." Ông cảm thấy có lỗi và quyết định đưa cô về thành phố Cà Mau mướn nhà trọ và sống với cô từ ấy, dù thời gian gần gũi nhau không nhiều chỉ vài ba tháng trong năm nhưng cô chấp nhận. Bé Công và bé Nhân lần lượt ra đời... Đạt nghe nửa tin nửa ngờ. Tình yêu đến dễ thế sao, hay cô ta có bầu sẵn rồi dụ dỗ cha mình. Nhưng chàng lặng thinh. Chàng quyết tâm làm cho ra lẽ. Chàng nói cha ngồi yên con cạo râu cho, râu ria lởm chởm kinh quá! Và chàng cạo râu cha xong, lấy một nhúm bỏ bịch nilon mang về...

Đêm cuối cùng trước khi rời Cà Mau, chàng ghé thăm cha và ăn cơm với Dì Thơm, họ xưng bác cháu cho dễ xử. Bữa cơm đầm ấm và Đạt thấy cha mình thật sự hạnh phúc bên hai đứa nhỏ, dù có nét giống nhưng không khỏi khiến chàng hoài nghi người đàn bà kia chắc gì chung thủy dụ cha mình dại dột đổ vỏ cho thằng nào ăn ốc?.

Và Đạt lẳng lặng đến Trung tâm DNA Testing trên đường Võ Thị Sáu ở Sài Gòn để xét nghiệm 4 người, bao gồm cả chàng vì nếu hai thằng nhóc kia khác chàng và cha có nghĩ là cô ả đã chài ổng và ổng nhận con người khác về nuôi hộ rồi.

Ba ngày sau, anh quay trở lại. Một ông bác sĩ cũng hơi lớn tuổi gọi anh vào phòng. Chàng hồi hộp bước vào, ông bác sĩ đưa ra một phong bì dán kín rồi nói: "Kết quả của anh đây. Anh cứ đọc, có gì thắc mắc thì gọi điện lại." Nhưng chàng vì quá nôn nóng nên mở ra luôn. Và chàng thấy mẫu DNA cha mình hoàn toàn khớp với cả hai thằng nhóc Công và Nhân nhưng để chắc ăn hơn chàng xem lại của mình. Chàng cảm thấy như có một dòng điện giật trong người khi DNA của chàng và cha lại không khớp(!). Chàng gặng hỏi: "Xét nghiệm này chính xác không, thưa bác sĩ?" Ông nghiêm mặt nói: "Hoàn toàn chính xác! 100%. Anh nghi ngờ gì?" Chàng ấp úng: "Tôi sợ Trung tâm lấy nhầm mẫu." Ông bác sĩ ôn tồn: "Chúng tôi chưa bao giờ nhầm mẫu người này với người kia. Anh biết có thể xảy ra án mạng, tan cửa nát nhà vì chuyện này mà! Nhầm cái gì chứ nhầm mẫu còn hơn giết người. Anh yên tâm đi.".

Đạt lẩm bẩm: "Lạ thật! không hiểu nổi!" Và chàng đứng lên, hai chân như muốn khuỵu xuống vì đầu óc choáng váng như có ai vừa giáng búa vào màng tang. "Bao năm trời ổng nuôi mình mà không phải cha mình? Hay là ổng không biết? Hay mình là con nuôi? Hay là ổng biết mình không phải con ruột nên lén lút có gia đình riêng dưới Cà Mau?" Những câu hỏi xoáy vào tâm não chàng.

Đạt bước đi dưới trời nắng gắt. Mồ hôi vã ra như tắm. Chàng không còn ý thức về thời tiết vì cảm thấy bàng hoàng trước chi tiết cuộc đời hé lộ.

Đẩy cửa bước vào nhà. Mẹ chàng ân cần hỏi: "Sao mệt không con? Mày đi nắng mà không mũ áo gì hết, bệnh chết. Vào nhà tắm rửa ăn cơm đi con. Ba mươi mấy không vợ không con, chán mày quá con ạ! Hay mày PD?" Đạt cúi gằm đầu xuống.

Chàng lẳng lặng ngồi vào bàn hỏi: "Mẹ này, khoan cơm nước đi. Con hỏi thật nhé Mẹ không được giấu?" Gương mặt bà chùng lại rồi giãn ra: "Mày muốn hỏi gì cứ hỏi" "Này mẹ" Đạt hít một hơi thật dài: "Con có phải con của cha không?" Bà thất thần, mặt xanh lại, lắp bắp: "Sao bữa nay mày hỏi cái gì kỳ cục vậy? Tao với ổng từ Nam Định vô đây mới đẻ mày mà! Mày sinh trong Nam." Đạt gần lại: "Không, mẹ nói đi, con là con ai? mẹ đừng giấu nữa!" "Bà cúi mặt dí dí ngón chân trên nền nhà rồi hỏi: "Ai nói gì, đứa nào muốn phá gia cang nhà tao?". Đạt hỏi thẳng: "Không có đứa nào xúi hết, con làm xét nghiệm ADN rồi, mẹ kể thật đi." Gương mặt bà bỗng dưng như muốn khóc, sầu thảm vô cùng. Ngồi trầm ngâm một lát: "Mà sao mày xét nghiệm làm gì? Ai xúi mày?" "Con muốn xác minh cho rõ, mẹ hiểu không? Con là con nuôi phải không?". Lúc bấy giờ, bà mới nói: "Không, con là con của mẹ, con ruột. Nhưng cha con có thể là người bạn trai cũ của mẹ tình cờ gặp lại trong một lần ông ấy vào công tác miền Nam." Đạt nói như gào lên vào mặt nàng Eva đã bị con rắn dục vọng dụ dỗ: "Rồi con hiểu rồi, lại trong một đêm mưa gió, lại thấy mẹ đang đau yếu, lại chăm sóc nâng niu rồi ăn ở với nhau luôn chứ gì?" Bà trợn tròn mắt: "Mày nói gì linh tinh thế?" "Hôm ấy vui bạn vui bè, mẹ có uống ít bia và hơi say nên ổng ấy chở mẹ về và không về nhà mà ghé vào khách sạn qua đêm, lúc đó cha con đi công tác hôm sau mới về, sau đó thì mẹ biết có thai nhưng không biết của ai, cha con hay ông ấy? Cho đến bây giờ mẹ cũng không biết? Mẹ đã vô cùng hối hận con ạ! Mẹ đã phản bội cha con nên sau này không dám rầy la ổng nhiều dù ổng cũng đi suốt, công trình gì mà 2, 3 tháng không về!.

Đạt nhìn ra ngoài sân, cây mai tứ quý đang rực rỡ trong nắng chiều. Chàng thấy lòng phân vân khó tả. Chàng hỏi mẹ: "Rồi cái ông bạn ấy bây giờ ra sao?". Bà buồn rầu nói: "Ông đột quỵ ngồi xe lăn mấy năm nay rồi. Ổng sau này có một đứa con trai nữa nhưng nó đua xe bị đụng chết rồi. Ổng hỏi thăm con hoài nhưng mẹ nói nó không phải con ông, đừng hỏi nữa, dù con có nhiều nét giống ổng hơn cha con. Ngày cha con gặp khó khăn kinh tế, ổng vẫn gửi tiền chu cấp cho con ăn học đấy chứ, Ổng là một quan chức về hưu rồi. Cũng là người có tình có nghĩa, con à!" Chàng thấy xung quanh mình tất cả đều vô nghĩa. Chúng ta những người đàn bà phạm tội tổ tông nên bị nguyền rủa hoài phải mang nặng đẻ đau, phải ăn năn phải thậm thụt hẹn hò và sống trong cơn mê đắm triền miên. Những người đàn ông: "Phải làm đổ mồ hôi trán mới có miếng ăn, cho đến ngày ngươi trở về đất, là nơi ngươi từ đó mà ra. Vì ngươi là cát bụi, ngươi sẽ trở về với cát bụi".

Có tiếng kèn saxophone hình như của Trần Mạnh Tuấn đang thổi bài Hạ Trắng từ quán cà phê gần nhà. Chàng nhớ đến tiếng kèn của cha trong những đêm mưa: "*Đời xin có nhau/ Dài cho mãi sau/ Nắng không gọi sầu/ Áo xưa dù nhàu/ Cũng xin bạc đầu/ Gọi mãi tên nhau/ Gọi nắng!... Nắng đưa em về/ Miền cao gió bay/ Áo em bây giờ/ Mờ xa nẻo mây/ Gọi tên em mãi/ Suốt cơn mê này.*".

Chàng như thể thiếp đi bồng bềnh trong cơn mê ấy và mong đừng thức dậy, ngày mai...

Nguyên Cẩn

bút danh: hồn cha mẹ
ấm áp mộ bia tôi
đời thơ khiêm nhường đọng
trong chữ ký vọng trời ?!
LH

KIỀU GIANG
TẤM GƯƠNG

Đã mấy mươi năm, hắn vùi mình trong căn nhà hầm đầy bí ẩn. Không phải thiên đường, nhưng cũng không phải là địa ngục, một nơi, đối với hắn, hình như không còn có khái niệm thời gian. Năm tháng đi qua chậm chạp hững hờ khô khốc. Hắn sống ở đây không biết là đã bao nhiêu năm, chỉ biết rằng từ khi hắn còn thơ dại cho đến nay hắn chẳng còn giữ nổi sợi tóc nào đen. Mỗi ngày chỉ làm mỗi công việc, thắp nhang, đốt đèn, và thực hiện nỗi đam mê không cưỡng nổi, cắm cúi trên trang sách bao giờ cũng viết dở . Không ai biết hắn đã viết những gì, nhưng chồng sách đã cao nghệu, thấm đẫm màu thời gian. Ngoài kia, nghe đâu thiên hạ vẫn gọi hắn là nhà văn, nhưng hắn không tin mình có phải là nhà văn hay không, hắn không biết mình có thật sự hiện hữu trên thế gian này hay không, nên nhà văn hay không phải nhà văn, với hắn, đều không có nghĩa gì. Điều quan trọng đối với hắn là cần phải viết, viết về sự bí mật của căn hầm, của tấm gương và của những những câu hỏi về sự hiện hữu hay không hiện hữu của hắn. Hắn vẫn viết và chờ đợi một điều thiêng liêng duy nhất mà cha hắn dặn dò, là soi mình cho được vào chiếc gương treo trên bức tường đất kia, một tấm kính mà bao nhiêu năm nay, vẫn bóng loáng, nhưng cũng chỉ có một màu đen lặng câm như căn nhà hầm hắn ở. Căn hầm như một viện bảo tàng lịch sử gia tộc hắn, chứa hàng ngàn tấm ảnh ông bà tổ tiên, nó chỉ có hai ngả thông lên trên là cái cầu thang đất và một ống thông hơi ngay trên đầu của những chiếc bàn thờ đã đen xỉn màu của tháng năm. Hắn ôm cái màu âm khí đó đã gần trọn đời người, nhưng bí mật của điều hắn chờ đợi vẫn chỉ là một bí mật. Suốt ngày hắn làm bạn với nó, và với tiếng hát và tiếng thở dài của loài con trùng, lạnh lùng, vụn vỡ. Lão nô bộc già câm điếc vẫn chỉ như một chiếc bóng di động, lặng lẽ và vô cảm.

Không biết tấm gương và căn nhà hầm có tự bao giờ, nhưng đó là một bí mật của dòng họ, chỉ có hai người biết là hắn và lão nô bộc, mà trước khi nhắm mắt, hắn mới phải bàn giao lại cho kẻ xứng đáng nhất của gia tộc kế vị.

Cha hắn từng nói với hắn rằng chỉ có hắn mới linh thụ được sự kỳ bí của tấm gương, và bảo hắn phải nhất thiết và kiên trì chờ đợi như một sứ mệnh thiêng liêng mà tạo hóa giao cho hắn. Có lẽ Thượng Đế ít khi tiết lộ những bí mật trong tay Người, trừ khi Người ngủ quên. Bởi thế, có những đêm khuya thanh vắng, giữa giấc mơ màng, hắn vẳng nghe như có tiếng nhạc trời đâu đây, nhưng khi hắn định thần thì tiếng nhạc lại ngưng bặt. Những giây phút mặc khải hình như còn treo lơ lửng trên đầu hắn, bóng tối cứ đi qua mái đầu không biết đã trắng phau tự bao giờ. Trong căn hầm loài côn trùng cũng về hùa với thời gian để tàn phá. Những quyển sách của hắn bị loài mối lần lượt nuốt đi. Gã không hiểu sao, cùng trên một chồng sách, nhưng chúng lại lựa để ăn. Có quyển chúng xơi rất nhanh, nhưng có quyển thì chúng chừa ra. Không biết lũ mối đã nhắm vào những quyển sách, hay chúng muốn tàn phá khối óc của hắn, tàn phá vào nơi mà suốt đời hắn muốn đặt một viên gạch vào cái thế giới văn chương, mà ở đó, có người cho rằng huyễn hoặc mơ hồ, còn hắn thì coi như là một thứ đam mê không cưỡng lại nổi.

Đêm nay, trừ tịch, quỳ trước bàn thờ tổ tiên, những ngọn nến nhả hương ngào ngạt đặc quánh, lòng tĩnh lặng thinh không, hắn chìm sâu buông xả. Bỗng một thứ âm thanh kỳ lạ vang lên trong căn hầm. Hắn vô cùng kinh ngạc, đứng bật dậy chạy đến trước gương. Một cảnh tượng kỳ vĩ mà có lẽ trong đời, hắn chưa bao giờ được thấy, kéo qua trong gương. Tâm tư hắn hoan hỉ rộn ràng. Hình như cả vũ trụ cổ kim chỉ dồn lại ở đây. Một dàn nhạc mà nhạc công lại toàn những nhà soạn nhạc lừng danh của mọi thời đại, đang diễn ra trên khoảng trời mênh mông, bay lờ lững trên Địa Trung Hải xương phơi, huyết lệ, trên dãy Hy Mã Lạp Sơn kỳ vĩ, quanh năm tuyết phủ phận người, trên dòng sông Danube xanh thẳm mơ màng của Châu Âu cổ kính. Hình như họ đang gieo những âm thanh thần thánh để cứu rỗi trần gian đang quay cuồng trong sân si cuồng nộ, họ biến trái đất cằn khô sỏi đá thành cung điện đền đài, biến sa mạc bi ai thành thiên đường diễm lệ. Beethoven đang vung que điều khiển Symphony No-9, F.Chopin đánh thức cỏ cây bằng bản Concerto diễm tuyệt trên xứ Ba lan tuyết phủ, bên cạnh người yêu đẫm chất văn chương George Sand diễm tuyệt. Rồi những W.A. Mozart, F. Schubert, S. Bach, họ thay nhau trên vùng trời vinh quang của sáng tạo. Thế giới hoang vu sống dậy trong những giai điệu nhạc trời. Họ cõi mây bay ngược thời gian về vùng trời Hy Lạp cổ, để hội ngộ Homer, để gặp thiên anh hùng ca Iliad, Odyssey, thấm đẫm bi hùng diễm tuyệt. Họ hoan hỉ chào Horace, Ovid, Socrate, Plato, Aristotles, Heidegger. Họ trò chuyện cùng Dante, tay ôm Divina Comedia cùng Virgil đi vào địa ngục, Beatrice trách Dante phạm nhiều tội lỗi khi nàng từ giã trần gian. Tình yêu của Beatrice dẫn Dante qua chín cõi thiên đường. Tắm chàng trên dòng sông thiêng Lete cho chàng quên đi mọi chuyện của trần gian đau khổ. Dante leo lên chiếc thang vàng và ngất ngây trong tình yêu Thượng Đế.

Nơi xứ sở sương mù, Shakespeare đang bay lơ lửng giữa bầu trời mênh mông bên trên dòng sông Thames lững lờ xanh biếc, Romeo và Juliet thơm ngát những vần thơ, hàng vạn văn thi nhân ngồi xem Hamlet trả thù cha, tiếng thơ phủ lên thế gian màu xanh thăm thẳm. Không có văn chương, bước chân vạn dặm của loài đứng thẳng cũng chẳng giữ nổi linh hồn.

Xa xa, kia là cảnh Goethe cùng Faust và người dân Đông Đức phá bỏ ngục tù để tìm về "cây vàng của cuộc đời tươi xanh", chối từ lời dụ dỗ của Mephisto quỷ quyệt. Thì ra Goethe đang làm thay đổi thế giới huyền sinh.

Và trên bầu trời Firenze xanh trong thơ mộng của nước Ý ngàn hoa, Leonardo da Vinci, đôi mắt sáng ngời, râu tóc bềnh bồng, cỡi mây ngồi vẽ chân dung nàng Lisa Del Giocondo tức là Mona Lisa kiều diễm mà nụ cười bất tuyệt, mấy ngàn năm sau không còn một họa sĩ tài danh nào dám bắt chước, Leonardo không một phút rời xa nàng, trong suốt thời gian còn lại của đời mình. Đám mây trần gian đã chở Leonardo và những người bạn của ông, Pablo Picasso, Vincent Van Gogh, Edouard Manet…bay lơ lửng trên bầu trời sáng ngời hương sắc của cuộc tồn sinh. Cây cọ của các người phải chăng đã tô điểm màu xanh bất tận của trần gian!

Hiện rõ trong tấm gương, bên góc trời Tây, Albert Einstein kết cánh cùng Aristotle, Newton, Galilei và Stephen Hawking bay vào vũ trụ, đã trăm năm cõi trần mà Einstein trở về, nụ cười còn nở trên môi, đầu chưa bạc, Stephen Hawking ôm cuốn sách " Lược sử thời gian" chui qua "hố đen", mà bệnh hiểm nghèo trong người ông tan biến, Galilei thoát khỏi tội treo cổ của giáo hội thiên chúa, vì đã dám nói rằng trái đất quay quanh mặt trời. Hành tinh thứ ba của thái dương hệ đang hò reo dưới đôi cánh thiên thần của họ, bay lên cùng với các thiên hà.

Bỗng hắn bỗng đứng phắt dậy trước gương, reo lên vì kinh ngạc, nơi bầu trời Tây mưa giăng mù mịt, hắn chứng kiến một cuộc đấu kiếm vô cùng ác liệt giữa các tay kiếm mà giáp phục của họ đều bê bết máu. Định thần, hắn mới phân biệt được tay kiếm già nhất chính là Alexander Đại đế, Hanibal Barca, Julius Cesar rồi mới đến Thành Cát Tư Hãn. Hắn cảm thấy rất vui mắt. Bóng hình họ ẩn hiện trong thứ ánh sáng mờ ảo giữa những cơn sấm chớp của trần gian . Bên này sân đấu là những tay kiếm trẻ trung, nhưng đầy vẻ quyệt liệt, bên trái là Mikhaiin Cutuzop cùng với Geogry Zukop, bên đối phương là Oliver Cromwel và Napoleon Ponaparte. Hắn kinh hoàng vì dưới chân của bọn kiếm khách là những dòng máu người lênh láng.

Dù đã trấn tĩnh để quan sát trong gương, nhưng hắn cũng phải rú lên vì chợt thấy từng đống sọ người nhảy nhót xung quanh Mao Trạch Đông, Hitler, Stalin, Giang Trạch Dân, Pol Pot, Kim Jong Sung và Hirohito. Tất cả bọn họ đều đi bằng đầu và cùng nắm tay nhau múa hát, âm khí mờ mịt bao quanh .

Hắn đã cố căng mắt từ đầu đến cuối để xem trong dòng họ hắn có ai không, nhưng tuyệt nhiên hắn không thấy, kể cả hắn. Trong gương, hắn còn thấy những chiếc bóng mờ nhạt kéo qua, nhưng hắn không thể nhìn rõ họ là ai.

Hơn nửa thế kỷ, điều mà cha hắn ủy thác, đã có câu trả lời trong đêm không một chút ánh trăng. Nhưng giữa cái thời khắc thiêng liêng ấy, hắn vẫn cảm thấy hoang mang đến cực độ, vì hắn không thể hiểu nổi những cảnh tượng đã hiện về trong gương. Những hình ảnh ấy cũng đã tắt cùng lúc với với sự le lói của ánh sáng trần gian. Hắn đăm đăm nhìn ra bầu trời, khác hẳn với bầu trời trong gương. Hắn đã trở về với một thế giới khác. Bất giác, trong nỗi cô đơn, hắn lẩm bẩm, "hiện hữu".

Kiều Giang

sống không hề để vui chơi
ta sống tuân thủ theo thời thế cho
luôn tích cực không giả đò
ngay cả khi ngã lò mò đứng lên
hoàn cảnh nào cũng vẽ lên
chữ nghĩa một chút mình trên cõi đời

luânhoán

NGUYỄN VĂN NHÂN
Tình Già Nhà Thơ Xứ Quảng

Đầu thập niên bảy mươi, mười sáu tuổi, hỉ mũi chưa sạch, tôi đã nhiễm vi rút thơ. Đà Nẵng, những trưa hè nóng chảy mỡ, nằm trên gác vắt óc rặn từng câu thơ. Cực thấy mồ tổ. Mà khi gởi báo được đăng đã gì đâu.

Rồi duyên may, hết khóa học đàn, thầy thưởng cho cuốn Lục bát thơ. Tôi biết đến thơ Luân Hoán từ đó. Thêm mê thơ. Mê luôn lục bát. Thiệt cám ơn anh.

Bằng đi nhiều năm, gặp lại thơ Luân Hoán trên facebook. Ngọn lửa thơ trong tôi tưởng tắt ngóm rồi, giờ bùng lên dữ dội. Xin cám ơn anh lần nữa.

Càng đọc anh, càng thấy anh mê thơ đến cỡ nào. Ăn nằm với thơ. Vui buồn, hạnh phúc với thơ. Sống với thơ. Cả đời thơ.

Một giáo sư toán, cũng là nhà thơ, có lần ghẹo tôi: - Nếu có quyền, tao sẽ cấm tiệt dân Quảng mầy làm thơ. Mười người hết chín người rưỡi mê thơ. Quá đáng.

Té ra nhà thơ Luân Hoán là dân Quảng rặt. Hèn chi. Chắc hồi con nít toàn nghe bà nghe mẹ ru thơ. Lậm vô máu luôn rồi.

Bất ngờ có tin nhắn của anh. Nhờ viết vài dòng cảm nhận về phần thơ tình già trong tập thơ anh sắp xuất bản. Cảm kích hết sức. Trước 75, anh đã có chỗ ngồi đỉnh đạc trên chiếu thơ Miền Nam. Vậy mà. Càng hiểu. Càng quý trọng anh hơn.

Thơ tình trẻ mướt rượt của anh nè:

Người tôi yêu ở tứ tung
Phước Ninh, Thạch Gián, Khuê Trung, Tam Toà
Hải Châu, An Hải, Xuân Hoà
Vườn ươm mấy cõi thơ tình trong tôi.

Người tôi yêu ở tứ tung
Nhưng sao chẳng thấy một người yêu tôi?
(Cõi bén tình thơ)

Tội. Nghiệp.

Để coi tình già của anh ra sao. Đằm thắm hơn, nồng nàn hơn. Thăng hoa hơn. Hay tinh nghịch hơn.

Nhà thơ, trái tim như cỏ lá. Một cánh hoa rơi, một dòng sông vắng, một buổi chiều mưa, một bờ vai nhỏ...Trái tim đã rung lên bần bật. Nhà thơ, không cảm xúc trước cái đẹp mới là kỳ. Mà phụ nữ, ai chẳng đẹp. Tuyệt phẩm của thượng đế. Biết sao giờ.

Trái tim cỏ lá, đâu có già đi. Tình già là nói vậy thôi. Gừng càng già càng cay.

Đây:

Ngày mỗi tới đêm mỗi qua lặng lẽ
Mây đầy trời vẫn lúc đậu lúc bay
Thiên hạ chẳng nghe ra lời gió thoảng
Nhưng hình như ta cảm được mỗi ngày
(Ngẫm nghĩ một đời tình)

Ngồi thắp lại chữ tình u uất nhớ
Mà thấy mình có đủ dại đủ khôn
Yêu thật dữ từng chặng đời để lớn
Chừ sắp xuôi tay lòng vẫn bồn chồn
(Ngẫm nghĩ một đời tình)

Khôn dại chi hè. Anh nói vui vậy thôi. Và tôi tin chữ yêu của anh chắc cũng khác người. Cảm mạo đó mà. Không phải ba lăng nhăng. Một đời tình vẫn chưa bưa.

Nữa nè:

Ta may có cả đời mê gái
Từ thanh xuân lạng quạng đến lão niên
Mắt biết ngó lòng biết mơ vẻ đẹp
Hồn bao la mơ mộng nhớ thuyền quyên
(Mê gái 2)

Thiệt tình. Cô nào cũng là bức tranh toàn bích. Không mê sao đặng. Mê vô sở vô cầu. Thiền vị quá chớ.

Thơ tình già, chất tinh quái Quảng Nam càng đậm nét:

Bây chừ thời đại thoáng hơn
Em thả rông cả cái hồn vía thơ
Phủi tay bay sạch chất khờ
Dù tôi mát mắt vẫn vơ vẩn buồn
(Yếm tình)

Tuổi nầy rồi, yêu tuốt luốt, chẳng ngán thằng Tây nào:

Em đang ở đâu tiểu thư
Sài Gòn, Đà Nẵng, Pleiku, Biên Hòa
Hay ở tuốt luốt bên Nga
Bên Tàu, bên Ý, Xiêm La không chừng
(Nhớ những tiểu thư)

Tình già, nhớ đâu có mông lung sương khói như hồi trẻ:

Nhớ như đói bụng cồn cào
Nhớ như thèm rượu ngáp trào bọt trong
Nhớ run tay viết lệch dòng
Chữ yêu thành yếu dài thòng vẩn vơ
(Nhớ những tiểu thư)

Vẩn vơ mà, có cụ thể ai đâu.

Đọc hai khúc thơ sau, tôi mường tượng anh đang cười tủm tỉm:

Cày qua núi vác đi thôi
Em ơi trăng lặn xuống rồi, vô tư
Đại sự không thể chần chừ

Làm sao có được thánh thư để đời
(Làm tình)
Nghĩ đi nghĩ lại thiệt đúng là đại sự.

Áo quần nên hở vừa vừa
Đậy chỗ đáng đậy hoặc chừa sơ sơ
Tránh dùm cho hình thức thơ
Chuyển tình thứ thiệt trên tờ bích chương
(Ba lơn thơ tình)

Ai dám nói anh ba lơn. Chắc anh đang nghĩ đến hình ảnh Yoni Linga ở thánh địa Mỹ Sơn. Đẫm chất nhân văn. Thiêng liêng, chẳng phàm tục chút nào.

Thơ tình già của anh, hình tượng Nàng thơ đã hóa thân thành Quan Âm hay Đức mẹ, đầy bao dung, từ ái:

Em Quan Âm hay là Đức Mẹ
Lạc phương nào ta vẫn một Giáng Sinh
Và chọn cho ta một khúc kinh tình
Như đoạn viết nầy đây em yêu dấu
(Tưởng niệm một cuộc tình giáng sinh)

Em xinh tuyệt đối hiển linh
Tôi cạn ngày tháng sợ mình hụt tay
Bầu trời cùng em thơ ngây
Xin nhận cung kính tình đầy rượu thơ
(Bầu trời, nữ sắc và tôi)

Đọc thơ anh, chắc nhiều cô thấy thấp thoáng bóng dáng mình trong đó. Có sao đâu. Cô nào chẳng phải Nàng thơ:

Em trong thơ ta, người không có thật
Đời nhân danh yểu điệu Nàng thơ
Em có thể cũng đủ đầy thói tật
Với ba vòng cùng với cái thanh cao
(Em trong thơ, em trong đời)

Qua mấy chục bài thơ tình già của anh, mới hay mê gái quá sức là phiền. Vậy mà lâu nay tôi đâu có biết. Nghe anh thú thiệt nè:

Mê gái kể cũng khá phiền
Suy đi ngẫm lại tu tiên khó bằng

> *Thưa em còn đủ lưỡi răng*
> *Mời cùng hôn gió trẻ măng hoài hoài*
> (Mê gái thời thượng thọ)

Muốn viết nữa ngưng thôi. Sợ thành kẻ vô duyên, dẫn dắt cảm xúc của độc giả.

Xin có đôi lời kết thúc bài viết:

Đọc thơ tình của anh, tôi liên tưởng tới cuốn Siêu hình tình yêu siêu hình sự chết của Schopenhauer. May phước, thượng đế đã ban tặng tình yêu cho nhân loại. Đội ơn ngài biết mấy cho vừa. Yêu thì già trẻ gì chớ. Còn thở là còn yêu. Thiệt quá đã.

Cám ơn nhà thơ Luân Hoán với những bài thơ tình trẻ tình già hết sức bay bướm mà cũng hết sức chân thành. Để con người còn thấy cuộc đời đầy nghĩa sống. Cám ơn anh.

Nguyễn Văn Nhân
Sài Gòn, 12.5.2024

hiền như vợ cũng biết chê
thơ ta ẩu tả nhà quê vần vè
chẳng hiểu ta chơi chủ đề
sát rạt cuộc sống chỉnh tề hồn nhiên
tỉnh rụi không vờ khùng điên
là vô cùng khó vợ hiền nhiều chưa
vòng vo giải thích dây dưa
dễ hư trời đất nắng mưa trong lòng ||| luânhoán

ĐẶNG XUÂN XUYẾN
Chơ Vơ

Chơ vơ lạc giữa cuộc người
Tôi ngồi lặng nhặt tiếng cười chát chua
Nửa đời lăn lộn được thua
Ngậm ngùi tự bán tự mua bóng mình.

Thế nhân nhiều thể bạc tình
Ngộ ra thì đã thất kinh mấy đời! ∎

Hà Nội, ngày 10 tháng 5-2024

HÀ NGỌC HOÀNG
VỀ LÀNG

Tìm về mảnh đất cha ông
Nhà xiêu vách đá giờ không có người
Chỉ còn có cánh bèo trôi
Con cò lẻ bạn biết nơi tìm về

Gian hàng bà bán quà quê
Chỉ là dĩ vãng nón mê đội đầu
Lang thang nhịp bước qua cầu
Làng mình vẫn cảnh dắt trâu đi cày

Hành bia mộ cỏ mọc đầy
Mai sau mình cũng về đây thôi mà
Giếng làng nào cách bao xa
Thắp hương cầu khấn vậy là thành tâm

Người đi xa kẻ về gần
Có quà cho trẻ người thân họ hàng
Đã qua được lũy tre làng
Chắp tay thắp một nén nhang cửa đình ■

BIỂN CÁT
Lưng Chừng Tháng Sáu

Ngồi xuống đây và nghe mưa khóc
Tháng sáu ngày tan trong những giọt mưa rơi
Tháng sáu hồn tôi chảy mềm trong nước mắt
Nhặt những nỗi buồn ủ hết vào tim.

Tôi lội ngược cơn mưa trở về trăm năm cũ
Sóng vỗ ầm ào trên ký ức luênh loang
Bụi thời gian tả tơi vai áo giũ
Vết dấu tình sầu cuộn quên nhớ mênh mang.

Tay bíu gió dạt mưa bay rưng rức
Nụ cười tôi đánh rớt giữa chiều hôm
Nhìn chiếc lá xoay tròn trong nuối tiếc
Ngậm trên môi từng giọt giọt mưa thơm.

Còn đâu đó ở lưng chừng tháng sáu
Bầy sẻ buồn rũ cánh hót trong mưa
Trời trĩu nặng giăng một màu mây xám
Những tảng màu mờ mịt buốt âm xưa.

Thì thôi nhé chờ mùa qua lặng lẽ
Sẽ quên dần con phố nhỏ mưa bay
Vai áo ướt rồi sẽ khô trong gió
Những dấu chân người năm tháng cũng phôi phai ∎

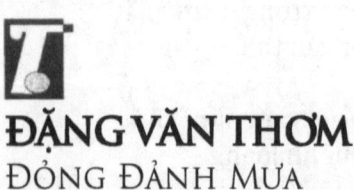

ĐẶNG VĂN THƠM
ĐỎNG ĐẢNH MƯA

Gió đưa tình theo đi muôn nơi
Em gieo tình ta thơm ngát giữa đời
Mùa lá nhạt giấc mơ thì đậm
Lững thững cơn mưa đỏng đảnh trong chiều

Mặc nhiên nỗi này khép kín nơi đâu
Vội vàng chi mai vầng trăng soi cầu
Thành phố lâm thâm chia vùng áp thấp
Ngàn mây gió cuốn biết về nơi đâu?

Lững thững mưa, ừ đỏng đảnh mưa
Sớm tối biển xa mênh mông ơ hờ
Dòng sông cuộn mình đục trong từ thuở
Ngẫm nghĩ một mình năm tháng thờ ơ! ∎

HỒNG HẠNH
Lời Mẹ Dạy

Mẹ dạy con rằng đời thật rất mong manh
Nhớ nha con đừng buông lời cay đắng
Thế giới bao la hãy tìm về tĩnh lặng
Nghĩ cho người cũng là nghĩ cho ta

Mẹ dạy con đường đời có vấp ngã có xót xa
Ngọt ngào đau thương ai cũng từng nếm trải
Có những điều người ta làm không phải
Hãy mỉm cười thôi kệ chẳng hơn thua

Mẹ dạy con đừng buông những chanh chua
Học cách bao dung thứ tha và độ lượng
Kiếp nhân sinh vô thường không ai lường trước được
Góp nhặt tình người trao hết những yêu thương

Vấp ngã rồi hãy làm bài học máu xương
Chẳng sao đâu con sẽ trưởng thành hơn nhé
Ươm mầm xanh gặt về bao vui vẻ
Hạnh phúc cho người là hạnh phúc cho ta

Mẹ già rồi đường phía trước chẳng còn bao xa
Vậy nên con xin một lần nhớ lấy
Phải thật ngoan và nghe lời mẹ dạy
Vốn quý con người là tâm mãi giữ thiện lương... ∎

HUỲNH LIỄU NGẠN
Phơi Tình Lên Núi

gió khuya vờn bóng mây dài
theo em chớp núi sương cài ngõ đông
giữa đường gặp ngã ba sông
anh nghiêng đầu xuống hư không có nhìn

ừ xin ừ thì anh xin
một trăm năm để niềm tin trở về
rồi mây trên núi ngủ mê
rồi quên gọi để trăng thề vơi tay

nghĩ gì mưa độ rơi bay
một trưa một nắng lẻ ngày lẻ năm
phương kia trời đã sang rằm
buồn anh ngại tiếng cho tầm tã thêm

lẻ đời anh lẻ đời em
lẻ thiên thu lẻ bóng đêm thở dài
lời thưa anh gởi trần ai
đêm nằm nghe nặng bờ vai cuộc đời

từ khi nước đổ về khơi
làm thân bến đợi chưa vơi được lòng
tình anh treo ở đầu sông
chờ ra biển rộng theo dòng mà trôi

ngàn đời anh nhớ em thôi
nhớ đầy vơi nhớ mưa rơi cùng về
che em chút gió qua hè
anh trầm ngâm xuống mân mê câu hò

để vai em lại bên hồ
anh đi chải tóc hư vô luân hồi
quên đi hết những thề bồi
tình anh như núi em phơi có đầy

mai về anh hỏi hàng cây
tình anh như núi có đầy em phơi ∎

19.5.2024

LÊ HỮU MINH TOÁN
Trăng Xưa

Trăng mọc ở đầu non
Cuối ghềnh trăng say ngủ
Hỏi trăng xưa có còn
Hẹn giùm ta ngày cũ

Vui không ngày mới lớn
Ngây ngô tuổi học trò
Ta cùng trăng nô giỡn
Trăng dạy ta làm thơ

Những vần thơ vụng dại
Ca tụng cả đất trời
Cùng thiên nhiên cây cỏ
Ta thả diều rong chơi

Chợt buồn lên đôi môi
Chợt buồn lên khóe mắt
Từng thu lá vàng rơi
Lá tuổi thơ dần mất

Và em cất tiếng hát
Nâng hồn ta bay cao
Ta say từng nốt nhạc
Say môi em ngọt ngào

Hẹn em trên sông vắng
Trăng đồng lõa đứng cười
Lung linh từng gợn sóng
Bên nhau ngồi làm thơ

Ôi! Ta thời thơ trẻ
Hồn lụa bạch trân châu
Qua rồi hai thế hệ
Thời gian bạc mái đầu

Trăng trẻ mãi không già
Nhưng trăng xưa vẫn khác
Đêm nay một mình ta
Ngắm trăng, buồn tuổi hạc... ■

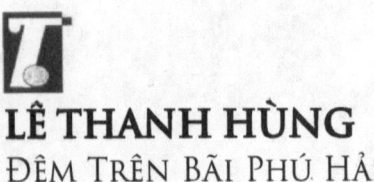

LÊ THANH HÙNG
Đêm Trên Bãi Phú Hải

Đêm lặng lẽ, oằn cong vòng sống
Gió hồng hoang thổi lạc bến sông
Em gánh cá qua triền cát động
Rớt xuống đường từng vết long đong

Sóng khơi xa, xô bờ ào ạt
Biển giăng giăng, mờ tỏ ánh đèn
Trên bãi vắng con thuyền cũ nát
Nằm khát khao, hoài niệm đan xen

Em bước qua, sao còn ngoảnh lại
Mơ hồ nghe, tiếng vọng xa khơi
Lời biển gọi, nghìn đời ru mãi
Rì rầm trong con nước đầy vơi

Cuộc sống xoay vần chiều sáng tối
Lạc loài trong tiếng nhạc hoài mong
Nghe trống vắng, hoang mờ tội lỗi
Dửng dưng ngày, gió lộng trên sông

Em bước vội, đường đêm quạnh quẽ
Nhọc nhằn theo lối nhỏ quanh co
Chợt quang gánh, gượng rung nhè nhẹ
Vạm vỡ nhìn, thầm tiếc đắn đo... ∎

NGUYỄN THANH SƠN
Nói Với Hoa

Đóa hoa quỳnh rung rinh
khoe nhị vàng cánh trắng
tôi pha vội ấm trà
trong gian phòng yên ắng

hoa và tôi đối ẩm
nhàn nhạt chén đầy vơi
hoa thủ thỉ cùng tôi
nôn nao chờ bạn tới

người đến mang tin vui
người đi lòng mong mỏi
hương vương víu chân ai
một đi chưa trở lại

còn đây tôi và hoa
lòng buồn không dám nói
tình tôi như tình hoa
rưng rưng màu sương khói ■

NGƯỜI SÔNG HẬU
Khi Ta Nhìn Vào Mắt Nhau

Hãy nhìn sâu vào mắt nhau
Nơi có ngọn lửa hồng ngày đêm thắp nắng
Sưởi ấm bao trái tim mùa đông băng giá
Nơi có dòng sông xanh tràn đầy mộng tưởng
Ngược dòng đưa ta tìm về bến cũ đò xưa
Nơi có lời hẹn hò một thời cùng nhau ấp ủ
Nỗi yêu thương và cả giây phút đợi chờ
Nơi có giọt nước mắt long lanh
Thời gian sẽ vì ta mà già cỗi
Sự lạc lõng trống vắng đóng băng vô cùng lạnh lẽo.

Đôi mắt có thể là ngọn hải đăng rạng trong đêm tối
Hay lặng thầm chìm khuất một nơi nào đó
Chỉ có ta mới thấu hiểu
Điều gì đã xảy ra
Khi hai người không thuộc về nhau
Đôi mắt không còn là đốm lửa
Chạy đuổi nhau trên một quãng đường dài
Chỉ còn lại vệt sáng cuối ngày
Hắt hiu chiếc lá.

*
Hãy nhìn sâu vào mắt nhau khi còn có thể
Một ngày không xa mặt trời chìm vào bóng đêm
Nỗi buồn đi vào quên lãng
Nỗi cô đơn không còn ai quấy rầy
Hay buông những lời miệt khinh ruồng rẫy
Tiếng đồng hồ gõ nhịp thời gian
Thinh không trong vô vọng
Người ngơ ngác lạc giữa dòng đời
Soi hình nhưng không tìm thấy bóng.

Vết thương sâu không thể tự chữa lành
Khi ta hiểu có một nơi để trở về
Thì cả hai đã không còn tìm ra hướng đi
Con đường bị lãng quên từ lâu
Dòng sông cứ thế trôi mải miết
Niềm vui và nỗi buồn
Trò chơi tình yêu tuổi thanh xuân đã khép
Người trở lại tìm nơi đầu nguồn cuối bãi
Chỉ còn lại thanh âm hoài vọng ■

PHAN XUÂN THIỆN
Một Ngày Với Mẹ

SÁNG
Nghe con sóc gọi bờ tre
Bước đi theo mẹ ra hè hái rau
Tập tàng canh có gì đâu ?
Tha phương quay quắt ngọn rau quê nhà

 TRƯA
Mẹ ra đảo mẹt cau khô
Nắng như trút lửa đổ xô xuống người
" Dành khi trái gió trở trời
Mang cho chòm xóm nhai chơi đỡ buồn"

CHIỀU
Triền sông bìm bịp kêu vang
Xa xanh cò trắng giăng hàng bay qua
Mẹ nhen bếp lửa trong nhà
Khói lam lên lẫn mây xa ấm trời

TỐI
Cuốc kêu ngoài bãi ven sông
Vườn sau cú rúc khổng không giữa trời
Mẹ ngồi lặng lẽ không lời
Có gì trong cõi xa xôi cháy lòng ∎

TRẦN THỊ CỔ TÍCH
Con Bống Trời Viễn Xứ

em tặng chị cà phê Ban Mê
nào đâu chỉ cà phê Ban Mê
mùi hương huyền thoại mười năm trước
lững thững mù sương cũng theo về

em về đưa chị đó cùng đây
ngang cổng trường xưa gió ngân dài
lời ca ray rứt trong vòm lá
phơ phất nỗi gì như heo may

em về thèm lắm don Cổ Luỹ
cá hố kho ngọt nước sông Trà
bao năm con bống trời viễn xứ
búng mãi về quê nỗi nhớ nhà

nào có gì đâu. có gì đâu
hôm em đi đàn thả cung sầu
xa quê mắt ướt còn ngơ ngác
sao suốt một đời thương nhớ sâu!

em về đánh thức hồn tri kỷ
chuyện cũ chuyện nay chất chất đầy
mấy ai hiểu được ngày xưa ấy
có những thân tình như men say ∎

DUNG THỊ VÂN
Mùa Sau

Dòng sông đó đưa người đi xa mãi
Lời cuối cùng chưa kịp nói đã chia ly
Ngã ba đường khởi đầu bao lối rẽ
Tìm lại bến bờ phượng cát đã mông mênh

Chiều mưa hoa - xác thân ai gầy guộc
Thả trong chiều lặng lẽ - chông chênh
Tiếng chuông ngân vọng cõi người âm cảnh
Hạc buồn lẻ bạn phía cuồng phong

Người về đâu trong chiều mưa tháng sáu
Cánh phượng hồng tơi tả thắm dòng châu
Bút mực ghi lệ hoen nhàu trang sách
Nốt nhạc buồn ai gẩy khúc buồn đau

Tháng sáu mưa bay hay lệ tình viễn xứ
Gót ai về trả nợ một đêm thu
Không ai hay đà nợ hết kiếp người
Khi nhắm mắt mới hay người tình phụ

Người về đâu cả rừng hoa bạc mệnh
Phủ phục quanh người mầm dĩ vãng gọi mùa sau
Tiếng mưa thâu
Người hẹn nhau chao chát cõi tương hồng ∎

KIỀU HUỆ
Sài Gòn Chuyển Mùa Mưa

Trời nắng nóng ta khát cơn mưa
Mưa ầm ào người lại thèm nắng
Sài Gòn chiều nay mưa to lắm
Biết chiều lòng ai mấy cho vừa

Trời Sài Gòn đang nắng chợt mưa
Cơn mưa hối hả rồi bỗng tạnh
Như cô gái hờn dỗi đỏng đảnh
Mưa không dai dẳng thật dễ ưa

Câu bạn hỏi bên ấy mưa chưa
Ổng đang gầm gừ dọa mưa tới
Vì bầu trời xám xịt đen tối
Mưa trút xuống chẳng
cần phân bua

Mưa tầm tã chứ không phải đùa
Mây xám bay ngang mưa rớt hạt
Đường bên kia nắng còn vàng nhạt
Báo hiệu Sài Gòn đã chuyển mùa

Ngược dòng thời gian chuyện năm xưa
Tình yêu như mưa bong bóng vỡ
Người đến rồi đi lòng thương nhớ
Mưa ướt con tim gió đổ thừa ■

LẠI VĂN PHONG
Mùa Hoa Cũ

Mùa phượng hồng của năm ấy đã xa
Vào ký ức nên gọi là mùa cũ
Thời thơ dại giấc mơ tôi say ngủ
Để một mùa mãi ấp ủ hương yêu

Xác phượng rơi đốt cháy cả trời chiều
Kỷ niệm cũ giữ bao điều chưa nói
Màu hoa nhớ của một thời vẫy gọi
Hạ đã về lòng chợt nhói niềm đau

Tháng sáu ơi xin giữ cuộc tình đầu
Để ta nghĩ mùa sau còn trở lại
Tuổi mười tám phượng hồng tươi thắm mãi
Dẫu mai này mình sẽ phải cách xa

Tuổi học trò thương mãi một màu hoa
Màu nỗi nhớ niềm tin và hy vọng
Màu khao khát con tim yêu cháy bỏng
Màu ta tìm một hình bóng không quên

Có một mùa hoa vẫn chưa được đặt tên
Mùa hoa cũ để từng đêm nhung nhớ
Mùa hoa ấy đã đi vào trang vở
Cùng câu thơ viết dở giữa mùa thi

Tháng sáu về phượng cháy tiễn người đi
Ta đã cháy qua thời kỳ nông nổi
Năm tháng ấy vô tình trôi qua vội
Ta vẫn thầm chờ đợi mỗi mùa hoa ∎

06.06.2024

BEN OH
MỘT TIẾNG DẠ THƯA

Dạ thưa tiếng Mẹ trong lòng
Con là của Mẹ lúc con chào đời
Tiếng ru của Mẹ à ơi!
Nay con khôn lớn một đời khó quên

Dù là biển có mông mênh
Không bằng tiếng Mẹ kề bên ngày nào
Những lời dạy dỗ ngọt ngào
Mẹ là hoa nở dâng trào tình thương

Dù cho phú quý trần dương
Không ai bằng Mẹ trăm đường lo con
Tảo tần mưa nắng sớm hôm
Trên vai đôi thúng tay ôm đến trường

Dắt con từng bước trên đường
Không hề than thở như không một điều
Công ơn của Mẹ quá nhiều
Giờ đây một bóng sớm chiều Mẹ ơi

Dạ thưa tiếng Mẹ trong đời
Dạ thưa Mẹ là bầu trời con yêu ■

THY AN
Tàn Hạ Đầu Thu

xuôi lòng gửi bài thơ
theo hướng gió vô định
thổi qua vòm lá xanh chuyển sắc
tàn hạ đầu thu
một chút tình yêu vội vã
nổi trôi con sâu phiến đá
mặt người, cỏ hoa
ẩn hiện lung linh chiều tà
*

mây trời trong tim du mục
bầy ong bay lên non
chở mật về rừng
chút luyến thương môi miệng
lời nói như sợi tơ giăng ngang
vắt qua đỉnh đầu
hoàng hôn mặt trời biến dạng
vẫy tay chào câu chữ thơ tan
*

giây phút ngắn hiếm hoi réo gọi
chút thâm tình bè bạn nhắn trao
mỗi chuyến xe đời tiêu hao
chở theo từng bóng nhỏ
năm ba đứa ra đi sớm tối
lưng gù gối mỏi
sợi tóc rụng trên tay
con đường độc đạo thương thân
*

hái đóa hoa hồng nở muộn
tặng tình nhân kịch bản thiên thu
gió thổi mạnh qua từng ô cửa
tách cà phê đen chan chứa
khuấy cho đều nổi bọt phù du
chiến tranh hận thù
yêu thương khói lửa
ta muốn em trở về trong yên lặng
*
bài thơ như di chúc
viết trên lá xanh
những vết thương chưa lành
nỗi buồn như trăm ngàn chấm, phẩy
run rẩy đam mê
tình yêu là những mong đợi thật ngắn
trong căn phòng nhỏ
rạo rực từng phân vuông thân xác... ∎

LÂM BĂNG PHƯƠNG
Bước Ngược

Sách với vở chỉ là miền cổ tích
Ru ta say với diệu ngữ ngọt ngào
Bước vào đời với biết bao giông bão
Ảo tưởng rồi chuốc khờ khạo vào thân.

Hãy trầm mặc để lòng luôn tĩnh lặng
Rồi bình tâm trước được mất có không
Đời người ta nào có khác chi sông
Khi yên ả lúc dập dồn sóng vỗ.

Bao cuộc tình đi qua nhiều trắc trở
Những cuộc tình dang dở phút phân kỳ
Bụi đường phủ gót hài xa vạn lý
Nên đời người đâu tránh cảnh biệt ly.

Giấc trầm miên huyễn mộng thoắt nhẹ trôi
Tà áo trắng tóc huyền thời xưa cũ
Qua ngày mai đó chỉ là quá khứ
Ngang đời nhau bởi bước ngược mà thôi ∎

THANH TRÁC NGUYỄN VĂN
ĐÊM HUẾ

Có tiếng gọi như là của gió
Ta nhìn lên: bàng bạc tiếng chuông
Tiếng chuông rơi ta còn mảnh vỡ
Sông Hương buồn rơi mảnh trăng suông.

Có tiếng gọi như là của lá
Ta nhìn lên: tim tím trời thu
Thu chợt đến như ta vừa đến
Phố trở mình lẳng lặng ưu tư.

Có tiếng gọi như là của khói
Ta nhìn lên: biêng biếc sương đầy
Xa đất nước, xa mùa thu ấy
Nhớ chưa cầm đã rụng trên tay.

Có tiếng gọi như là của Huế
Ta tìm em vời vợi mong chờ!
Người viễn xứ mang buồn xa xứ
Để bây giờ bật khóc trong mơ ∎

HUỲNH THỊ QUỲNH NGA
Thơ Ngắn

Từ trong cỏ khô những tiếng ve chín mùi mận đỏ

Mùa hạ đi qua kẽ tay
Vết mi xanh còn lại trên khăn lụa

Những tia nắng lam trong khu vườn cũ
Lắng nghe tiếng chim vành khuyên hót
Và mặt trời thắp vàng những đoá Huỳnh anh

Tình yêu của dòng sông

Tôi trở về giữa mênh mông
Nghe con sông chảy đi với hoài niệm đỏ

Mùa phù sa sóng sánh đặc ân
Ai treo từng chùm chuông gió
Trên sợi tóc mây dậy thì. Thơm những mùa sen

Vài chiếc nhớ nằm mơ giấc cỏ

Tôi như vừa gặp lại em
Giữa mùa thu xanh nắng

Nơi có em và những buổi chiều ươm màu táo đỏ
Hoàng hôn rực rỡ thắp lên
Rộn xanh khuôn ngực và mùa đẫm lụa tơ tằm

Những dấu xưa đẫm mùi hương rạ thơm

Ngày em trở về trên dòng sông xanh đó
Nghe áo khăn ai bốn mùa tím cánh bằng lăng

Qua nhánh sông khoan nhặt tiếng chèo buông
Đêm như ru trong từng sát na
Em hát. Mùi tóc khuya bay vào giấc mơ tôi xanh biếc ■

LÊ HÂN
KHẤT THỰC

Nhiều khi không kinh kệ
Mõ chuông tụng niệm gì
Nhưng lòng hướng về Phật
Tâm lành đầy từ bi
Là đã Tu đích thực

Chùa chiền hay đền miếu
Trên mặt đất lòng trời
Không câu nệ hình thức
Đích thực Đạo của người
Bác ái cùng chánh trực

Đời vốn giàu cạm bẫy
Danh lợi cùng thanh danh
Đem thân xác chịu đựng
Khổ nhục luyện lòng thành
Là quyết tâm đáng kính

Tu để đạt chánh quả
Khó gặp ngay nhãn tiền
Nhưng biết đâu Phật hiện
Mai này tại Việt Nam
Xin đồng lòng hướng thiện ∎

HOÀNG XUÂN SƠN
Người Tình Trăm Năm
(cấm nói ngược)

Chưa thấy ai "có hiếu" với người tình trăm năm bằng ông thi sĩ Luân Hoán.

Ông ngộ nàng từ thuở 13, 14 tuổi; cô bé còn vô tư nhảy dây, đánh chuyền v.v. Ông nghĩa nàng tắm mưa khi nàng chớm dậy thì, chũm cau vừa nhu nhú

Lẽ nên đọc thơ Nguyên Sa
Nhập tâm sinh tật khiến ta yêu bừa
Nguồn tình từ ngồi nhìn mưa
Mê giọt nước với người đùa hồn nhiên [LH]

Vậy đó. Mà ông thi sĩ bắt đầu yêu nhập tâm. Yêu rúng động tâm can. Và yêu dài lâu đúng nghĩa người tình trăm năm, em Lý, cô Lý, mỹ danh là Lý Phước Ninh. Thế nào ông cũng tìm được mọi cách dụ dỗ người tình trong mộng: Thoạt đầu để một nụ hôn lên trán. Rồi dần dần xuống tới chỗ nào không biết. Thi sĩ tự thú:

Nguyên Sa yêu tuổi Mười Ba
Là yêu hàm thụ tình qua ngôn từ
Lù đù Luân Hoán tôi hư
Yêu thẳng chân cẳng ở tù như chơi [LH]

"Yêu thẳng cẳng" mới ghê chớ! Không khéo mang tội dụ dỗ gái vị thành niên, nếm mùi song sắt như chơi!

Vậy mà duyên phận tròn quả phúc. Nên vợ nên chồng. Con đàn cháu đống. Con cái thành đạt: Một đại gia đình rất mực hạnh phúc là mơ ước của nhiều người. Vợ chồng tôi cũng được hân hạnh 2 lần đi họ bên phía nhà gái anh chị Luân Hoán, trong các lễ hỏi và cưới. Ông thi sĩ Luân Hoán cưng vợ tới mức siêu đẳng. Chiều chuộng và nâng niu người tình trăm năm nhẹ nhàng mà vô cùng tình tứ:

> *Trộn chút tình ta vào bột giặt*
> *Vò nhẹ nhàng bởi sợ em đau*
> *Vải còn đượm mùi thịt da thơm ngát*
> *Tay bùi ngùi như đang vuốt ve nhau*
> [Giặt Áo Quần Cho Vợ - LH]

Một đức tính khác của ông thi sĩ: về cái khoảng chiêm ngưỡng, tụng ca nhan sắc phụ nữ, tất cả bọn chúng tôi phải tôn Luân Hoán làm Thần. Tục gọi là Thần Luân! Ngoài những thú vui tao nhã như chuyện nuôi chim lồng cá cảnh, sắm mũ nón giày áo v.v , ông vui với bạn bè chỉ nhậu sương sương vài ba hột là buồn ngủ, muốn rớt đài. Nhưng khi nhắc tới cái mỹ miều lồng lộng tam tòa của nữ lưu là mắt ông thần sáng lên liền. Chúng tôi đã từng theo chân Thần Luân đến thăm thú nhiều địa điểm có mỹ nữ múa cột " truồng cời" chăm phần chăm đẹp như tiên giáng trần. Thi sĩ nhà ta đã sưu tầm được nhiều địc chỉ đáng đồng tiền bát gạo! Tôi nhớ có lần nhại thơ Bút Tre tặng Thần Luân:

> *Hoán nằm xem báo Pờ - Lây*
> *Boy nghe hừng hực lúc này lúc kia*
> [Sử Mặc]

Chỉ ham vui vậy thôi. Như quý đờn ông khác. Nhưng phải công tâm mà nói, thi sĩ Luân Hoán một mực chung tình với vợ hiền, một Người Tình Trăm Năm đúng nghĩa. Ông có nguyên tập thơ Mời Em Lên Ngựa nói về cái sự vụ khăng khít vợ chồng. Chả thế mà giờ này vượt mức thập bát, Thần Luân vẫn xăng xái cụ bị yên, cương lên ngựa đều chi. Phục lăn!

Hoàng Xuân Sơn
Laval, Québec , ngày 15 tháng 5 - 2024

NGUYỄN LÊ HỒNG HƯNG
Góc Biển Xanh

(Chương 9)

Chuyến Đi Cuối Cùng

Sáng hôm đó tôi đứng tầng trên phía sau lái tàu tập phất tay và phất được hai trăm cái thì thấy trên sông sương mù nhiều quá. Lòng chợt nhiên chùng xuống nên tôi ngưng tập và đứng ngó ra dòng sông như tìm một thứ gì mà chính tôi cũng hổng biết? Ánh sáng li ti của những bóng đèn viền theo những sợi dây cáp căng thẳng hai bên thành của chiếc cầu bắc ngang từ bên bờ này Lisbon qua bên kia bờ sông Tagus, vì bị mù sương cản tầm mắt nên chỉ thấy khoảng giữa chiếc cầu lờ mờ như lơ lửng trong mây. Nhìn lên bến cảng, những containers chất chồng và chiếc cần trơi cũng bị sương phủ mờ. Musli đi tới sau lưng tôi hồi nào không biết, tới khi nó lên tiếng chào, tôi mới day ngang chào lại. Nó liền nói:

– Hồi sớm sương mù nhiều quá, công nhân bến cảng không làm việc được.

Tôi cười dí dỏm, nói:

– Oh! Như vậy mới thấy được sức mạnh của sương mù.

Có lẽ Musli vội quá nên không hiểu kịp ẩn ý trong câu tôi nói nên nó vừa day lưng đi vừa đáp:

– Còn có mười tám containers, cất lên xong tàu sẽ khởi hành.

Nhìn thằng nhỏ bận bộ đồ bảo hộ bước ra boong làm tôi nhớ lại, hồi hôm nó ngồi với tôi trong một quán bar ngoài bến cảng, uống chưa hết ly bia thì có một cô gái trẻ tới gạ gẫm hỏi nó có chịu đi với cô ta không. Nó nhận lời và day qua hỏi tôi:
- Chú chờ một lát được không?
- Dĩ nhiên.

Musli bưng ly ngước cổ ực hết phần bia còn lại rồi đứng lên đi với cô gái. Tôi ngồi chờ cả giờ nó mới nhắn tin xin lỗi và dặn tôi khỏi chờ nó nữa. Tôi đứng lên đi lại quầy tính tiền rồi bước ra ngoài. Trên đường về tàu tôi cười thầm trong bụng, mới mấy ngày trước nó với Frans chơi cả đêm ở Vigo, bây giờ chơi nữa, tuổi trẻ sức khoẻ dồi dào, chơi cho đã về già khỏi hối tiếc. Nhớ lại hồi còn trẻ tôi cũng như Musli bây giờ, mỗi lần tàu tới một bến lạ, chiều về lên phòng thay áo, quần bảnh bao rồi vội vã lên bờ chơi suốt đêm, sáng xuống tàu vẫn còn đủ sức làm việc cho tới chiều.

Bao nhiêu quá khứ của hơn bốn mươi năm trước chợt ùa về, mặc dù ở Việt Nam tôi là một ngư phủ đánh cá xa bờ, mang tiếng là đánh khơi nhưng cũng chỉ quanh quẩn trong vùng vịnh Thái, lần đầu tiên tôi lên tàu buôn quốc tế, tôi rất tò mò và lo lắng như thế nào. Lúc đó tôi nghĩ không biết mình có thể vượt qua những tháng ngày dài lênh đênh trên biển mà không gặp bất kỳ rắc rối nào với những thứ mới mẻ mà tôi chưa từng biết qua và làm sao để liên hệ với thủy thủ đoàn toàn người xa lạ, lạ màu da và lạ cả lời ăn tiếng nói. Những cảm xúc lẫn lộn với môi trường mới làm tôi lo sợ, nhưng tánh hiếu kỳ thúc đẩy tôi mạnh dạn bước tới. Lầu đầu bước lên chiếc Elisabeth trên cảng Rotterdam, con tàu không lớn lắm, nhưng vẫn lớn hơn chiếc tàu đánh cá dài hơn hai mươi thước của tôi ở quê nhà, vừa ngơ ngác vừa rộn rã trong lòng vì tôi được đứng trên con tàu buôn quốc tế và đậu trên hải cảng Rotterdam; hải cảng lớn nhứt thế giới nhờ đông đảo tàu bè các nước vô ra. Trong lòng tôi rất lo trước khi trình giấy tờ cho viên thuyền trưởng, nhưng khi ông bắt tay chào với vẻ mặt cười hiền thì tôi cảm thấy nhẹ lòng. Thuyền trưởng lấy giấy tờ của tôi xong, ông giao tôi cho viên thuyền phó, thuyền phó dẫn tôi xuống nhận phòng. Phòng ngủ có một tủ đựng quần áo, một chiếc giường và một bàn viết. Tàu buôn thời đó chưa có tiện nghi như những con tàu hiện đại của thời nay, trong phòng thủy thủ không có toilet và phòng tắm riêng, nhưng đối với tôi có phòng ngủ riêng và giường, nệm đàng hoàng thì quá đầy đủ rồi.

Những bất an lo lắng lúc ban đầu tan biến khi thuyền phó dẫn tôi xuống phòng ăn giới thiệu tôi cho thủy thủ đoàn, thủy thủ toàn là người In Đô, khi biết tôi là người Việt tị nạn thì người nào cũng vui vẻ bắt tay, ân cần chào đón. Giới thiệu mọi người xong, thuyền phó giao tôi cho người phụ lái, anh ta dẫn tôi đi từ sau lái ra trước mũi và xuống hầm máy để cho tôi làm quen với con tàu. Sáng hôm sau, trước khi tàu khởi hành qua Phi châu, thuyền phó đưa tôi một khăn tắm và bộ đồ bảo hộ. Tôi trở về phòng cất khăn và thay đồ, may là cùng cỡ với người In Đô nên bộ bảo hộ tôi bận rất vừa vặn, chỉ có ống quần hơi dài, nhưng không sao, tôi xắn nó lên làm khi xong việc tôi tự cắt cũng được, hồi ở Việt Nam bận đồ cũ đi đánh cá, qua đây bận đồ bảo hộ, làm thủy thủ tôi cảm thấy hãnh diện vô cùng. Khi ra boong Mujono, thủy thủ người In Đô, thấy tôi mang giày bata, anh mới vô lấy cho tôi đôi giày làm việc cũ và kêu tôi vô phòng thay xong rồi ra trước mũi với anh. Như vậy là tàu khởi hành tôi với Mujono và thuyền phó chịu trách nhiệm cuốn dây và khoanh dây trước mũi, đó là bài học đầu tiên của tôi trong đời thủy thủ. Khi tàu tách bến tôi theo thủy thủ người In Đô xịt nước rửa tàu và dọn dẹp xong cũng hết một ngày.

Qua ngày thứ ba tàu đã ra khơi, biển im và nắng ấm, người phụ lái giao cho tôi một cặp bao tay, một cây búa gõ sét và một bàn chải sắt, anh dẫn tôi ra boong nhập bọn cùng với bốn thủy thủ người In Đô, nhiệm vụ chúng tôi hôm đó là gõ, đục, cạo sét và sơn phía sau tàu. Biển đối với tôi phải nói là quen lắm, nhưng lúc tàu ra vùng nước xanh đậm của Đại Tây Dương, tôi vẫn bị hoang mang. Khi ánh sáng chói chang của mặt trời phản chiếu trên làn nước màu xanh đậm, lúc bây giờ tôi mới cảm nhận được sự khác biệt của biển và đại dương. Có lẽ khi lớn lên tôi gắn bó với biển, cho nên hải hành vài tháng tôi đã quen với cuộc sống trên tàu. Nhờ cái nhãn hiệu thuyền nhân, tị nạn cộng sản nên đồng nghiệp trên tàu ai cũng thương và tận tình giúp đỡ.

Vài ấn tượng đầu tiên của tôi khi tàu tiến xa về vùng Phi châu. Tôi còn nhớ về đêm khung trời đó trong lắm, mặt trăng gần xích đạo trông rất thấp và rất sáng, ánh trăng soi trắng mặt nước biển và thấy rõ đường cong của chưn trời. Lần đầu ghé bến Phi châu, tôi thấy người da đen đông như vậy và tiếp xúc với họ tôi mới biết tuy da người Phi châu đen như tràm cháy nhưng hai hàm răng họ thì trắng như bông gòn... Còn công việc của tôi cũng không có gì khó khăn, nhờ lúc đó tôi còn trẻ làm việc có mệt và đổ mồ hôi nhưng chỉ sau một đêm tôi đã lấy lại sức. Đó cũng là sự trải nghiệm bước đầu làm thủy thủ của tôi với cây búa gõ sét, bàn chải sắt và làm những chuyện lặt vặt trên tàu trong vùng nắng nóng của Phi châu.

Tiếng máy tàu nổ cùng tiếng hoạt động của máy cuốn dây sau lái, dấu hiệu cho tàu rời bến, đưa tôi trở về hiện tại. Frans, Eddy và một sinh viên thực tập phụ trách sau lái. Frans điều khiển cần cẩu câu chiếc thang, đường lên, xuống sau lái, hai người kia thì chờ chiếc thang lên tới thì vịn kềm cho ngay vị trí của chiếc thang, xong rồi bắt móc gài chiếc thang lại cho chắc. Nhìn đồng hồ cũng đã gần tới giờ tôi làm việc. Đi vô phòng đánh răng, rửa mặt thay đồ xong thì nghe tiếng máy tàu rù ga mạnh hơn thì biết tàu đã rời bến.

Tàu ra khỏi vàm sông Tagus thì nắng cũng đã lên, trên tàu có Musli và Iwam, hai đứa dọn dẹp và lau chùi trong tàu, thuyền trưởng trực trên phòng lái và tôi là đầu bếp đang soạn cho bữa ăn trưa. Những thủy thủ hồi hôm làm ca đêm được ngủ tới mười hai giờ trưa. Mười giờ tôi pha một bình cà phê và lấy hộp bánh ngọt để lên bàn, tôi Iwan và Musli ngồi uống. Tôi hỏi Musli:

– Hồi hôm chơi cả đêm giờ không mệt và buồn ngủ sao?
Musli cười nói tỉnh bơ:
– Hồi hôm con cũng có ngủ mà.
Rồi nó khoe với tôi là nó có số điện thoại của cô gái, cô ta rất tốt và hứa kỳ sau trở lại nó sẽ gọi hẹn gặp cô ta. Tôi hỏi:
– Con thích cô nhỏ đó sao?
– Dĩ nhiên.

Theo tôi biết phần đông những người In Đô theo đạo Hồi có đi uống bia, chơi gái thì lén lút và dặn tôi xuống tàu đừng nói lại với ai và nói chuyện chơi bời thì không tự nhiên như những người theo đạo Thiên Chúa. Iwan chen vô nói:
– Tàu đi tuyến này một năm thì Musli có vợ Bồ Đào Nha.

Nói xong Iwan giả giọng dê kêu, cười he he. Tôi day qua nói với Musli:
- Thủy thủ mà vướng tình cảm trên đất liền thì mệt lắm đó.
Musli hỏi:
- Sao vậy chú?
Tôi chưa kịp trả lời thì Iwan chen vô nói:
- Thì sạch túi chớ sao.
Thêm một tràng cười. Musli day qua Iwan nói:
- Tiền không thành vấn đề, vui vẻ là được.
Nó day qua hỏi tôi:
- Phải không chú?
Tôi đáp:
- Phải nhưng lúc con còn độc thân, chớ khi có vợ, có con rồi thì tiền cũng là vấn đề. Chú muốn lưu ý con chuyện tình cảm thôi, thủy thủ như tụi mình mà vướng vào chuyện yêu đương, thương nhớ, đợi chờ mệt lắm đó.
- Chuyện này con học hỏi chú đây.
- Thiệt ra thì trong cuộc sống thì không ai dạy ai và cũng không ai học hỏi ai hết, chuyện gì thì cũng cần trải qua rồi mới biết.
- Oh, chú nói thử con nghe.
- Thủy thủ phải trải qua nhiều con tàu và nhiều khía cạnh khác nhau, không chỉ có chuyện cột dây, gõ sét, sơn tàu, làm chuyện lặt vặt hoặc ghé một vài địa danh và quen biết một vài người là đủ. Là một thủy thủ sẽ đi với những con tàu khác nhau và làm việc trong môi trường cũng khác, ví như đối mặt với những lúc thời tiết không thể đoán trước. Con thấy đó, con mới xuống chưa được hai tháng mà từ Địa Trung Hải ra Đại Tây Dương, thời tiết khác nhau như thế nào rồi.
Musli hào hứng nói:
- Đúng, chú nói đúng rồi, trong Địa Trung Hải thì nóng còn Đại Tây Dương mát mẻ hơn.
Iwan như sợ tôi nói hết những kinh nghiệm của nó đã trải qua, nên nó cũng háo hức chen vào góp chuyện:
- Nhưng hổng phải lúc nào biển cũng im ru và những cơn gió êm dịu, thổi hiu hiu, dễ chịu giống như hôm nay đâu.
Iwan day qua tôi nói:
- Chú còn nhớ hồi con với chú làm việc bên chiếc Elsa không ?

- Nhớ chớ.
- Lúc đó từ Houston qua Nam Mỹ gặp bão, sóng cao trên mười thước, đánh ập vô thành tàu khiến thân tàu lăn lộn dữ dội làm cho thủy thủ đoàn ói mửa quá trời luôn.
- Tại vì lần đó đám thủy thủ toàn là gà chết, gặp sóng to, gió lớn thì ói mửa tùm lum nên con còn ấn tượng đó thôi. Cũng có nhiều lần bị bão trên vùng bắc Đại Tây Dương, sóng cao tới mười bốn thước, thiệt ra thì không có hiện tượng thời tiết nào mà thủy thủ không đương đầu, có những ngày mùa đông trên vùng Bắc cực, nhiệt độ giảm xuống dưới độ không, băng và tuyết phủ từ dưới mặt biển lên tới trên tàu trắng xoá. Cũng có lần trên chiếc Elsa, vượt sông Amazon lên vùng cao nguyên, gần xích đạo, nắng nóng mà máy điều hoà bị hư, nhiệt độ bên ngoài lên tới bốn mươi độ C, trong tàu nóng như trong phòng tắm hơi, còn dưới hầm máy thì giống như là hoả ngục.

Iwan chen vào:
- Con nhớ rồi, kỳ đó chú lấy nước để vô can đem đông đá rồi để can nước đá trước máy quạt trong phòng ngủ cho mát, cả tàu ai cũng bắt chước chú làm theo nên trong phòng đông giữ lương thực lúc nào cũng đầy nhóc can nước.

Musli rùng mình một cái:
- Nghe nói thấy cũng hơi lo nhưng cũng tò mò.
- Yên trí còn đi thì còn gặp.

Tôi chỉ tay lên chiếc đồng hồ treo trên vách, kim đồng hồ chỉ hơn mười giờ rưỡi:
- Lố giờ rồi, con làm việc cho hết lo.

Thấy hai đứa đứng lên cầm tách định đem vô bếp, tôi chặn tại:
- Chỗ này để chú, tụi con làm việc của tụi con đi.

Iwan và Musli tiếp tục lau chùi trong tàu. Tôi lấy bình cà phê và đem mấy cái tách đi rửa. Xong tôi bắt đầu nấu cho bữa ăn trưa.

Giờ ăn của phụ lái là mười một giờ rưỡi, có lẽ hồi khuya phụ lái mới xuống thay cho phụ lái cũ, nó còn mệt nên ngủ trễ. Gần mười hai giờ mới thấy phụ lái ló đầu xuống, nó bắt tay chào và nói:
- Tuần tới trở lại Bilbao ông về.
- Bộ mầy xuống báo tin cho tao thôi hả?

Nó cười, chợt nhớ ra:

- Oh, ông có gì cho tôi ăn không?

Nhìn dáng người nhỏ thó nước da ngăm ngăm và tóc đen, tôi đoán nó không phải là người Hoà Lan. Tôi chỉ tay ra bàn ăn và từ tốn nói:

- Dĩ nhiên là có, ra bàn kia ngồi đi.

- Không, trễ giờ rồi, ông cho tôi một đĩa, tôi bưng lên phòng lái ăn.

- Vậy chờ một lát.

Tôi lấy rau, thịt và khoai tây để vào đĩa, định lấy tô múc súp. Thằng nhỏ ngăn lại:

- Bao nhiêu đủ rồi.

Tôi lấy dao và nĩa và bưng đĩa thức ăn đưa cho nó. Nó liền bưng đĩa đồ ăn quay đi, chợt nhớ quên chén trái cây, tôi kêu nó và nói:

- Còn chén trái dâu nè.

Nó day lại nói:

- Ông để đó, chiều tôi xuống ăn.

Phụ lái đi rồi thì Musli đi vô hỏi:

- Con dọn bàn nghe chú?

- Ô kê.

Musli tới chỗ để dĩa lấy chồng dĩa và kéo hộc tủ lấy dao, muỗng, nĩa đem ra bàn. Từ lúc Musli quen việc trên tàu tới nay nó thường vô bếp phụ tôi dọn bàn trước khi ăn và phụ tôi dọn dẹp mỗi buổi chiều. Thấy nó gọn gàng, sạch sẽ và thích làm nên tôi để nó tự nhiên. Lúc đó thủy thủ đoàn cũng vô phòng ăn, thủy thủ ăn mười hai giờ mười lăm và đám officers thì ăn mười hai giờ rưỡi. Musli dọn bàn xong vô hỏi tôi:

- Bưng đồ ăn ra được chưa chú?

Tôi ngước mặt lên nhìn đồng hồ, còn năm phút nữa mới tới giờ ăn, nhưng thấy thủy thủ đã vô bàn ngồi chờ tôi mới nói:

- Cũng được.

Thấy tôi mở tủ lạnh lấy tô sà lách ra, Musli trầm trồ:

- Oh, hôm nay có rau tươi.

Tôi nói:

- Mới mua thêm hôm ở Lisbon.

- Trước khi xuống tàu, con nghe nói thức ăn trên tàu cũng không có gì đặc biệt và hay bị thiếu. Nhưng hồi xuống tàu tới giờ ngày nào cũng thấy ăn uống linh đình.

– Chú hổng biết mấy công ty khác ra sao, nhưng công ty này thì chú biết. Thiệt ra trước kia thức ăn rất là phong phú, từ ngày người Nga và Ukraina xuống đây làm việc thì thực phẩm bị cắt giảm gần phân nửa.

– Vậy hả chú?

– Con xuống chiếc Tina này nhờ thuyền trưởng là người Hoà Lan nên hai tuần được mua thêm trái cây, rau cải tươi, thịt, cá dậm thêm. Nếu thuyền trưởng không phải là người Hoà Lan thì thức ăn một tháng lấy một lần và họ đưa gì ăn nấy, có thiếu thì cũng ráng mà chịu.

– Có sự phân biệt sao chú?

– Chú thấy là vậy.

Tôi vừa nói vừa đọn thức ăn để hết ra bàn rồi nói:

– Trên tàu toàn là dân tứ xứ nên hay xảy ra chuyện chướng tai gai mắt, nhưng không đụng tới mình thì thôi, con để ý làm gì. Con bưng đồ ăn ra rồi cùng anh em ăn đi, bàn của officers chú lo được rồi. Giờ làm việc của thủy thủ kết thúc lúc năm giờ chiều. Còn đầu bếp thì lo cho thủy thủ đoàn ăn, uống và dọn dẹp xong thì mặt trời cũng bắt đầu lặn.

Tôi ngồi tầng trên phía sau lái tàu, ngắm hoàng hôn trên đại dương. Phía trời Tây, mặt trời giống như một chiếc mâm sắt nung đỏ, từ từ chìm xuống viền nước, toả lên ánh hồng nhuộm đỏ phía chưn trời. Không bao lâu ánh nắng cuối ngày tắt hẳn, nhường chỗ cho bóng đêm thay vào, không khí lúc này mát mẻ dễ chịu hơn. Musli cầm hai chai bia, đi lên chỗ tôi đứng, có lẽ leo lên hai bậc thang nó bị mệt nên vừa đưa chai bia cho tôi vừa thở hổn hển, nói:

– Hồi nãy con gõ cửa phòng hổng nghe chú trả lời, ra phía sau boong cũng không thấy, thì ra chú đứng trên đây.

Thiệt ra tôi không muốn gặp ai nên mới lên đứng trên này. Tôi cầm chai bia đưa lên cụng, ngước cổ uống một hơi và chỉ tay lên mặt trăng nói:

– Coi kìa, trăng khuyết và trời rất trong.

Musli cũng hớp xong hớp bia, nó ngó quanh rồi nói.

– Đẹp quá hả chú, nhưng trăng mọc sớm quá.

Tôi ừ hử và mặt vẫn hướng về phía mặt trăng. Musli im lặng hồi sau nó mới lên tiếng:

- Con nghe Frans nói mai tàu tới Casablanca, nhưng không lên bờ chơi được hả chú?
- Lên thì được, nhưng thủ tục rắc rối lắm và lên bờ cũng gặp nhiều phiền phức, vì vậy thuyền trưởng không cho lên đó thôi.
- Vậy, tới Bilbao chú về rồi, chỉ còn có Frans đi chơi với con thôi.
- Có Frans cũng tốt, trên đường đi có người bạn đồng hành hợp nhau cũng đủ rồi.
- Con thích đi với chú.
- Chú già rồi đi với tụi con chỉ có vướng bận.
- Nhưng học hỏi ở chú được nhiều thứ.
- Những chuyện chú nói nó đã qua hết rồi, tương lai con sẽ biết được những thứ mới mẻ hơn. Con không thấy sao, chú đi với các con lúc nào cũng giữa chừng, không bao giờ chơi cho tàn cuộc.
- Tại chú không muốn thôi, chớ con thấy nhiều người lớn tuổi hơn chú cũng còn ăn chơi mà.
- Chú cũng ăn chơi vậy, đi chung với con hoài.
- Chú chỉ xem thành phố, tìm ăn đặc sản và uống bia, rượu.
- Như vậy đối với chú cũng đầy đủ lắm rồi.
- Bộ chú hổng còn thích đàn bà nữa sao?

Đưa bia lên uống, chợt nghe thằng nhỏ hỏi, tôi cười làm cổ họng bị sặc bia, tằng hắng cho qua cơn, tôi nói:

- Thích chớ con, nhưng thích theo kiểu già.
- Là sao?
- Chuyện hổng đáng để thắc mắc đâu, khi nào con lớn tuổi như chú thì con tự biết.

Tôi với Musli uống hết chai bia, đem chai bỏ vô thùng rác, tôi hỏi:

- Con uống nữa không?
- Không, khuya nay con trực. Nghe nói tàu trở lại Bilbao chú về nên muốn gặp chú nói chuyện chơi.
- Vậy con đi ngủ đi.

Musli đi rồi tôi mới day nhìn ra khơi, chưa tới mười giờ mà trăng đã sáng soi trên mặt biển, nhiều ngôi sao cũng đã mọc, trăng tuy khuyết nhưng ánh vẫn toả sáng làm những ngôi sao không được rực rỡ như những đêm tối trời. Thiệt là hấp dẫn khi ánh trăng chiếu sáng xuống mặt biển như đèn pha, đột nhiên đám mây kéo ngang che mặt trăng, trời tối sầm lại làm con tàu nằm trong bóng mờ, mặt nước không còn lấp lánh và đường chưn trời cũng biến mất. Một lát sau mây bay qua, ánh sáng mở rộng ra bốn hướng. Hơn bốn mươi năm qua, không biết bao nhiêu lần, tôi đứng hàng giờ chỉ nhìn chằm chằm vào sự thay đổi của vầng trăng, nhứt là ánh sáng lung linh khi trăng sắp lặn xuống biển, lúc đó nước và trời liền nhau và không còn thấy đường chưn trời nữa. Trăng trong tôi mỗi nơi mỗi khác, biến dạng cũng khác nhau lúc nào cũng đẹp... nó vượt quá khả năng của con người để giải thích cái đẹp và yên bình như thế nào. Không gì thay đổi được quan điểm vô giá khi đứng nhìn và cảm thấy cuộc sống hoà hợp với thiên nhiên hơn bao giờ hết.

Nhưng đêm nay tôi nhìn trời, trăng, mây nước với một tâm trạng bâng khuâng khó tả, khi nhận biết, một cách rõ ràng, là đời thủy thủ của tôi sắp chấm dứt. Tôi sẽ chia tay với biển, với đất trời bao la, với những tối êm đềm trăng sáng. Một sự ngẫu nhiên hay là sự sắp đặt của tạo hoá? Hơn bốn mươi năm trước, chuyến hải hành đầu tiên trong đời qua Phi châu, hôm nay chuyến cuối cùng cũng trên đường qua Phi châu. Sợi dây liên lạc với những người từ khắp bốn phương kéo dài hết một đời rồi. Biết rằng tôi sắp bỏ biển nhưng tôi chỉ thoáng buồn, vì cả đời với kiếp lữ hành vui có, buồn có, nhưng tất cả đều đem tới lưu luyến, nên tôi không muốn nói với mấy bạn trẻ của tôi đây là chuyến cuối cùng. Rồi đây những cái tên Musli, Edy, Iwan, Frans, Mujno, Mohamet... chạy qua trong đầu tôi. Rồi một buổi chiều nào trên một thành phố lạ, chúng ngồi nhậu với nhau và nhắc lại: hồi đó có uncle Tan, chú đầu bếp già Việt Nam đã cùng đi với chúng trên một chuyến tàu...

Hết

Nguyễn Lê Hồng Hưng

NGUYỄN VĂN GIA
LÊ HÂN
TIN SÁCH

Sách đã có mặt trong tháng 3, 4, 5, 6 năm 2024:

A. TẠI VIỆT NAM

1. **TUYỂN THƠ TÌNH NGƯỜI** (Tập 3)

Tác giả: Nhiều tác giả
Thể loại: thơ
Sách dày 240 trang
Bìa: Đỗ Hiếu Nghĩa
NXB Đồng Nai - Quý II năm 2024
Giá bìa: Sách tặng không bán

2. **NẮNG DẬY THÌ**

Tác giả: Nguyễn Ngọc Hạnh
Thể loại: thơ
Sách dày 154 trang
Bìa: Văn Sáng
NXB Hội Nhà Văn - Quý I năm 2024
Giá bìa: 150.000 đồng.

3. TẢN MẠN TRÊN DÒNG ĐỜI VÀ BÊN DÒNG SÔNG YÊN

Tác giả: Trần Đình Việt
Thể loại: tản văn
Sách dày 170 trang
Bìa: Bích Tuyết
NXB Hội Nhà Văn - tháng 6 năm 2024
Giá bìa: 65.000 đồng..

4. MÀU SƯƠNG RIÊNG RỚT

Tác giả: Nguyễn Hàn Chung
Thể loại: thơ
Sách dày 240 trang
Bìa: Văn Sáng
NXB Hội Nhà Văn - Quý IV năm 2023
Giá bìa: 200.000 đồng.

5. THE RHYTHM OF VIETNAM

Tác giả: Nhiều tác giả
Võ Thị Như Mai tuyển chọn và chuyển ngữ
Thể loại: tuyển thơ song ngữ
Sách dày 750 trang
Bìa: Trần Thắng
NXB Hội Nhà Văn - Quý I năm 2024
Giá bìa: 350.000 đồng.

6. DIỆU ÂM

Tác giả: Nhiều tác giả
Thể loại: tuyển tập thơ & văn
Sách dày 240 trang
Bìa: Bích Tuyết
NXB Hội Nhà Văn - tháng 3 năm 2024
Giá bìa: Sách tặng không bán

7. HOA TRÁI THƠM NGỜI

Tác giả: Lương Hoàng Hạc
Thể loại: thơ
Sách dày 256 trang
Bìa: Nguyễn Văn Tài
NXB Đà Nẵng - Quý I năm 2024
Giá bìa: Sách tặng không bán.

8. NGÀY ẤY & BÂY GIỜ

Tác giả: Nhiều tác giả
Thể loại: tuyển tập thơ văn
Sách dày 150 trang
Bìa: Lâm Thu Uyên
NXB Đà Nẵng - Quý II năm 2024
Giá bìa: Sách tặng không bán

9. CHỜ HƯƠNG THẢ GIÓ

Tác giả: Hồ Sĩ Bình
Thể loại: thơ
Sách dày 148 trang
Bìa: Nguyễn Trung
NXB Hội Nhà Văn - Quý II năm 2024
Giá bìa: 150.000 đồng.

10. GIAO CẢM MÙA HẠ

Tác giả: Cựu sinh viên ĐHSP Huế
Thể loại: tuyển tập thơ văn
Sách dày 324 trang
Bìa: Nguyễn Trung
NXB Hội Nhà Văn - Quý II năm 2024
Giá bìa: 180.000 đồng.

B. SÁCH DO NHÂN ẢNH XUẤT BẢN TRONG THÁNG 3, 4, 5, 6 NĂM 2022:

1. Chân Dung Ngày Đó Bây Giờ

Tác giả: Việt Dương / Trần Thị Nguyệt Mai
Thể loại: Bút ký
Bìa: Uyên Nguyên Trần Triết
Dàn trang: Công Nguyễn
Nxb Nhân Ảnh - 5/2024
Sách dày: 388 trang
Sách có thể mua qua amazon
hay liên lạc: tienyen41@gmail.com
Giá bìa: $25 (đen trắng), $30 (màu)

2. Chân Dung Văn Học Một Góc Nhìn

Tác giả: Đỗ Trường
Thể loại: phê bình văn học
Bìa: Uyên Nguyên Trần Triết
Dàn trang: Trần Hồng Giang
Nxb Nhân Ảnh - 6/2024
Sách dày: 356 trang
Sách có thể mua qua amazon
Hay liên lạc tác giả: dotruong07@yahoo.de
Giá bìa: $20 US

3. Tay Chạm Vai Gần

Tác giả: Luân Hoán
Thể loại: Thơ
Bìa & Dàn trang: Luân Hoán
Tranh bìa sau: Nghiêu Đề, Phụ bản: Nguyễn Trọng Khôi, Trịnh Cung
Lời bạt: Phan Trang Hy, Phạm Hiền Mây, Nguyễn Văn Nhân, Hoàng Xuân Sơn
Sách dày: 290 trang. Giá bìa: $20 US
Sách có trên Amazon
hay liên lạc tác giả: lebao_hoang@yahoo.com

4. Tạp Chí Ngôn Ngữ Số Đặc Biệt – Song Thao & Bè Bạn

Tác giả: Song Thao
Thể loại: phiếm, bình luận v.v…
Bìa: Uyên Nguyên Trần Triết
Tranh chân dung: Trương Đình Uyên
Dàn trang: Tạ Quốc Quang
Nxb Nhân Ảnh - 6/2024
Sách dày: 894 trang
Sách có thể mua qua amazon
hay: tatrungson@hotmail.com
Giá bìa: $50 US.

5. Khuôn Mặt

Tác giả: Hồ Đình Nghiêm
Thể loại: Truyện ngắn
Bìa: Uyên Nguyên Trần Triết
Dàn trang: Nguyễn Công
Giá bìa: $20 US
Sách có trên Amazon
hay liên lạc tác giả:
hodinhnghiem@hotmail.com

6. Vớt Bình Minh Trong Đêm

Tác giả: Phương Tấn
Thể loại: Thơ
Bìa: Uyên Nguyên Trần Triết
Tranh bìa: Họa sĩ Hồ Thành Đức
Biên tập: Quy Hồng
Dàn trang: Văn tuyển Sài Gòn
Giá bìa: $25 US (bìa mềm, in màu bên trong)
Sách có trên Amazon
hay liên lạc: phuongtanlacdatuton@yahoo.com

7. Em Một Mình Thơm Bao Ý Thơ

Tác giả: Trần Vấn Lệ
Thể loại: Thơ
Biên tập: Nguyễn Thiên Nga
Bìa và Dàn trang: Lê Nguyễn Minh Quân
274 trang
Giá bìa: $20 US (bìa mềm), $30 US (bìa cứng)
Sách có trên Amazon
hay liên lạc tác giả: letran4820@hotmail.com

8. Tạp Chí Ngôn Ngữ Số Đặc Biệt – Đỗ Hồng Ngọc – Văn Chương & Bằng Hữu

Tác giả: Đỗ Hồng Ngọc & Bạn hữu
Thể loại: thơ, tạp văn, phê bình v.v..
Bìa: Uyên Nguyên Trần Triết
Đọc bản thảo: Trần Thị Nguyệt Mai
Dàn trang: Nguyễn Thành Công
Sách dày: 716 trang
Ghi giá: $50 US (bìa mềm)

9. Hai Bên Chiến Tuyến – Two Opposing Sides Of Vietnam War

Tác giả: Bs Trần Văn Khang
Thể loại: tập truyện
Tiếng Việt & Tiếng Anh
Dịch giả: Thomas Luong & Tran Van Duong
Bìa: Uyên Nguyên Trân Triết
Dàn trang: Đỗ Huỳnh Đăng Ngọc
Sách dày: 668 trang
Giá bìa: $50 US
Sách có trên Amazon
hay liên lạc tác giả: kvtmd@aol.com

10. Đạo Phật Xã Hội Chủ Nghĩa

Tác giả: Lạp Chúc Nguyễn Huy
Thể loại: biên khảo
Bìa: Uyên Nguyên Trần Triết
Dàn trang: Nguyễn Thành Công
Nxb Nhân Ảnh - 6/2022
Sách dày: 200 trang
Sách có thể mua qua amazon
hay liên lạc tác giả:
nguyenhuyquebec@yahoo.ca
Giá bìa: $25 US (in màu bên trong)

11. Gánh Gạo Nuôi Chồng

Thể loại: thơ
Tác giả: Vinh Hồ
Tựa: Hoa Văn
Nhận định: Du Tử Lê, Trần Hoài Thư
Bìa: Uyên Nguyên Trần Triết
Tranh bìa: Vinh Hồ
Dàn trang: Đỗ Huỳnh Đăng Ngọc
Sách dày: 370 trang. Giá bìa: $25 US
Sách có trên Amazon
Liên lạc tác giả: Vinhho5555@gmail.com

12. 12 Short Stories Of Wind's Memories

Thể loại: truyện ngắn
Sinh ngữ: Anh văn
Tác giả: Vũ Phan
Editor: Lê Hân
Bìa: Uyên Nguyên Trần Triết
Dàn trang: Huỳnh Hoa
Sách dày: 262 trang
Giá bìa: $20 US
Sách có trên Amazon
Liên lạc tác giả: tamkongvu@gmail.com

13. The First Republic Of Vietnam

Thể loại: biên khảo
Tác giả: Vũ Quý Kỳ
Editor: Byron Black
Bìa: Uyên Nguyên Trần Triết
Dàn trang: Đỗ Huỳnh Đăng Ngọc
Sách dày: 580 trang
Giá bìa: $45 US
Sách có trên AMAZON với số ISBN 9798869175939
Liên lạc tác giả: kyqvu@yahoo.com

14. Tạp Chí Ngôn Ngữ Số Đặc Biệt – Phạm Cao Hoàng – Văn Chương & Bằng Hữu

Tác giả: Phạm Cao Hoàng & Bằng hữu
Thể loại: thơ, văn, bình luận v.v…
Bìa: Uyên Nguyên Trần Triết
Đọc bản thảo: Trần Thị Nguyệt Mai
Dàn trang: Nguyễn Thành Công
Sách in với bìa mềm và bìa cứng (màu bên trong)
sách có trên amazon
hay liên lạc tác giả: phamcaohoang14@aol.com

15. Thơ Hai Dòng & Cỏ Biếc

Thể loại: thơ
Tác giả: Trần Hoàng Vy
Bìa: Uyên Nguyên Trần Triết
Dàn trang: Đỗ Huỳnh Đăng Ngọc
Giá bìa: 20 US
Sách có trên amazon
hay liên lạc tác giả: httranhoangvy@gmail.com

16. Phiếm 31

Thể loại: phiếm
Tác giả: Song Thao
Tranh bìa: Hs Thái Tuấn
Thiết kế bìa: Khánh Trường
Dàn trang: Tạ Quốc Quang
414 trang
giá bìa: $25 US
sách có trên amazon
hay liên lạc tác giả: tatrungson@hotmail.com

17. The Last Days Of April 1975
(dịch từ cuốn: Những Ngày Cuối Tháng 4 Năm 1975)

Tác giả: Hoàng Ngọc Hòa
Thể loại: Hồi ký
Ngôn ngữ: Anh văn
Editor: Byron Black
Bìa: Uyên Nguyên Trần Triết
Tranh bìa: Khai Co Vu
Dàn trang: Đỗ Huỳnh Đăng Ngọc / Hoàng Ngọc Hòa
Giá bìa: $45 US (bìa mềm, màu bên trong)
Sách có trên Amazon
Hay liên lạc tác giả: xuanphuong@comcast.net

18. The Vietnamese Culinary Culture
(dịch từ cuốn VĂN HƠA ẨM THỰC)

Tác giả: Lạp Chúc Nguyễn Huy & Xuân Tâm
Dịch giả: Lâm Vĩnh Thế
Thể loại: văn hóa ẩm thực
Bìa: Uyên Nguyên Trần Triết
Dàn trang: Nguyễn Thành Công
Giá bìa: $22 US (in màu bên trong)
Sách có trên Amazon
hay liên lạc tác giả:
nguyenhuyquebec@yahoo.ca

19. Pulau Bidong Giã Từ

12 Ca Khúc Vượt Biển
Thể loại: nhạc
Tác giả: Trần Chí Phúc
Bìa: Uyên Nguyên Trần Triết
Dàn trang: Đỗ Huỳnh Đăng Ngọc
giá bìa: $12 US
sách có trên amazon
hay liên lạc: tranchiphuc@yahoo.com

www.ingramcontent.com/pod-product-compliance
Lightning Source LLC
LaVergne TN
LVHW032047070526
838201LV00084B/4733